திரைக்கதையும் அணுகுண்டும்

(நேர்காணல்கள் / கட்டுரைகள்)

மொழிபெயர்ப்பு :
ராம் முரளி

நீலம்

நீலம்

திரைக்கதையும் அணுகுண்டும்

மொழிபெயர்ப்பு : ராம் முரளி I முதற்பதிப்பு : டிசம்பர் 2022

நீலம் பப்ளிகேஷன்ஸ்,
முதல் தளம், திரு காம்ப்ளக்ஸ்,
மிடில்டன் தெரு, எழும்பூர், சென்னை - 600008.

அட்டை வடிவமைப்பு : திலிப்குமார் சங்கரலிங்கம்
நூல் வடிவமைப்பு : தங்கம் கிராபிக்ஸ், நெகிழன்

விலை ரூ.250

THIRAIKATHAIYUM ANUGUNDUM

Author : Ram Murali © Ram Murali
First Edition : December 2022
Published by : NEELAM PUBLICATIONS,
1st floor, Thiru Complex, Middleton street,
Egmore, Chennai - 600008.
Printed at Ramani Print Solution, Chennai - 600089

Email : editor@neelampublications.com
Mobile : +91 63698 25175

INR : 250
ISBN : 978-93-94591-20-2

Neelam Monthly Magazine & Subscription - www.theneelam.com
Neelam Online Store - www.neelambooks.com

ராம் முரளி (1990)

பொறியியல் பட்டதாரி. விகடனில் மாணவ நிருபராகப் பணியாற்றியவர். திரைப்படங்களைப் பற்றித் தொடர்ச்சியாகக் கட்டுரைகளும் மொழிபெயர்ப்புக் கட்டுரைகளும் எழுதி வருகிறார். 'உலக சினிமா: ஆளுமைகளின் நேர்காணல்கள்', (பாதரசம் வெளியீடு), 'காலத்தைச் செதுக்குபவர்கள் பாகம் 1 மற்றும் 2', (யாவரும் பதிப்பகம்) போன்ற நூல்கள் வெளிவந்திருக்கின்றன. சத்யஜித் ரே வின் சிறு வயது நினைவுகளை 'குழந்தைப் பருவ நாட்கள்' எனும் பெயரில் மொழியாக்கம் செய்திருக்கிறார். இந்நூல் நற்றிணை வெளியீடாக வந்திருக்கிறது. மேலும், இவருடைய சிறுகதைகள் 'வனமேவும் ராஜகுமாரி' எனும் பெயரில் தொகுக்கப்பட்டிருக்கிறது. நூலாசிரியர் தற்போது திரைத்துறையில் உதவி இயக்குநராகப் பணியாற்றி வருகிறார். நெய்வேலியைச் சேர்ந்த இவர் தற்போது மனைவி திவ்யாவுடன் சென்னையில் வசித்து வருகிறார்.

raammurali@gmail.com
8838177858

நன்றி

நீலம் ☙ அம்ருதா ☙ கனலி ☙ புரவி
தளவாய் சுந்தரம் ☙ கவிஞர் பச்சோந்தி ☙ வாசுகி பாஸ்கர்
த.பிரபாகரன் ☙ கார்த்திக்கேயன் சந்திரசேகர்
க.விக்னேஷ்வரன் ☙ அருண்

சமர்ப்பணம்

ஓசூர் நண்பர்
ஆ.கிருஷ்ணகுமாருக்கு...

உள்ளே....

9 — ஆஸ்கர் மிஷொல் : கறுப்பினத் திரைப்பட வரலாற்றின் முதல் நட்சத்திரம்
▶ ஜெரால்டு ஆர்.பட்டர்ஸ், ஜூனியர்

23 — ஆஸ்கர் மிஷொல் : கறுப்பினத் திரைப்பட வரலாற்றின் முதல் நட்சத்திரம் - பகுதி 2
▶ ஜெரால்டு ஆர்.பட்டர்ஸ், ஜூனியர்

41 — சமூகப் பிரச்சனைகள் குறித்துக் கேள்வியெழுப்பவே திரைப்படங்களை உருவாக்குகிறேன்
▶ ஜாபர் ஃபனாஹி

60 — இக்காலத்தில் நாயகப் பிம்பத்தை நீண்ட நேரத்திற்குச் சுமந்துகொண்டிருக்க முடியாது!
▶ அஸ்கர் ஃபர்ஹாதி

71 — ஒற்றைத் தேசியம் எனும் கருத்தாக்கத்தை முதன்மைப்படுத்துவதன் மூலம் பன்மைத்துவத்தை நாம் கொன்றொழித்து வருகிறோம்
▶ கிரீஷ் காசரவள்ளி

78 — அரசின் அறமற்ற இயங்குமுறையைப் பதிவுசெய்வதே எனது நோக்கமாக இருந்தது
▶ பாப்லோ லேரன்

91 ஆதிக்க மனோபாவத்துக்கு எதிராகவே எனது திரைப்படங்கள் உருவாக்கப்படுகின்றன
  ▶ மசாகி கோபயாஷி

103 Rabbit Proof Fence திரைப்பட உருவாக்கம் குறித்து
  ▶ பிலிப் நோய்ஸ்

111 நானொரு அமெச்சூர் திரைப்பட இயக்குநர்
  ▶ ஜிம் ஜார்முர்ஷ்

125 தாழ்மையாக நடந்துகொள்வதில் மக்களுக்கு விருப்பமில்லை!
  ▶ கேஸ்பர் நோவா

141 ''வாழ்க்கையை நிமிடங்களுக்குள் அடைத்துவிட முடியாது''
  ▶ பெலா தார்

161 திரைக்கதையும் அணுகுண்டும்!
  ▶ குரோசாவா - மார்க்கேஸ் உரையாடல்

171 சிறு புள்ளியிலிருந்துதான் எதுவும் தொடங்குகிறது
  ▶ மைக்கேல் ஹனேகே

ஆஸ்கர் மிஷொல்: கறுப்பினத் திரைப்பட வரலாற்றின் முதல் நட்சத்திரம்

◂ ஜெரால்டு ஆர்.பட்டர்ஸ், ஜூனியர்

ஆப்பிரிக்க அமெரிக்க மௌனப்பட உலகில் மிகப் பெரிய தாக்கத்தை ஏற்படுத்தியவர்களுள் ஒருவர் ஆஸ்கர் மிஷொல் (Oscar Micheaux). தனது திரையுலக இயங்கு காலத்தில் 43 திரைப்படங்களைத் தயாரித்ததன் மூலம் வேறெந்தவொரு கறுப்பினத் திரைப்பட இயக்குநரையும் விட அதிகளவில் மௌனப்பட வரலாற்றுக்குப் பெரும் பங்களிப்புச் செய்தவராக இவரே நிலைபெற்றிருக்கிறார். ஆப்பிரிக்க அமெரிக்கர்கள் எதிர்கொண்ட பொருளாதார மற்றும் கலைச்செயற்பாட்டிற்கான தடைகளைக் கருத்தில்கொள்ளும்போது இவரது சாதனைகள் பெரும் தெறிப்பை ஏற்படுத்துவதாக இருக்கின்றன. படுகொலை, தொழில்சார்ந்த பாகுபாடு, குறிவைத்துச் செய்யப்பட்ட பாலியல் வன்புணர்வுகள், கும்பல் வன்முறை, பொருளாதாரச் சுரண்டல் போன்று இருபதாம் நூற்றாண்டில் துவக்கத்தில் ஆப்பிரிக்க அமெரிக்கர்கள் எதிர்கொள்ள நேர்ந்த இனரீதியிலான அநீதிகளுக்கு எதிராக வெளிப்படையாகச் சவால்விடுப்பதற்குத் திரைக்கலையை மிஷொல் பயன்படுத்தினார். The Homesteader (1919) எனும் அவரது முதல் திரைப்படத்திலிருந்து திரையுலகில் அவர் இயங்கிய காலம் முழுவதும் பிற திரைக்கலைஞர்கள் முற்றாகப் புறக்கணித்துவந்த அதிமுக்கியப் பிரச்சனைகளைக் கவனப்படுத்தினார்.

மிஷொல் தனது திரைப்படங்களை ஆப்பிரிக்க அமெரிக்கச் சமூகங்களில் மிகப் பெரிய மாற்றங்கள் நிகழ்ந்துகொண்டிருந்த காலகட்டத்தில் தயாரித்தார். முதலாம் உலகப் போர் காலத்தில் கறுப்பினப் பணியாளர்களுக்குப் பல்வேறு பொருளாதாரச் சாத்தியங்கள் திறந்துவிடப்பட்டிருந்தன. இதனால் தெற்குப் பகுதியான கிராமப்புறங்களிலிருந்து தொழில் நகரமாக விளங்கிய வடக்கு நிலப்பகுதிகளுக்குப் பெரும் அளவிலான கறுப்பினத்தவர்கள் இடம்பெயர்ந்தார்கள். 1917க்கும் 1920க்கும் இடைப்பட்ட காலத்தில் 7 இலட்சத்திலிருந்து 10 இலட்சம் வரையிலான ஆப்பிரிக்க அமெரிக்கர்கள் தெற்கில் தாங்கள் எதிர்கொண்டிருந்த வறுமையையும் அரை நிலப்பிரத்துவ ஆளுகையையும் விட்டு வெளியேறி நகர்ப்புறங்களை நோக்கி வரலாயினர். அங்கு அதிக ஊதியத்தை அவர்களுக்குப் பெற்றுத் தரும் பணிகள் ஏராளமாகப் பெருகியிருந்தன. 1920-1930இல் மேலும் 8 இலட்சத்திலிருந்து 10 இலட்சம் ஆப்பிரிக்க அமெரிக்கர்கள் தெற்கில் இருந்து வெளியேறினார்கள். போர் முடிவடைந்த காலத்தில் தெற்குப் பகுதிகளை நோக்கிக் கறுப்பினத்தவர்கள் எப்படிக் கும்பல் கும்பலாகக் குடிபெயர்ந்து சென்றார்களோ, அதேபோல இப்போது கூட்டம் கூட்டமாக டெட்ராய்ட், சிகாகோ, நியூ யார்க் போன்ற நகரங்களை நோக்கி அவர்கள் இடம்பெயர்ந்து வந்தார்கள். 1917இல் **W.E.B.** டூபோய்ஸ் *The Crisis* எனும் பத்திரிகையில், "சந்தேகத்திற்கிடமின்றி இந்த இடப்பெயர்வுக்கான காரணங்கள் பொருளாதார அழுத்தம், வெள்ளம், சுகாதாரமற்றத்தன்மை போன்றவைதாம் என்றாலும் அதற்கும் அப்பால், தெற்கில் நிலவிவரும் சூழல்களினால் ஏற்பட்ட அதிருப்தியும் மிக முக்கியமான காரணம் என்பதை மறுப்பதற்கில்லை" என்று எழுதினார். டூபோய்ஸ் இவ்வாறு வடக்கு நோக்கி இடம்பெயர்ந்து வந்தவர்களிடம் அதற்கான காரணத்தையும் அவர்கள் எதிர்கொண்டுவரும் சிக்கல்களையும் கேட்டறிந்தார். வாக்குரிமை இல்லா நிலை, கொலை செய்யப்படுவது குறித்த அச்சவுணர்வு, கல்வி மறுப்பு, இனப் பாகுபாடு போன்ற காரணங்கள் அவரிடத்தில் தெரிவிக்கப்பட்டன.

அதிக ஊதியம் என்பதையும் கடந்து சிறப்பான சமூக வாழும் சூழலை உண்டாக்கித் தருவதாகவும் வடக்குப் பகுதி உறுதியளித்திருந்தது. ஆப்பிரிக்க அமெரிக்கர்கள் பெருமளவில் வடக்கு நகரங்களில் குடியிருப்பு அமைத்துக்கொண்டதால் விரைவிலேயே அர்பன் லீக், நேஷனல் அசோசியேஷன் ஃபார் தி அட்வான்ஸ்மெண்ட் ஆஃப் கலர்டு பீப்பிள் *(NAACP)*, நீக்ரோ பிசினஸ் லீக் போன்ற பல சுய உதவி அமைப்புகள்

உருவாயின. 'ஹார்லெம் மறுமலர்ச்சி' போன்ற கலை இயக்கங்கள் உருபெறுவதற்கும் இது காரணமாக அமைந்தது. இத்தகைய பெரிய அளவிலான குடியேற்றங்கள், ஆஸ்கர் மிஷொல் போன்ற இயக்குநர்களுக்கு அதிகளவிலான பார்வையாளர்களையும் பெற்றுத் தந்தன.

சுதந்திரத்திற்குப் பிறகு பிறந்த முதல் தலைமுறை ஆப்பிரிக்க அமரிக்கர்களில் ஒருவராக 1883ஆம் ஆண்டு மெட்ரோபொலிஸ், இலினோயாஸில் மிஷொல் பிறந்தார். அவருடைய தந்தை ஒரு விவசாயி. தாய் பள்ளி ஆசிரியை. மிஷொலின் இளம்வயதில், அவருடைய வாழ்க்கைக்கு மிகுந்த முக்கியத்துவம் அளிக்கப்போகும் மூன்று முக்கியமான சிந்தனைகளை அவருடைய மனதில் பெற்றோர் விதைத்தார்கள்: சொந்தமாக நிலம் வைத்திருப்பதன் முக்கியத்துவம், விவசாயத்தை ஒரு தொழிலாகக் கருதி அதற்கு மரியாதை செலுத்துதல், கல்வியின் மதிப்பு ஆகியவையே அந்த மூன்று முக்கியச் சிந்தனைகள் ஆகும்.

'பெரும் இடப்பெயர்வு' என வரலாற்றில் குறிக்கப்படும் மேலே விவரிக்கப்பட்டுள்ள காலத்திற்கு ஒரு தசாப்தத்திற்கு முன்னதாகவே 1900இல் சிகாகோவில் மிஷொல் குடியேறினார். அங்கு அவர் இரயில்வே துறையில் (புல்மேன் போர்ட்டராக) ஊழியம் செய்ததன் மூலம் 1904ஆம் ஆண்டில் தெற்கு டகோடாவிலுள்ள கிரிகோரி எனும் இடத்தில் சிறிதளவு நிலத்தை அவரால் வாங்க முடிந்தது. அடுத்த சில வருடங்களில் அந்த நிலத்தில் ஓர் அழகிய பண்ணையை அமைத்து அக்கம்பக்கத்தில் வசிக்கும் வெள்ளையினத்தவரின் மரியாதையைப் பெற்றுவிட்டார். 1910இல் ஆர்லன் மெக்கிராக்கனுடன் அவருக்குத் திருமணமும் நிகழ்ந்தேறியது. ஆயினும் இந்தத் திருமணம் துவக்கத்திலிருந்தே துயர் நிகழ்வுகளாலேயே நிரம்பியிருந்தது. குழந்தையின் இறப்பு, பண்ணையில் ஆர்லன் மட்டும் தனித்திருக்க வேண்டிய சூழல், பொருளாதாரச் சுமை போன்ற காரணங்கள் அவர்களுக்கிடையில் நிரந்தரப் பிரிவை உண்டாக்கிவிட்டது. ஆர்லனின் தந்தை அவரைத் திரும்பவும் சிகாகோவிற்கே அழைத்துச்சென்றுவிட்டார்.

மூன்று வருடங்களுக்குப் பிறகு, 1913இல் *'The Conquest'* எனும் தனது முதல் நாவலை ஆஸ்கர் மிஷொல் வெளியிட்டார். ஹென்ரி டி.சாம்சனைப் பொறுத்தவரையில் மிஷொல் எழுத்தை ஒரு சுய சிகிச்சையைப் போலவே பாவித்திருக்கிறார். குறைவான கல்வியும் பெருமளவிலான சுய அனுபவமும் சுய கற்றலும் அவரது எழுதும் திறனை வளர்த்திருந்தது.

முதல் நாவலுக்குப் பிறகு, எழுத்துத் தொழில் மூலமாக வாழ்க்கையை நகர்த்திவிட முடியும் எனும் நம்பிக்கையில் அதுநாள்வரையில் பார்த்துவந்த இரயில்வே ஊழியத்திலிருந்து அவர் வெளியேறினார். தனது முதல் திரைப்படத்திற்கு முந்தைய காலமான அடுத்த நான்கு ஆண்டுகளுக்குள் *'The Forged Note' (1915), 'The Homesteader' (1917)* ஆகிய இரு நாவல்கள் அவரது எழுத்தில் வெளிவந்தன. சிகாகோ அனுபவங்களும் தெற்கு டகோடாவில் பண்ணை வீட்டில் அவருக்குக் கிடைத்த அனுபவங்களும் நாவல்களாக உருதிரண்டிருந்தன. அனைத்து நாவல்களுமே சுயசரிதைத் தன்மையிலானவைதாம். தனது பொருள்வயப்பட்ட வாழ்க்கையைப் படைப்பாற்றலுக்கு ஒரு கச்சாப் பொருளாகப் பயன்படுத்தவும் தனது சுயசரிதையையே மீண்டும் மீண்டும் எழுதுவதன் மூலம் இனம் மற்றும் கறுப்பர்களின் இளம் பிரயாயம் பற்றிய தனது தத்துவார்த்தச் சிந்தனைகளை விவரித்துப் பார்க்கவும் மிஷொல் பழகிக்கொண்டிருந்தார்.

The Homesteader நாவல் பரவலான கவனத்தைப் பெற்றது. கறுப்பினத் திரைப்படத் தயாரிப்பு நிறுவனமான *'Lincoln Motion Picture Company'* யின் மேலாளர்களுள் ஒருவரான ஜியார்ஜ் பி.ஜான்சனின் பார்வையும் அந்தப் புத்தகத்தின் மேல் விழுந்தது. இந்த நாவலைத் திரைப்படமாக உருவாக்க அவர்கள் முன்வந்தார்கள். இதற்கு ஒப்புக்கொண்ட மிஷொல் ஒரேயொரு நிபந்தனையை மட்டும் அவர்களிடத்தில் முன்மொழிந்தார். அதாவது லாஸ் ஏஞ்சல்ஸ் நகரில் தயாராகவிருக்கும் இத்திரைப்படத்தைத் தானே முன்நின்று மேற்பார்வை செய்ய வேண்டும் என்பது அவரது நிபந்தனையாக இருந்தது. இது அந்த நிறுவனத்தால் ஏற்றுக்கொள்ளப்படவில்லை. அதனால் ஆஸ்கர் மிஷொல் தாமே ஒரு தயாரிப்பு நிறுவனத்தைத் துவங்குவதென்று தீர்மானித்துவிட்டார். *'Micheaux Film and Book Company'* உதயமானது.

மௌனப் படக் காலகட்டம் முழுவதும் மிஷொல் ஆப்பிரிக்க அமெரிக்கர்களின் இளம் பிராயம் குறித்த திரைச் சித்தரிப்புகளைத் தொடர்ச்சியாகக் காட்சிபடுத்தியபடியே இருந்தார். வழமையான ஹாலிவுட் திரையுலகம் கறுப்பின இளைஞர்களை அணுகியதற்கு முற்றிலும் நேரெதிராக அவருடைய சித்தரிப்புகள் இருந்தன. மையநீரோட்டத் திரைப்பட நிறுவனங்கள் பொதுவாகவே கறுப்பினத்தவர்களை நகைப்புக்குரிய பொருளாகவே பாவித்து வந்தன. பார்வையாளர்களை அச்சுறுத்த சாத்தியமில்லாத வகையில் மெதுவாக நகரக்கூடியவர்களாகவும் புத்திசாலித்தனம் மழுங்கியவர்களாகவும் அசைவற்ற கேளிக்கை உருவங்களாகவுமே ஹாலிவுட் சினிமாக்களில்

கறுப்பினத்தவர்கள் பயன்படுத்தப்பட்டார்கள். ஃபிரெட்ரிக் டக்ளஸ் ஃபிலிம் கார்ப்பரேஷன், தி யுனிக் ஃபிலிம் கம்பெனி, ரோஸ்பட் ஃபிலிம் கார்ப்பரேஷன் போன்ற முதலாம் உலகப் போருக்குப் பிறகு தோன்றிய கறுப்பினத் திரைப்படத் தயாரிப்பு நிறுவனங்கள் ஆப்பிரிக்க அமெரிக்க ஆண்களை நல்லுருவங்களாகளோ தீயுருவங்களாகவோதான் சித்தரித்தார்கள். இவர்களுடைய படங்களில் ஆப்பிரிக்க அமெரிக்கர்கள் ஒன்று ஒழுக்கத்தில் சிறந்தவர்களாக இருப்பார்கள் அல்லது அயோக்கியத்தனத்தின் மொத்த உருவமாக இருப்பார்கள். இந்த நிறுவனங்கள் கறுப்பினத்தவர்களின் இளம் பிராயத்துப் பண்புகளைச் சித்தரிக்கும் முயற்சிகளில் ஈடுபட்டிருந்தாலும், அவற்றில் ஒரு நம்பகத்தன்மை இருக்கவில்லை. ஆப்பிரிக்க அமெரிக்கர்கள் அன்றைய காலத்தில் எதிர்கொண்டிருந்த பொருளாதார, அரசியல், சமூக அவநம்பிக்கைகளை அவர்கள் கருத்தில் எடுத்துக்கொள்ளவில்லை. இவ்வாறு யதார்த்தத்தைப் பிரதிபலிக்காத துறவு போன்ற சித்தரிப்புகள் நகர்ப்புற அல்லது கிராமப்புறத்தைச் சேர்ந்த எந்தவொரு கறுப்பினத்தவர்களையும் பிரதிபலிப்பதாக இருக்கவில்லை.

தனது நாவல்களாகட்டும் திரைப்படங்களாகட்டும் ஒரு வெற்றிகரமான கறுப்பினத்தவராக இருக்க வேண்டுமெனில் அதற்குத் தேவைப்படும் குணவியல்புகளை நிரூபிக்க மிஷொல் முயற்சித்தார். அவருடைய '*The Homesteader*' நாவலில், "கறுப்பினத்தவர்களுக்கு முன்னுதாரணங்கள் தேவைப்படுகின்றன, வெற்றியை எட்டும் தருணங்களும் அவர்களுக்குத் தேவைப்படுகின்றன" என எழுதியிருக்கிறார். அதே சமயத்தில், மிஷொல் சில எதிர்மறையான ஆப்பிரிக்க அமெரிக்கர்களின் பின்னால் இருக்கக்கூடிய நோக்கங்களையும் ஆராய்ந்தார். "கறுப்பினத்தவர்களை நேர்மறையாகக் காட்ட வேண்டும் எனும் எளிய நோக்கங்களை மட்டுமே அவர் கொண்டிருக்கவில்லை" என பில் ஹூக்ஸ் சொல்கிறார். ஆப்பிரிக்க அமெரிக்கர்களின் அனைத்துவிதமான ஒழுக்கச் சீர்கேடுகளும் அவருடைய திரைப்படங்களில் இருக்கின்றன: சூதாட்டம், போதைப்பழக்கம், வெள்ளையினத்தவர்களுடன் கூடிக் கலப்பது, முன்னேற வேண்டும் எனும் சுயநல நோக்கங்களுக்காக வெள்ளையருடன் சேர்ந்து சதிச் செயல்களில் ஈடுபடுவது, குற்றச் செயல்கள் ஆகிய அனைத்தும் மிஷொலின் படங்களில் வெளிப்படுத்தப்பட்டிருக்கின்றன. கறுப்பர்களுக்கான இலட்சியங்களாகப் பிற திரைப்படங்களில் சித்தரிக்கப்பட்ட அனைத்தையும் எதிர்ப்பதன் மூலம் அவருடைய சக கறுப்பினப் படைப்பாளிகளில் இருந்து அவர்

வெகுவாக மாறுபட்டிருந்தார். ஆப்பிரிக்க அமெரிக்கர்கள் தமது சொந்தச் செயல்களையும் அறங்களையும் சொரணையுணர்ச்சியையும் தங்களுக்குத் தாங்களே கேள்வி கேட்டுக்கொள்ள வேண்டுமென மிஷொல் வலியுறுத்தினார்.

'Within Our Gates' எனும் தனது இரண்டாவது திரைப்படத்தில் ஆஸ்கர் மிஷொல் இரு கருப்பொருட்களை முதன்மையாகக் கையாண்டார். 1.ஆப்பிரிக்க அமெரிக்கர்களுக்கு எதிரான இன விரோதமும் முன் அனுமானங்களின் வெளிப்பாடும், 2.ஆப்பிரிக்க அமெரிக்கர்களைக் குறித்த மாற்றுச் சித்தரிப்பு. கலகத்தன்மையிலான அவருடைய மனதின் வெளிப்பாடாக இத்திரைப்படம் இருக்கிறது. 1919ஆம் ஆண்டின் கோடையில் நிகழ்ந்த இனக் கலவரங்கள் ஓய்ந்த சில நாட்களிலேயே வெளியான இத்திரைப்படம் கறுப்பர் மற்றும் வெள்ளையர் ஆகிய இரு சமூகத்தாலும் விமர்சிக்கப்பட்ட அதே நேரத்தில் தணிக்கைக் குழுவிடத்திலும் ஏராளமான சிக்கல்களை எதிர்கொள்ள நேர்ந்தது.

இந்தத் திரைப்படத்தின் எஞ்சியிருக்கும் ஒரேயொரு திரைப்பிரதி ஸ்பெயினில் 1980களில் கண்டுபிடிக்கப்பட்டது. அதன் தலைப்பு *'La Negra'*. மௌனப் படமாததால் திரைப்படத்தில் இடையில் எழுத்துகளாகக் காட்டப்படும் வசனக்குறிப்புகள் மொத்தமாக நான்கே இடங்களில் மட்டும் அந்தப் பிரதியில் எஞ்சியிருந்தன. மற்றவை அனைத்தும் அழிந்துபோயிருந்தன. லைப்ரரி ஆஃப் காங்கிரஸ் அத்திரைப்படத்தை மீட்டெடுக்கப் பல முயற்சிகள் மேற்கொண்டிருந்தது என்றாலும், மீட்டெடுக்கப்பட்ட படத்தில் சேர்க்கப்பட்டிருக்கும் வசனக் குறிப்புகள் தோராயமானவையே. ஸ்பானிய மொழியாக்கத்திலிருந்து மீண்டும் ஆங்கிலத்திற்கு மொழிபெயர்ப்புச் செய்யப்பட்ட இத்தகைய வசனக் குறிப்புகளில், அசலான ஆப்பிரிக்க அமெரிக்கர்களின் வாக்கிய அமைப்பும், பாணியும் எட்ட முடியாமல் ஆகிவிட்டது. *'Within Our Gatesஸின்'* கண்டுபிடிப்பு என்பது மிகுந்த முக்கியத்துவம் வாய்ந்தது. ஏனெனில், ஆப்பிரிக்க அமெரிக்கர்களின் துவக்கக் கால முழுநீளத் திரைப்படமாக்கலின் எஞ்சியிருக்கும் உதாரணங்களில் ஒன்றாக இது நிலைபெற்றிருக்கிறது. இந்தத் திரைப்படம் வெளியானதற்குப் பிறகு மிஷொல் இதில் பல்வேறு மறுதிருத்தங்களைச் செய்திருக்கிறார் என்பதால், அவருடைய படைப்புகளின் முழுமையைப் புரிந்துகொள்வதற்கும் இது அவசியமான படமாகிறது.

இன்றைக்குக் காணக்கிடைக்கும் *Within Our Gates*ஐயும், 1920இல் பார்வையாளர்களின் முன்னால் மிஷோால் திரையிடல் செய்த *Within Our Gates*ஐயும் ஒன்றே அல்ல. மௌனப்பட ஆப்பிரிக்க அமெரிக்கத் திரைப்பட இயக்குநர்கள் குறித்துச் சமகாலத்தில் நிகழ்ந்துவரும் உரையாடல்களின் வழியே அணுகும்போது எஞ்சியிருக்கும் இந்தத் திரைப்படப் பிரதி மிகத் தீவிரமானதாக இருக்கிறது. மிஷோால் பற்றிய ஆய்வாளர் ஜெனெ ஜேன்ஸ் குறிப்பிட்டதைப்போல, தணிக்கைக் குழுவினர் D.W.கிரிஃபித்தின் *'The Birth of a Nation'* திரைப்படத்தை மறுத்ததற்குக் காரணம் அத்திரைப்படத்தில் முற்றிலும் ஜோடிக்கப்பட்ட அமெரிக்க வரலாறு சொல்லப்படுகிறது என்பதே, அதே சமயத்தில் *Within Our Gates* திரைப்படத்தை அவர்கள் விமர்சிக்கவும் தணிக்கை செய்யவும் காரணம் அதில் அதிகளவிலான உண்மை இருந்தது என்பதே. கிரிஃபித்தின் திரைப்படத்திற்கு நேரெதிராக இருந்ததாலும், கறுப்பினத்தவர்கள் குறித்த மிஷோாலின் மிகக் காத்திரமான சித்தரிப்பினாலும் அத்திரைப்படத்தை விரிவாகப் பகுப்பாய்வு செய்ய வேண்டியிருக்கிறது. இதன்மூலம் அமெரிக்கத் திரையுலகத்திற்கும் ஆப்பிரிக்க அமெரிக்கத் திரையுலகத்திற்கும் ஆஸ்கர் மிஷோால் செய்துள்ள பங்களிப்புகளையும் திரைப்படங்களில் கறுப்பினத்தவர்கள் சித்தரிக்கப்படுவதில் காலப்போக்கில் மெல்ல மெல்ல நிகழ்ந்துள்ள மாற்றங்களையும் நம்மால் புரிந்துகொள்ள முடியும்.

படத்தின் துவக்கத்திலேயே மிஷோால் ஒரு விஷயத்தைத் தெளிவுப் படுத்திவிடுகிறார். அவருடைய சமகால ஆப்பிரிக்க அமெரிக்க இயக்குநர்களும் வெள்ளையின இயக்குநர்களும் முற்றாகத் தவிர்த்து வந்த கறுப்பினத்தவர் மீது நிகழ்த்தப்பட்ட படுகொலைகளையே *Within Our Gates* பேசப்போகிறது என்பது முதல் வசனக் குறிப்பிலேயே பார்வையாளர்களுக்குத் தெரிவிக்கப்படுகிறது. 1900க்கும் 1914க்கும் இடைப்பட்ட காலத்தில் தென்பகுதியில் 1,100 மேற்பட்ட கறுப்பினத்தவர் தூக்கிலிட்டு (*Lynching* முறையில்) படுகொலை செய்யப்பட்டிருக்கிறார்கள். போருக்குப் பிந்தைய மாறிவரும் சூழல்களைக் கருத்தில்கொள்ளும்போது இப்போது வடப்புல நகரங்களும் கறுப்பினத்தவருக்கு இனிப் பாதுகாப்பானதாக இருக்கப்போவதில்லை என இத்திரைப்படம் பேசுகிறது. மிஷோாலின் முதல் இடையீட்டு வசனக் குறிப்பு, 'கதையின் துவக்கத்தில், வடக்குப் பகுதியில் உள்ள நமது கதாபாத்திரங்கள், தெற்கில் இருந்துவரும் முன்னனுமானங்களும் வெறுப்புணர்ச்சியும் தங்கள் பகுதியில் இல்லை எனக் கருதுகிறார்கள். எனினும், அவ்வப்போது

நிகழ்த்தப்படும் கறுப்பினத்தவரின் படுகொலைகளை இக்கருத்து நிறுத்தி விடப்போவதில்லை' எனத் தெரிவிக்கிறது. போருக்குப் பிறகு நல்லவொரு வாழ்நிலை அமையும் எனக் கருதி வடக்குப் பகுதிகளுக்குக் குடிபெயர்ந்த அவர்கள், அங்கு குரோதத்தையும் *'Ku Klux Klan'* போன்ற இனவெறி அமைப்புகளின் உருவாக்கத்தையும், நகரத்தில் ஏராளமான எண்ணிக்கையில் கறுப்பினத்தவர் குடியேறுவது தங்களுக்கே எதிரானதாகத் திரும்பலாம் என நினைத்த இளைஞர்களால் ஒருங்கிணைக்கப்பட்ட வெள்ளை இனவாதத்தையுமே எதிர்கொள்ள நேர்ந்தது. அதிக எண்ணிக்கையிலான கறுப்பினப் படுகொலைகளும், இன மோதல்களும் நிகழ்ந்ததால் 1919இன் கோடைக்காலத்தை ஜேம்ஸ் வெல்டன் ஜேம்ஸன் 'சிவப்புக் கோடை' *(Red Summer)* என்றே குறிப்பிடுகிறார்.

Within Our Gates திரைப்படம் தெற்குப் பகுதியைச் சேர்ந்த பள்ளி ஆசிரியையான சில்வியா லாண்டரியை மையமாகக்கொண்டிருக்கிறது. 'நமது காலத்தின் அறிவுப்பூர்வமான நீக்ரோக்களிடம் உள்ள பொதுப் பண்பே இவரிடமும் இருக்கிறது' என்பதாக அவருடைய பாத்திரம் சித்தரிக்கப்படுகிறது. கதையின் நாயகி சில்வியாதான் என்றாலும் அவரைச் சுற்றி ஏராளமான பிற கறுப்பின ஆண்களும் கதையில் பங்கு கொள்கிறார்கள். இதன்மூலம் வெவ்வேறு பண்புகளையுடைய ஆப்பிரிக்க அமெரிக்கர்களைத் திரைப்படத்தில் காட்சிப்படுத்துவதற்கு இயக்குநருக்குச் சாத்தியம் அமைகிறது.

படத்தின் முதல் பகுதி பின்னி வுட்ஸ் நிலப்பகுதியில் நடைபெறுகிறது. 'நாகரீகத்தின் சாயைகள் இன்னும் படியாத, தெற்கின் வனப்பகுதியின் ஆழங்களினூடே புறக்கணிப்பும் படுகொலைச் சட்டங்களும் ஆதிக்கம் செலுத்தும் இடத்தில்' என்று இப்பகுதியைத் திரைப்படத்தில் மிஷொல் சுட்டுகிறார். அமெரிக்காவில் இன மேலாண்மை நிலவும் பகுதிகளுக்கு இடையிலான புவியியல்ரீதியிலான வேறுபாடுகளை மிஷொல் மிகத் தெளிவாகச் சுட்டிக்காட்டுகிறார். வடக்கு நிலப்பகுதிகளுக்கு இடம்பெயருவதை விட மேற்குப் பகுதிக்கு இடம்பெயருமாறு ஆப்பிரிக்க அமெரிக்கர்களுக்குப் பரிந்துரைத்த மிஷொல், தெற்குப் பகுதியில் கறுப்பர்கள் எதிர்கொண்ட இனவிரோதப் போக்குகளைத் துல்லியமாகவே இத்திரைப்படத்தில் குறிப்பிட்டிருக்கிறார்.

ஆப்பிரிக்க அமெரிக்கர்களுக்கான பள்ளியை நிறுவியவரும், 'கறுப்பினக் கல்விக்கான அப்போஸ்தலருமான' ரெவரெண்ட் வில்சன் ஜேக்கப்ஸ்

விரைவிலேயே பார்வையாளர்களுக்கு அறிமுகம் செய்யப்படுகிறார். தெற்குப் பகுதியிலுள்ள கறுப்பினச் சிறுவர்களுக்குக் கல்வி பயில்வதற்கான சாத்தியங்களே இல்லை என்பதை மிஷொல் விவரிக்கிறார். சில்வா பின்னி வுட்ஸுக்கு வந்தபிறகு, சில்வியாவும் ரெவரெண்டும் பிற கறுப்பினச் சிறுவர்களை நெருங்கிச் செல்வதிலும் அவர்களுக்குக் கல்வி புகட்டுவதிலும் எதிர்கொள்ளும் சவால்களைப் 'படிக்க முடியாத பிறருக்கு.. கல்வி புகட்டுதல்' என்று இடையீட்டுக் குறிப்புகள் விவரிக்கின்றன. அடர்த்தியான கறுந்தோலுடைய விவசாயி ஒருவர் தனது இரு பிள்ளைகளுடன் ரெவரெண்டின் அலுவலகத்திற்கு வருகிறார். அந்த விவசாயி தான் பயிரிட்டிருந்த பருத்திச் செடிகளைப் பூச்சிகள் நாசப்படுத்திவிட்டதாகவும் (1910ஆம் வருடங்களில் இது மிகப் பெரும் பிரச்சனையாக இருந்திருக்கிறது), அவரால் தமது வாடகைத் தொகையைச் செலுத்த முடியாததால், அவருடைய கழுதை அவரிடமிருந்து பறித்துச் செல்லப்பட்டுவிட்டதாகவும் தெரிவிக்கிறார். மேலும் அவர், “உங்கள் பள்ளியைப் பற்றி நான் கேள்வியுற்றேன். அதனால்தான் இங்கு வந்திருக்கிறேன். ஏனெனில் எனது பிள்ளைகள் 'அப்பா, கல்வி இல்லாமல் நம்மால துளிக்கூட முன்னேற முடியாது' எனத் தொடர்ந்து என்னிடம் தெரிவித்துவருகிறார்கள். இப்போது எனது பிள்ளைகள் கல்வி பயில வேண்டுமென்பதால் இரவும் பகலுமாக உழைக்க நான் தயாராக இருக்கிறேன்” எனத் தெரிவிக்கிறார். இந்த வசனம் கறுப்பர்களின் உச்சரிப்பு வழக்கின் சொல்லமைப்பில் திரையில் எழுத்துகளாகத் தோன்றுகின்றன. கறுப்பினத்தவர்களை இழிவுப்படுத்தும் நோக்கில் இவ்வாறு மிஷொல் அவர்களின் பேச்சுவழக்கைப் பயன்படுத்தவில்லை. மாறாக, கல்வி அறிவற்ற விவசாயி ஒருவரின் பாசாங்கற்றத்தன்மையையும் ஒரு ஏழையின் ஏக்கவுணர்வுகளை அசலாகப் பிரதிபலிக்கவும் தமது வாழ்க்கையை விட தமது தலைமுறையின் வாழ்க்கை குறித்த அவரது அக்கறையையும் வெளிப்படுத்துவதற்காகவே இம்முறையியலை மிஷொல் கையாண்டார். அந்தக் காலத்தில் கறுப்பர்கள் மற்றும் வெள்ளையர்களால் உருவாக்கப்பட்ட திரைப்படங்களிலேயே இக்காட்சி மிகவும் தனித்துவமான ஒன்றாக இருக்கிறது. கறுப்பினத்தவர்களுக்குக் கல்வியில் பெரியளவில் ஆர்வமில்லை என்றே பல வெள்ளையினத்தவர் அப்போது கருதிவந்தார்கள். அதேபோல, கறுப்பினத்தைச் சேர்ந்த ஏனைய திரைப்பட இயக்குநர்களும் கூட தெற்குப் பகுதியைச் சேர்ந்த தம்மினத்தவரை வைத்துக் கேலி செய்து கொண்டிருந்தபோது, இக்காட்சியின் மூலம் மிஷொல் ஒரு முன்னுதாரணத்தை நிறுவிக்காட்டுகிறார்.

பள்ளியை நடத்துவதற்குப் பணமே இல்லை என ரெவரெண்ட் வில்சன் சில்வியாவிடம் தெரிவிக்கிறார். பணப் பற்றாக்குறையால் புதிய மாணவர்களைச் சேர்க்க முடியாத சூழல் நிலவுகிறது. சில்வியா பணத்தைத் திரட்ட வேண்டுமென முடிவுசெய்கிறாள். நிதி சேகரிக்கச் செல்வதற்காகப் புறப்படும்போது வில்சனிடம், "அறியாமையையும் மாயைகளையும் ஒழிக்க வேண்டியது என்னுடைய கடமை மட்டுமே அல்ல, நம் இனத்தைச் சேர்ந்த ஒவ்வொருவரும் இதற்காகப் போராட வேண்டும்" என்று தெரிவிக்கிறாள். இதன்பிறகு திரைப்படத்தில் நாம் வியன் எனும் கதாபாத்திரத்தைச் சந்திக்கிறோம். சில்வியாவைத் திருடனிடமிருந்து காப்பாற்றும் அவர் "சமூகம் சார்ந்த கேள்விகளில் ஆர்வத்துடன் ஈடுபடக்கூடிய" ஒருவராவார். அவருடைய கையில் *Literary Digest* பத்திரிகை இருக்கிறது. கேமரா அவர் படித்துக்கொண்டிருக்கும் பக்கத்திலுள்ள பத்தியைக் கவனப்படுத்திக் காட்டுகிறது. இவ்வாறு கதாபாத்திரங்களின் கையிலுள்ள பத்திரிகை எழுத்துகளைக் காட்சியில் பதிவுசெய்வது அன்றைய காலத்தில் நிலவிய பொதுக் கண்ணோட்டங்களை வெளிப்படுத்துவதற்கு இயக்குநருக்கு உதவுகிறது. படத்தில் பல இடங்களில் இம்முறையியல் கையாளப்படுகிறது. மிஷொலின் கண்ணோட்டத்தை வெளிப்படுத்தும் பத்தியாகவும் வியன் கையில் உள்ள செய்திக் குறிப்பு உள்ளது. "கறுப்பினச் சிறுவர்கள் கல்வி பெறுவதற்காக ரெவரெண்டு ஒரு பிரச்சாரத்தைத் துவங்கியுள்ளார். ஃபெடரெல் அரசு இதற்குத் தன்னால் இயன்ற உதவியைச் செய்ய வேண்டுமென அவர் கேட்டுக்கொள்கிறார். அமெரிக்காவில் உள்ள கறுப்பினப் பிள்ளைகள் உரிய கல்வியைப் பெற முடியும்" என்பதே அந்தப் பத்தியாகும். இதன்மூலம், அக்காலத்திய கறுப்பின மற்றும் வெள்ளையினத் திரைப்பட இயக்குநர்கள் முற்றாகத் தவிர்த்துவந்த மிக முக்கியமான ஒரு சமூகப் பிரச்சனையை மிஷொல் கையிலெடுத்திருக்கிறார்.

பல்வேறு இனத்தைச் சேர்ந்த நடிகர்களைப் பயன்படுத்திய மிகச் சில கறுப்பினச் சுயாதீனத் திரைப்பட இயக்குநர்களில் மிஷொலும் ஒருவர். வெள்ளையர்களே இல்லாத முழு முற்றான, கறுப்பினத்தவர்களுக்கு மட்டுமே உரிய ஒரு கற்பனா உலகை அவர் சித்தரிக்கவில்லை. அமெரிக்கச் சூழலின் யதார்த்தத்தையே அவர் காட்சிப்படுத்தினார். *'Within Our Gates'* திரைப்படத்தின் துவக்கத்தில் ஜெரால்டின் ஸ்ட்ராட்டன் எனும் பணக்கார வெள்ளையினப் பெண்ணொருத்தியை நாம் எதிர்கொள்கிறோம்.

தெற்குப் பகுதியில் நிலவும் இனப்பாகுபாடுகளை நியாயப்படுத்தும் மேல்நிலைச் சமூகத்தின் உருவகமாக அவள் இருக்கிறாள். கறுப்பினப் பெண்களும் வாக்களிக்கும் சூழல் உருவாகலாம் என அஞ்சுவதால், ஒட்டுமொத்தமாகப் பெண்கள் வாக்குச் செலுத்துவதையே அவள் எதிர்க்கிறாள். அவள் வாசிக்கும் செய்திக் குறிப்பு ஒன்றும் திரையில் காட்சிப்படுத்தப்படுகிறது. "நீக்ரோக்களைத் தடை செய்ய வேண்டுமெனச் சட்டம் முன்மொழிகிறது" என்பதே அந்தச் செய்திக் குறிப்பாகும். அதாவது, மிசிசிப்பி செனெட்டரான ஜேம்ஸ் கே.வர்தமான் பதினைந்தாவது சட்டத் திருத்தத்தை நிராகரித்து ஒரு புதிய மசோதாவைத் தாக்கல் செய்துள்ளார் என்பதே இதன் விளக்கமாகும். "தட்டையான கால் பாதங்களில் இருந்து முன்னந்தலைகள் வரை எவ்வகையில் நோக்கினாலும் நீக்ரோக்கள் சந்தேகத்திற்கிடமின்றித் தாழ்ந்த பிறவிகளே. அத்தகையோருக்கு நாம் எப்படி வாக்குரிமையை வழங்க முடியும்?" என்பதே அவருடைய வாதமாகும். வெள்ளையினத்தவர்களிடத்தில் நிலவிய இத்தகையதோர் அப்பட்டமான இனத் துவேஷக் கருத்தைத் திரையில் காட்டுவதன் மூலம், தமது கறுப்பினப் பார்வையாளர்களை ஒன்றுதிரட்ட முடியும் என மிஷொல் நம்பினார்.

நிதி திரட்டுவதில் சில்வியாவுக்குச் சிறிது அதிர்ஷடம் கிடைக்கிறது. எலினா வார்விக் எனும் சமூகத் தொண்டூழியம் பார்க்கும் பெண் ஒருத்தி அவளுக்கு அறிமுகம் ஆகிறாள். இருவரின் சந்திப்பு ஒரு விபத்தின் விளைவினாலேயே நிகழ்கிறது. எலினா தனது வாகனத்தில் சில்வியாவை மோதிவிடுகிறாள். பின்னி வுட்ஸ் பள்ளி எதிர்கொள்ளும் பொருளாதார நெருக்கடியை சில்வியா அவளிடத்தில் விளக்குகிறாள். எலினா வார்விக் முன்பே நாம் குறிப்பிட்ட ஜெரால்டினை அணுகுகிறாள். ஆனால், ஜெரால்டினோ கறுப்பினத்தவரின் கல்விக்காகப் பணத்தை நன்கொடையாக வழங்குவது எவ்வளவு முட்டாள்தனமானது என்பதைப் பல காரணங்கள் மூலம் விளக்குகிறாள். கறுப்பினத்தவர்கள் மரம் வெட்டுவதற்கும் வயல் வேலைகளில் ஈடுபடவும்தான் சரிபட்டு வருவார்கள் என்பதுடன் சிந்திப்பது அவர்களுக்குத் தலைவலியையே கொடுக்குமே தவிர அறிவைப் பெருக்காது எனவும் கருத்துரைக்கிறாள். இந்தப் பணக்கார வெள்ளையினப் பெண், பாகுபாட்டையும் முன்னனுமானங்களையும் ஆதரிக்கும் பாரம்பரியமான இனவெறி சார்ந்த வாதங்களின் பிரதிநிதியாகத் திகழ்கிறார். ஜெரால்டினைக் கேலிக்குரிய பொருளாக இங்குக் காட்சிப்படுத்துவதன் மூலம் மிஷொல் ஒரு

தலைகீழாக்கத்தையே செய்கிறார். தெற்குப் பகுதியில் நிலவும் மதவெறியின் குறியீட்டுப் பாத்திரமாக உள்ள அவர் மட்டும்தான், இத்திரைப்பட நடிகர்களில் "பொருந்தாத" உறுப்பினராக இருக்கிறார். மிஸ்.எலினா வார்விக்கிடம் "கறுப்பினத்தவர்களின் கல்விக்காக 5000 டாலர்களைத் தருவதை விட உலகின் மிகச் சிறந்த கறுப்பின மதப் போதகரான ஓல்ட் நெட்டிற்கு *(Old Ned)* வெறும் 100 டாலர்களை நான் கொடுப்பேன். உங்கள் பள்ளிகளை விட இவர்கள் கறுப்பர்களை அவர்களுக்குரிய இடத்தில் வைத்திருப்பார்கள்" என்று ஜெரால்டின் சொல்கிறாள்.

திரைப்படத்தின் இந்தக் கட்டத்தில், ஐந்து நிமிடங்களுக்கு ஓல்ட் நெட்டும் கறுப்பின மதவாத சமூகமும் விமர்சிக்கப்படுகிறது. மிஷொல் பாரம்பரியக் கறுப்பின மத அமைப்புகளை (மதக் கொள்கைகளை நிலைநிறுத்துவதற்காக உழைத்துக்கொண்டிருந்தவர்களையும்) ஆப்பிரிக்க அமெரிக்கர்களின் சுதந்திரத்திற்கும் முன்னேற்றத்துக்குமான தடையாகப் பார்த்தார். படம் வெளியான பிறகு, கறுப்பினத்தவர்களுக்கான தேவாலயங்களில் உறுப்பினர்களாக இருந்தவர்கள் இதுகுறித்து மிகக் கடுமையாக எதிர்ப்புகளைத் தெரிவித்தார்கள். ஓல்ட் நெட் தெளிவாக ஒரு 'அன்கிள் டாம்' தான் என்றாலும் மிகக் கொடியவரல்ல. உண்மையில், ஓல்ட் நெட்டை அவர் வசிக்கக்கூடிய இனவாத அமைப்புகளுக்குள் சிக்கியிருக்கும் ஒரு துயரார்ந்த மனிதராகவே மிஷொல் சித்தரித்திருக்கிறார். நெட் தனது சபை உறுப்பினர்களிடம், "வெள்ளையினத்தவர்கள் தமது கல்வி அறிவுடனும் செல்வத்துடன் பெரும்பாலும் நித்திய நரகத்திற்குத்தான் செல்வார்கள். ஆனால், இவை எதுவும் கிடைக்கப் பெறாத நமது இனம், மிகத் தூய்மையான ஆன்மாவைக் கொண்டுள்ள நாம், சொர்க்கத்திற்கே செல்வோம்" எனப் போதனை செய்கிறார்.

ஓல்ட் நெட் தற்போது நிலவிவரும் சமூக அமைப்பைக் கடவுளின் திட்டம் என நியாயப்படுத்துகிறார். ஏழ்மையிலும் கல்வி அறிவற்ற நிலையிலும் இருப்பது ஆப்பிரிக்க அமெரிக்கர்களைச் சொர்க்கத்திற்கு அழைத்துச்செல்லும் பண்புகளாகும். தமது வெள்ளையின நண்பர்களை ஓல்ட் நெட் சந்திக்கும்போது அவர்கள் ஓல்ட் நெட்டிடம், "இதன்மூலம் உனக்கு என்ன கிடைக்கிறது? நாங்கள் எல்லோரும் எப்போதும் உங்கள் மக்களுக்கு ஆதரவாகவே இருப்போம். எனினும், நீக்ரோக்கள் வாக்களிப்பதை நாங்கள் அனுமதிக்க முடியாது" என்கிறார்கள். அதற்கு 'ஒரு நல்ல கறுப்பினத்தவராக' நெட், "நான் என்ன போதிக்கிறேன் என்பதை எல்லோரும்

அறிந்தே வைத்திருக்கிறார்கள். இது வெள்ளையினத்தவர்களுக்கான நிலம், கறுப்பர்கள் இதில் தமக்குரிய இடத்தை உணர்ந்தவர்களாக இருக்க வேண்டும்" என்று பதிலளிக்கிறார். அங்கிருக்கும் இரண்டு நடுத்தர வயதுடைய வெள்ளையர்கள் இந்தப் பதிலால் மனமகிழ்ந்து கரகோஷம் எழுப்ப, நெட் வழக்கம்போல தமது உணர்ச்சிகரமான சொற்பொழிவு ஒன்றைத் தொடங்குகிறார். அவருக்கு அரசியலோ செல்வமோ தேவையே இல்லை. இயேசு மட்டுமே அவருக்குத் தேவையானவர். பெரும்பாலான வெள்ளையர்கள் நரகத்திற்கும் கறுப்பர்கள் சொர்க்கத்திற்கும் செல்வார்கள் என ஓல்ட் நெட் வாதம்புரிந்தாலும், அவருடைய மதக் கண்ணோட்டங்களை மட்டுமே வெள்ளையர்கள் ஆதரிக்கிறார்கள். அவர்கள் நெட்டிற்கு எதிராக நிற்பதில்லை. ஏனெனில், இந்தக் கறுப்பினத்தவர்களின் மதக் கோட்பாடு தற்போது நிலைபெற்றிருக்கும் இன மற்றும் சமூக அமைப்பை ஏற்றுக்கொள்கிறது என்பதை அவர்கள் அறிவார்கள். இதனால் கறுப்பர்களின் மத அமைப்பு என்பது கறுப்பர்களை அவர்களுக்குரிய இடத்தில் வைத்திருக்கும் ஒருவகையில் அவர்களைக் கட்டுப்படுத்தும் அமைப்பு ஆகும். ஒரு காட்சியில் ஓல்ட் நெட்டை அவமானப்படுத்தும் நோக்கில் ஒரு வெள்ளையர் அவருடைய பின்புறத்தில் உதைத்து, அவரை கேலி செய்கிறார். அதற்கும் நெட்டின் மறுமொழி என்பது, "ஆமாம், வெள்ளையர்களால் ஒரு பிரச்சனையுமில்லை" என்பதே.

ஓல்ட் நெட்டின் இந்தக் கருத்துரைப்பின் தொடர்ச்சியாக வரும் காட்சி திரைப்படத்தின் மிகக் காத்திரமான காட்சிகளில் ஒன்றாகும். ஓல்ட் நெட் கதவை மூடுகிறார். பொதுப் பார்வையில் (குறிப்பாக வெள்ளையர்களின் பார்வையில்) சிரித்துக்கொண்டிருக்கும் கோமாளியாகத் தோற்றமளிக்கும் அவர், இப்போது கதவிற்குப் பின்னால் அவர் மட்டுமே தனித்திருக்கும் சூழலில் ஒரு சராசரியான வெறுப்படைந்த கறுப்பின மனிதராக மாறுகிறார். ஓல்ட் நெட் எனும் தோற்றத்தில் வெளியுலகிற்கு அவர் காண்பிக்கும் பண்புகள் யாரும் வேஷமே ஆகும் என்பது இங்குச் சொல்லப்படுகிறது. ஓல்ட் நெட் கேமராவைப் பார்த்து, "மீண்டும் எனது பிறப்புரிமையை நான் விற்றுவிட்டேன். ஏதோ ஒரு குழப்பத்தினால் நான் இப்போது பரிதாபகரமான சூழலுக்குத் தள்ளப்பட்டிருக்கிறேன்" என்கிறார். அதீத விரக்தியுடன், "நானொரு பரிதாபத்திற்குரிய பாவி ஆவேன். எனக்கு நரகமே வாய்க்கும்" என்று புலம்புகிறார். இது குறிப்பிடத்தகுந்த வகையில் அபாரமான ஒரு காட்சியாகும். வெள்ளையர்களின் பல மையநீரோட்டத்

திரைப்படங்களிலும் சரி, கறுப்பர்களின் சுயாதீனத் திரைப்படங்களிலும் சரி, அன்கிள் டாம் கதாபாத்திரம் பிரதானமானதாக இருந்திருக்கிறது என்றாலும், எந்தவோர் இயக்குநரும் அத்தகைய மனிதரொருவரின் உளவியலை விளக்கும் முயற்சியை மேற்கொண்டதில்லை. ஓல்ட் நெட் தன்னையே நொந்துகொள்வதைப்போல, இந்தக் கதாபாத்திரம் ஒரு சராசரி மனிதர் அளவுக்குக் கூட முக்கியமானவரல்ல என்றே மிஷோல் குறிப்பிடுகிறார். கலாச்சார வரலாற்றாசிரியரான லாரன்ஸ் லெவின் தனது *Black Culture and Black Consiousness*ஸில் ஆப்பிரிக்க அமெரிக்கர்கள் வெள்ளையினத்தவர்களிடம் வெளிக்காட்டிய தங்களது முகமும் குரலும் உண்மையானது அல்ல, எப்போதாவதுதான் தங்கள் சுயக் கருத்துகளையும் அடையாளங்களையும் அவர்கள் வெள்ளையர்களிடம் வெளிக்காண்பித்திருக்கிறார்கள் என எழுதியிருக்கிறார். தலைமுறை தலைமுறையாக ஆப்பிரிக்க அமெரிக்கர்கள் பாடிவரும் பின்வரும் பாடலில் சிக்கலான அவர்களுடைய உளவியல் குழப்பங்கள் மிக அழகாகப் பதிவுசெய்யப்பட்டுள்ளது: "வெள்ளையர்களிடம் நான் காண்பிப்பது எனது உண்மையான முகமல்ல, அது வேறானது, எனக்கு மட்டுமே என்னைப் பற்றி முழுமையாகத் தெரியும், அவர்கள் என்னை அறிய மாட்டார்கள், அவர்களுக்கு என் மனம் புரியாது."

ஆஸ்கர் மிஷோல்: கறுப்பினத் திரைப்பட வரலாற்றின் முதல் நட்சத்திரம் பகுதி 2

◀ ஜெரால்டு ஆர்.பட்டர்ஸ், ஜூனியர்

Within Our Gates திரைப்படம் இப்போது மற்றொரு கதை சரடைப் பின்னியபடியே நகர்கிறது. அது நினைவுகளின் வழியாகக் கூறப்படுகிறது. சில்வியா முன்காலத்தில் கான்ராட் ட்ரெபெட் என்பவரைக் காதலிக்கிறாள். அதே நபரை மற்றொரு பெண்ணும் ரகசியமாகக் காலதித்து வருகிறாள். அவளுடைய பெயர் ஆல்மா. சில்வியாவின் உறவுக்காரப் பெண்ணான அவள்தான் சில்வியாவும் கான்ராட்டும் பிரிவதற்குக் காரணமாக இருந்தவள். எனினும், கால மாற்றத்தில் அவளுக்கு மனமாறுதல்கள் ஏற்படுகின்றன. தான் இழைத்த தவறுக்காக இப்போது அவள் வருந்துகிறாள். டாக்டர் விவியன் உடனான உரையாடலில் சில்வியாவின் துயரார்ந்த முன் கதையை ஆல்மா பகிர்ந்துகொள்கிறாள். சில்வியாவின் குடும்பம் தகர்ந்த விதத்தை அப்பட்டமாகக் காட்சிப்படுத்துவது, அக்கால கட்டத்தில் மிகவும் கொந்தளிப்பு மிகுந்ததாகவும் சர்ச்சைக்குரியதாகவும் கருதப்பட்ட ஒரு விஷயம் குறித்துப் பேசுவதற்கான சாத்தியத்தை மிஷோலுக்கு ஏற்படுத்திக்கொடுத்திருக்கிறது. கறுப்பினத்தவர்களைத் தூக்கிலிட்டுப் படுகொலை செய்வதே அது (Lynching). நினைவுக் காட்சிகளாகச் சொல்லப்படும் திரைப்படத்தின் இந்தப் பகுதி இன மோதல்கள் நிறைந்த பரபரப்பான காட்சிகளால் ஒன்றிணைக்கப் பட்டதாக இருக்கிறது.

ஜாஸ்பர் என்பவருடைய வளர்ப்பு மகளே சில்வியா என்பதை நாம் அறிந்து கொள்கிறோம். ஒரு தொழிலாளியான ஜாஸ்பர், "கல்வியறிவற்ற, ஓட்டுரிமை மறுக்கப்பட்ட, டெல்டா பகுதியைச் சேர்ந்த ஆயிரக்கணக்கான ஏழைக் கறுப்பினத் தொழிலாளிகளில் ஒருவர். எனினும் அவரது இருதயத்தில் நம்பிக்கைச் சுடர் ஒளி குன்றாமல் கனன்றுகொண்டே இருக்கிறது" எனத் திரைப்படத்தில் அறிமுகப்படுத்தப்படுகிறார். ஒரு தகரக் கொட்டகையில் தனது குடும்பத்துடன் மத்திம வயதுடைய, கறுப்பினத்தவரான ஜாஸ்பர் வாழ்ந்துவருகிறார். தெற்குப் பகுதியைச் சேர்ந்த இந்த ஏழைத் தொழிலாளரை மிஷொல் தெய்வாதீனமான, அற ஒழுக்கமுடைய ஒரு முன்மாதிரி மனிதராகவே மேலுயர்த்திக் காட்டுகிறார். ஜாஸ்பரின் ஒரே எதிர்பார்ப்பு என்பது, "அவரது குடும்பம் வசிப்பதற்கு ஒரு வீடும், சில ஏக்கர் நிலமும், பிரார்த்தனை செய்வதற்கு ஒரு தேவாலயமும் அவருடைய பிள்ளைகளுக்குக் கல்வியும்" என்பதாகவே இருக்கிறது. திரைப்படத்தில் காட்டப்பட்டுள்ள ஆப்பிரிக்க அமெரிக்க ஆண்களில், ஜாஸ்பர்தான் கிட்டத்தட்ட மிஷொல் தன் திரைப்படத்தை எந்தப் பார்வையாளர்களுக்காக உருவாக்கினாரோ அவர்களைப் பிரதிபலிக்கக்கூடியவராக இருந்தார். 1920களின் துவக்கக் காலங்களில் திரைப்படங்களுக்குச் சென்ற கறுப்பினத்தவர்களில் பெரும்பாலானவர்கள் சமீபத்தில் இடம்பெயர்ந்து வந்தவர்களாகவே இருந்தார்கள். அவர்களுடைய கனவுகளும் எதிர்பார்ப்புகளும் ஜாஸ்பருடைய நம்பிக்கையின் எதிரொலியாகவே இருந்தன. ஜாஸ்பர் கதாபாத்திரத்தை மிஷொல் பெருமைக்குரிய மனிதராகவும் அன்பு நிறைந்த தந்தையாகவும் கடமை தவறாத கணவராகவும் சித்தரித்திருக்கிறார். இது உண்மையில் ஆப்பிரிக்க அமெரிக்கர்கள் பற்றிய மிகத் தீவிரமான ஒரு திரைவழிச் சித்தரிப்பு ஆகும். வெள்ளையினத்தவர்களுக்கு இருப்பதைப் போன்றே ஆப்பிரிக்க அமெரிக்கர்களுக்கும் கனவுகளும் நம்பிக்கைகளும் உணர்வுகளும் இருக்கிறதென்றால் பிறகு எங்கனம் இனவெறியையும் படுகொலைகளையும் பாகுபாட்டையும் கடைப்பிடிப்பதை நியாயப்படுத்த முடியும்?

பிலிப் கிரிடில்ஸ்டோனின் நிலத்தில் ஜாஸ்பர் உழைக்கிறார். "நவீன உலகத்தின் நீரோ என்றும், கறுப்பர்கள் மத்தியில் அச்சத்தை ஏற்படுத்தியவரும், வெள்ளையர்களால் வெறுக்கப்படுபவருமான" கிரிடில்ஸ்டோன் பல வருடங்களாகத் தமது பணியாளர்களிடத்தில் உழைப்புச் சுரண்டலை மேற்கொண்டு வருகிறார். கறுப்பர்களுடைய கல்வியறிவற்றதன்மையின் காரணமாக எளிதாக அவர்களைக் கிரிடில்ஸ்டோனால் ஏமாற்றிவிட

முடிகிறது. அவருக்கு உதவியாளராக எஃப்ரெம் என்றொருவன் இருக்கிறான். பிறர் பற்றிய கிசுகிசுப்புகளில் மிகுதி ஆர்வம்கொண்ட இவன்தான் இத்திரைப்படத்திலேயே மிக மிக இழிவானதொரு கதாபாத்திரமாகும். அவனொரு சரிசெய்யவே முடியாத குணவியல்புகளை உடையவன். தொடர்ச்சியாகத் தனது எஜமானனின் மதுவைக் குடித்துக்கொண்டே இருக்கிறான். போலவே, தான் கேள்வியுறும் எந்தவொரு கிசுகிசுப்பான செய்தியையும் ஓரிடத்திலிருந்து இன்னோர் இடத்தில் எடுத்துச் செல்வதிலும் அதைப் பரப்புவதிலுமே இன்பம் கொள்ளும் ஒரு கதாபாத்திரமாகவும் இருக்கிறான்.

கிரிடில்ஸ்டோன், தனது தந்தையை ஏமாற்றுவதைத் தடுக்க விரும்பும் சில்வியா மிகக் கவனமாகத் தனது தந்தையின் கணக்கு வழக்குகளைக் கவனிக்கிறாள். இதன்மூலம் எவ்விதமான விவாதங்களுமில்லாமல் கிரிடில்ஸ்டோனிடமிருந்து ஜாஸ்பர் வெளியேற வழிவகுக்கலாம் என்பது அவளுடைய திட்டமாக இருக்கிறது. ஒரு நாள் மதிய வேளையில் கிரிடில்ஸ்டோனின் வீட்டிற்குள் நுழைந்து, பின்புறத்தில் இருக்கும் அவனுடைய அலுவலகத்திற்குச் செல்கிறார் ஜாஸ்பர். கிரிடில்ஸ்டோன் ஜாஸ்பரை மிகவும் இழிப்பிறவியைப்போலப் பார்க்கிறான். அந்த நேரத்தில் அவ்வறையில் எஃப்ரெம்மும் இருக்கிறான். அவனுடைய பார்வை ஜன்னலுக்கு வெளியில் வேடிக்கை பார்த்துக் கொண்டிருக்கிறது. "ரொம்பவும் புத்தி தெளிவுடையவனைப்போல நடந்துகொள்ள பார்க்கிறாயா? நான் உன்னைப் பார்த்துக்கொள்கிறேன். மேலும், இந்த நாட்டில் வெள்ளை இனத்தவர்தான் சட்டங்களை இயற்றுபவர் என்பதையும் நினைவில்கொள்" என்று கடுமையான தொனியில் ஜாஸ்பரை கிரிடில்ஸ்டோன் எச்சரிக்கிறார். இதே நேரத்தில் பொருளாதார நிலையில் மிகவும் பின்தங்கியுள்ள மற்றொரு வெள்ளை இனத்தவர் அதே அறையின் மற்றொரு திசையிலுள்ள ஜன்னலுக்கு அருகில் (வெளிப்புறமாக) வருகிறார். அவரது கையில் ஒரு துப்பாக்கி இருக்கிறது. இப்போது ஒரு இடையீட்டுக் குறிப்பு வருகிறது: "ஆமாம். கிரிடில்ஸ்டோன் இவனையும் ஏமாற்றியிருக்கிறார். கணக்கு வழக்குகளைத் தீர்த்துக்கொள்ளலாம் என அழைத்து அவரது முகத்தைப் பார்த்துச் சிரித்து அவமானப்படுத்தி இருக்கிறார். ஒன்றுக்கும் உதவாத வெள்ளையினக் குப்பைத் தொட்டி நீ - ஒரு நீக்ரோவை விட உனது நிலை மேம்பட்டதல்ல (இதுதான் மிகப் பெரிய அவமானமாக அவருக்கு இருந்திருக்கும்) என்றெல்லாம் சொல்லியிருக்கிறார்." 'நான் எப்போதும்

கறுப்பினத்தவர்களை மிகச் சிறப்பாக நடத்தி இருக்கிறேன் என்றாலும் கறுப்பின அடிமைகளை எப்படி நடத்த வேண்டுமென்பதில் எனது தந்தை ஏற்கெனவே எனக்கொரு முன்னுதாரணப் புருஷராக இருக்கிறார்' என்பதை கிரிடில்ஸ்டோன் விளக்குகிறார். கறுப்பர்களை நம் வழிக்குக் கொண்டுவர வேண்டுமெனில் அவ்வப்போது அவர்களை அடித்து நொறுக்க வேண்டும் என்பதே அவருடைய தந்தையின் போதனையாக இருந்திருக்கிறது. இவற்றையெல்லாம் விவரித்துவிட்டு ஜாஸ்பரை அடித்துத் தரையில் வீழ்த்துகிறார் கிரிடில்ஸ்டோன். இதனால் எஃப்ரெம் மனமகிழ்ந்து சிரிக்கிறான். சரியாக, இதே நேரத்தில் ஜன்னலுக்கு வெளியே துப்பாக்கியுடன் நின்றிருக்கும் வெள்ளையர் கிரிடில்ஸ்டோனைச் சுட்டுவிடுகிறார். ஒரு நொடியில் சூழல் குழப்பமுறுகிறது. எஃப்ரெம்முக்கு எதுவும் துலங்கவில்லை. தானிருக்கும் அறையில் படுகொலை செய்யப்பட்டுத் தரையில் வீழ்ந்துகிடக்கும் கிரிடில்ஸ்டோனையும் அவருக்கு அருகிலிருக்கும் ஜாஸ்பரையும் மாறி மாறிப் பார்க்கும் அவன், இறுதியில் ஜாஸ்பர்தான் அவரைக் கொலை செய்தது எனும் முடிவுக்கு வந்துவிடுகிறான். ஜாஸ்பர் தன் சூழமைவை உணர்ந்து மனக்கலக்கத்துடன் தலையை அசைக்கிறார். ஒரு வெள்ளையினத்தவரின் பிணத்துடன் இருக்க நேர்ந்திருக்கும் இத்தகையதோர் அபாயகரமான சூழலை அவர் உணர்கிறார்.

எஃப்ரெம் இச்செய்தியை மிகுதியான குதூகலத்துடன் நகர் முழுக்கப் பரப்புகிறான். வெள்ளையர் நடத்தும் ஒவ்வொரு கடைக்கும் கிரிடில்ஸ்டோனை ஜாஸ்பர் படுகொலை செய்துவிட்டார் என்று அறிவிக்கிறான். இங்கு, இத்திரைப்படம் குறிப்பிடுவதைப்போல, வெள்ளையர்களின் நண்பர் எனும் போர்வையிலேயே எஃப்ரெம் வாழ்ந்து உலவுகிறான். இவனுடைய இத் தகவல் பரப்பலால், நகர் முழுக்க ஏராளமான வெள்ளையர்கள் ஒன்றுதிரண்டு இவ்விஷயம் குறித்து விவாதிக்கிறார்கள். பயங்கர மழையில் இருந்து தப்பிப்பதற்காக, ஜாஸ்பர் தனது குடும்பத்தாருடன் தமது உடைமைகளையும் தன்னிடமுள்ள துப்பாக்கியையும் எடுத்துக்கொண்டு சதுப்பு நிலங்களை நோக்கி ஓடுகிறார். அவர்களைப் பிடிப்பதற்காக வெள்ளையர்களும் வெள்ளையினச் சிறுவர்களும் கால் நடையாகவே புறப்படுகிறார்கள். ஒரு வாரத்திற்கும் மேலாக இந்தத் தேடுதல் படலம் தொடருகிறது. சிந்தனை தெளிவற்ற இந்த வெள்ளையினக் கும்பலில் உள்ள அனைவரும் ஏழை மக்கள் என்பதை மிஷெல் மீண்டும் மீண்டும் குறிப்பிடுகிறார். இதற்கிடையில், கிரிடில்ஸ்டோனின் உண்மையான கொலைகாரனும்

தற்செயலாகக் கொலை செய்யப்பட்டுவிடுகிறான். ஆனால், எஃப்ரெம் மட்டும் அதீதக் குதூகலத்தில் இருக்கிறான். “இதில் சந்தேகப்பட எதுவுமே இல்லை, வெள்ளையர்கள் என்னை நிரம்பவும் நேசிக்கிறார்கள்” என எஃப்ரெம் தனக்குத்தானே சொல்லிக்கொள்கிறான். எனினும், அவனைச் சுற்றியுள்ள அனைத்து வெள்ளையர்களும் பொறுமையிழந்து காணப் படுகிறார்கள். “நான் இங்கு வெள்ளையர்களுக்கு மத்தியில் சுதந்திரமாக இருக்கும்போது, மற்றைய கறுப்பர்கள் காடுகளில் பதுங்கி உள்ளார்கள் *(Here I is 'mung da whit flk while dem other niggshs hide in da woods)"* என்பதாக அவனது மனக்குரல் அவனிடத்தில் தெரிவிக்கிறது. திடீரென எஃப்ரெம் தன்னைச் சுற்றியுள்ளவர்களைப் பதற்றத்துடன் பார்க்கிறான். “உண்மையான கொலையாளியை நாம் தேடியலையும் நேரத்தில், ஏன் இவனைப் பிடித்துத் தூக்கிலேற்றக்கூடாது” என்கின்றான் அங்கிருந்த வெள்ளையின இளைஞன் ஒருவன் எஃப்ரெமைச் சுட்டிக்காட்டியபடியே. “ஆனால், உங்களுக்கு என்னை நன்கு தெரியுமே ஜான், நான்தான் இந்தப் படுகொலை குறித்து உங்களிடம் தெரிவித்தவன்.” எஃப்ரெமின் வேண்டு கோள் புறந்தள்ளப்படுகிறது. மன்றாடல்கள் பொருட்படுத்தும்படியாக வெள்ளையர்களுக்குத் தோன்றவில்லை. அதனால் அவனை இழுத்துச் சென்று, தூக்கிலேற்றிக் கொலை செய்கிறார்கள்.

எஃப்ரெமின் படுகொலை வெள்ளையினக் கும்பல் வன்முறைக்கு மிகச் சிறந்ததொரு எடுத்துக்காட்டு ஆகும். ஆனால், எஃப்ரெமின் மரணம் தெற்குப் பகுதியில் நிலவிவரும் வெள்ளையினத்தவரின் மனநிலையையும் வெளிப்படுத்துகிறது: பொது மக்கள் முன்னிலையில் சித்தரவதை செய்து படுகொலை செய்வதன் மூலம் ஒரு பேரச்சத்தைக் கறுப்பர்கள் மத்தியில் விதைத்தல். திரைப்படத்தின் பின்பாதியில் ஒரு செய்தித்தாள் குறிப்பு, “அடையாளம் காணாதவர்களால் நிகழ்த்தப்படும் எதிர்பாராத விபத்துகளில் அண்மையில் சிக்கியவர்” என எஃப்ரெமின் படுகொலை குறிப்பிடப் பட்டிருக்கிறது. திரைப்படம் செல்லக்கூடிய அனைவருக்கும், தெற்குப் பகுதியில் நீதி நெறிகள் எவ்வாறு இனத் துவேஷத்துடன் செயல்படுகின்றன என்பது குறித்த நேரடிப் பரிச்சயம் இருந்ததால், இது அவர்களுக்கு அதிர்ச்சியை ஏற்படுத்தவில்லை. இதுவொரு வாழ்க்கை முறையியலாகச் செயல்படுத்தப்படுகிறது என்பதை அவர்கள் அறிந்தே வைத்திருந்தார்கள். ஒரு அப்பாவி மனிதனை, வேறொருவரும் கிடைக்கவில்லை எனும் காரணத்திற்காகப் படுகொலை செய்வதற்கு வழிவகுத்த கும்பல் அநீதியையும்

வன்முறையின் தூண்டுதலையும் திரையில் சித்தரிக்க வேண்டுமென்கிற மிஷொலின் துணிச்சல் அசாத்தியமானது. பிற ஆப்பிரிக்க அமெரிக்க இயக்குநர்களோ, ஆங்கிலோ அமெரிக்க இயக்குநர்களோ இத்தகையதோர் உண்மையான, யதார்த்தத்தில் நிலவிவரும் கொடூரச் செயலைக் கையாளத் துணியவில்லை.

அதே செய்தித்தாள் குறிப்பு ஜாஸ்பருக்கும் கிரிடில்ஸ்டோனுக்கும் இடையில் நிகழ்ந்த காட்சியை யூகங்களின் அடிப்படையில் சித்தரிக்கிறது. அந்தப் பொய்யான செய்திக்குறிப்பில் கிரிடில்ஸ்டோன் பலத்த காயங்களுடன் ஜாஸ்பரிடம் தனது உயிரைப் பறிக்காதிருக்க மன்றாடுகிறார். எனினும் ஜாஸ்பர் இரக்கம் கொள்வதில்லை. அந்த அறை முழுக்க கிரிடில்ஸ்டோனை அவர் துரத்தியபடியே இருக்கிறார். தரையில் விழுந்து மன்றாடிய பிறகும் அந்த "வெறிபிடித்த நீக்ரோவின்" மனம் சாந்தமடைவதில்லை. தொடர்ந்து அவரைத் தாக்கியபடியே இருக்கிறார். பத்திரிகைகளும் சட்ட அமைப்பும் பொருளாதாரப் பலம் கொண்டவர்களும் கூட்டிணைந்து எப்படிக் கறுப்பர்களை ஒடுக்கினார்கள் என்பதை மிக விரிவாகவே மிஷொல் இத்திரைப்படத்தில் சித்தரித்திருக்கிறார். மேலும் ஒரு கறுப்பினத்தவரைப் படுகொலை செய்வதென்பது எப்படியொரு நுகர்வுப் பண்பாட்டின் அங்கமாக, ஒரு கேளிக்கை நிகழ்வாக, செய்தியாக, வெள்ளை இனத்தவர்களால் தங்கள் இன ரீதியிலான வன்முறையை நியாயப்படுத்தும் செயலாக மாற்றப்பட்டிருந்தது என்பதையும் விளக்குகிறார்.

ஜாஸ்பர் லாண்டரியும் அவருடைய மனைவியும் மகனும் இறுதியில் பிடிபடுகிறார்கள். ''கமிட்டி" என்றழைக்கப்படும் வெள்ளையினக் குழுவொன்று அவர்கள் தூக்கில் இடப்பட வேண்டிய இடத்தை நோக்கி அவர்களை நடத்திச் செல்கிறார்கள். அதுவொரு ஞாயிற்றுக்கிழமை. மேலும் அதுவொரு புனிதத் தினமும் கூட. கைகளில் உருட்டுக் கட்டைகளுடன் ஜாஸ்பருடைய மனைவியைப் பலமாகத் தாக்குகிறார்கள். ஒருவன் அவளுடைய ஆடையைக் கிழித்து அகற்றுகிறான். தனது மனைவியை அவமானப்படுத்தும் வெள்ளையனின் கழுத்தை நெறிக்க ஜாஸ்பர் முயற்சிக்கிறார். இதன்பிறகு வரும் காட்சிக் கோர்வைகள் சில்லிட வைக்கும் வகையினைச் சேர்ந்தவை. ஜாஸ்பருடைய குடும்பத்தின் சிதைவை மிஷொல் மனத்தை உருட்டும் வகையில் காட்சிப்படுத்தியுள்ளார். மிஷொல் தனது பார்வையாளர்களை அதிர்ச்சியடையச் செய்வதற்கு எத்தகைய கொந்தளிப்பு மிக்கக் கலை வெளிப்பாட்டைப் பிரயோகித்திருக்கிறார் என்பதை அறிய ஒவ்வொரு ஷாட்டாக நாம் அலச வேண்டியது அவசியமாகும்.

ஷாட் 1 : தூக்கிலிடப் பயன்படுத்தும் கயிறு காற்றில் அசைவுறுகிறது.

ஷாட் 2 : ஜாஸ்பரின் மனைவி தனது பத்து வயது மகனைக் காப்பாற்ற முயற்சிக்கும் போராட்டம் காட்டப்படுகிறது.

ஷாட் 3 : தெற்குப் பகுதியில் நிலவும் நீதி நெறி குறித்த நகைப்புரிய சித்தரிப்பாக, ஒரு கும்பல் ஜாஸ்பரின் மகனுடைய கழுத்தில் தூக்குக் கயிற்றை மாட்டும்படி கட்டாயப்படுத்துகிறது.

ஷாட் 4 : ஜாஸ்பரின் கழுத்தில் கயிறு மாட்டப்படுவது காட்டப்படுகிறது.

ஷாட் 5 : கும்பல் தனது தந்தையைக் கொலை செய்ய முயலுவதைப் பார்க்கச் சகியாமல் அங்கிருந்து தப்பியோட ஜாஸ்பரின் மகன் முயல்வதும், அவனைத் துப்பாக்கியால் சுட்டு வீழ்த்துவதும் காட்டப்படுகிறது.

ஷாட் 6 : ஜாஸ்பரின் மகன் தான் இறந்துவிட்டதைப்போல நடித்திருக்கிறான் என்பதும், விரைவில் ஒரு குதிரையில் ஏறித் தப்பிச் செல்கிறான் என்பதும், அந்தக் கும்பல் தொடர்ந்து அவன் செல்லும் திசையில் சுடுகிறது என்பதும் காட்சிப்படுத்தப்பட்டிருக்கிறது.

ஷாட் 7 : கணவனும் மனைவியும் தூக்கிலிடப்பட்டிருப்பது காட்டப்படுகிறது.

ஷாட் 8 : வெள்ளையர்கள் கயிற்றைப் பிடித்து இழுப்பது காட்டப்படுகிறது.

இறுதி ஷாட் இதே வெள்ளையர்கள், கறுப்பினத்தவர்கள் தூக்கிலிடப் பட்டிருக்கும் மரத்தைச் சுற்றித் தீ மூட்டுவதைக் காட்டுகிறது.

இவ்வரிசையில் தொகுக்கப்பட்டிருக்கும் ஷாட்கள் ஆப்பிரிக்க அமெரிக்க மௌனப்பட வரலாற்றின் மிக முக்கியத்துவம் வாய்ந்த ஒன்றாக இருக்கிறது. அவை மிகச் சிறப்பாகத் தொகுப்பாக்கம் செய்யப்பட்டிருக்கின்றன, காட்சிப் படுத்தலும் பதற்றத்தை அதிகரிப்பதாகவும் பார்வையாளர்கள் மத்தியில் மனச்சோர்வைக் கிளர்த்துவதாகவும் இருக்கின்றன. மிஷொல் இந்தத் திரைப்படம் குறித்த விளம்பரங்களில், "இந்தத் திரைப்படம் உங்களைச்சில்லிடச் செய்யும். இதில் காண்பிக்கப்பட்டிருக்கும் விவரங்கள் பற்களைக் கடிக்கும் அளவுக்கு உங்கள் மௌனக் கோபத்தைக் கிளர்த்துவதாக இருக்கும்" என்று குறிப்பிட்டிருந்தார். ஆப்பிரிக்க அமெரிக்கர்களுக்கு இத்தகைய

காட்சிகளைத் திரையிட்டுக் காண்பிப்பதும் குறிப்பிடத்தகுந்தது. தெற்குப் பகுதியைச் சேர்ந்த கறுப்பினத்தவர்கள் இவ்வாறு தூக்கிட்டுப் படுகொலை செய்யப்படுவதை அரிதாகவே நேரில் பார்த்துள்ளார்கள். கிரேஸ் எலிசபெத் ஹெலே சொல்கிறாள், "சட்டத்திற்குப் புறம்பான இந்தப் படுகொலைகள் குறித்த அவர்களின் (ஆப்பிரிக்க அமெரிக்கர்களின்) அறிவு முரண்பாடாக வெகு சொற்ப அளவிலேயே இருக்கிறது. அவர்களுடைய அதி திறன் மிகுந்த தொலைத்தொடர்பு சேவையகங்கள் இந்தப் படுகொலைகள் குறித்து விளம்பரப்படுத்தியும் அதுகுறித்த அவர்களுடைய அறிவு மிகக் குறைவாகவே இருக்கிறது." கிரிஃபத்தின் திரைப்படங்கள் கறுப்பினத்தவர்களை வெள்ளையர்கள் எவ்வளவு கொடூரமாக நடத்துவார்கள் என்பதைத் தெளிவாகவே காட்சிப்படுத்தியிருக்கின்றன.

இதன்பிறகு, திரைப்படத்தில் குறுக்குவெட்டுப் பாணியிலான படத்தொகுப்பு முறைமையை மிஷோல் கையாளுகிறார். தூக்கிலிடப்படும் காட்சிகளும் சில்வியாவைப் பாலியல் வன்புணர்வு செய்ய முயலும் காட்சிகளும் மாறிமாறிக் காட்டப்படுகின்றன. பிலிப்பின் சகோதரனான ஆர்மண்ட் கிரிடில்ஸ்டோனுடன் ஒரு வீட்டில் சில்வியா சிக்கிக்கொள்கிறாள். இடையீட்டுக் குறிப்பு, "அப்பாவி கறுப்பர்களைத் தீயிட்டுக் கொளுத்திய பிறகும் திருப்தியுறாமல் கிரிடில்ஸ்டோன் சில்வியாவைத் தேடிச் செல்கிறான்" என்கிறது. சில்வியா பாலியல் ரீதியாகச் சித்திரவதை செய்யப்படுவதையும் ஜாஸ்பர் குடும்பம் சிதைவுறுவதையும் மிஷோல் மாற்றி மாற்றிக் காட்டுகிறார். இவை யாவும் ஒரே நேரத்தில் நிகழ்வதையும் பார்வையாளர்களுக்குத் தெரியப்படுத்துகிறார். காட்சி வரிசை இவ்வாறாக இருக்கிறது:

ஷாட் 1 : ஓரறைக்குள் சில்வியாவைக் கிரிடில்ஸ்டோன் துரத்துகிறான்.

ஷாட் 2 : தூக்குக் கயிறுகளை வெள்ளையர்கள் கத்தரிக்கிறார்கள்.

ஷாட் 3 : சில்வியாவின் மேலாடையைக் கிரிடில்ஸ்டோன் கிழிக்கிறான்.

ஷாட் 4 : தூக்கிலிட்டுப் படுகொலை செய்யப்பட்ட உடல்களை வெள்ளையர்கள் கொளுத்துகிறார்கள்.

ஷாட் 5 : சில்வியா தன் கையில் அகப்படும் கத்தி ஒன்றை வைத்துக்கொண்டு தனதுயிரைக் காப்பாற்றிக்கொள்ளப் போராடுகிறாள்.

ஷாட் 6 : ஜாஸ்பர் குடும்பத்தினரைப் பெருந்தீ எரித்துச் சாம்பலாக்குகிறது.

ஷாட் 7 : தனது நீண்ட நேரக் கடுமையான போராட்டாத்தைக் கைவிட்டு சில்வியா தன்னை இழக்கத் துவங்குகிறாள்.

இந்த நீண்ட நேர முன்கதைத் தொகுப்புகளுக்குப் பிறகு, காட்சி மீண்டும் ஆல்மாவைக் காட்டுகிறது. சில்வியாவை அந்த நேரத்தில் பாலியல் வன்புணர்வு செய்யப்படுவதிலிருந்து எது காப்பாற்றியது என்பதை அவள் விவரிக்கிறாள். சில்வியாவின் மார்பில் இருந்த வடுவை கிரிடில்ஸ்டோன் பார்த்துவிட்டதே அவள் வன்புணர்வில் இருந்து தப்பித்ததற்குக் காரணமாகும். அந்த வடுவைப் பார்த்ததும் அவள் தனது முலோட்டோ (வெள்ளையருக்கும் கறுப்பருக்கும் பிறந்தவர்கள்) மகள்தான் என்பதை கிரிடில்ஸ்டோன் உணர்ந்துகொள்கிறான். தனது மகள்தான் சில்வியா என்பதை அவன் உணர்ந்தாலும், அதை அவளிடத்தில் அவன் வெளிப்படுத்துவதில்லை. மாறாக, அவளைத் தாக்குவதை அவன் நிறுத்திக்கொள்கிறான். இவ்வாறாக, உறவு, பிற இனத்தவரின் மீதான உடலியல் ஆசை, பாலியல் வன்புணர்வு ஆகிய அனைத்தும் இந்த ஒற்றைப் பிரளயக் காட்சியில் வெளிப்படுத்தப்படுகின்றன.

திரைப்பட அறிஞரான ஜேனே ஜெய்ன்ஸ், மெலோடிராமா வடிவத்தில் குறுக்கு வெட்டு பாணியில் படத்தொகுப்பு செய்திருப்பது இனங்களுக்கிடையிலான உறவை, வர்க்கங்களுக்கிடையிலான உறவை ஆழமாகச் சித்தரிக்கப் பயன்படுத்தப்பட்டிருப்பதால் அதிகாரம் இழந்துநிற்கும் மக்களின் பார்வையில் சிறப்பு அர்த்தத்தைப் பெறுகிறது என்கிறார். ஜாஸ்பர் குடும்பம் தூக்கிலிடப்படுவதும், சில்வியா கிட்டத்தட்ட வன்புணர்வு செய்யப்படும் நிலைவரை செல்வதும் அக்கால ஆப்பிரிக்க அமெரிக்கப் பார்வையாளர்களை நம்பிக்கையற்ற ஓர் இடத்திற்குத் தள்ளுகின்றன. இவை எல்லாமும் நிஜ உலகத்தில் நிகழ்கிறது என்கிற உணர்தலோடு அக்காட்சிகளைப் பார்க்கும்போதும் அவர்களுடைய துயரம் கூடுதலாகப் பெருகுகிறது. இந்தப் படத்தொகுப்பு பாணி சிறுபான்மை இனத்தைச் சேர்ந்த பார்வையாளர்களுக்குத் தார்மீக மேன்மையை வழங்குவதன் மூலம் அந்தக் கொடூரங்களையும் அநீதியையும் அவர்கள் இரத்தமும் சதையுமாக உணர வழிவகுக்கிறது என்றும் ஜெய்ன்ஸ் வாதாடுகிறார். இந்த நாடகீயக் காட்சித் தொகுப்புக்கும் *The Birth of a Nation* திரைப்படத்தின் இறுதிக் காட்சிக்கும் வடிவரீதியாக சில ஒப்புமைகள் இருக்கின்றன. மிஷோல் வெளிப்படையாக *The Birth of a Nation* குறித்துக் கருத்துத் தெரிவிக்கவில்லை என்றாலும், கருப்பொருளிலும், வடிவமைப்பிலும் இரண்டிற்கும் இடையில்

இருக்கும் ஒப்புமைகள் வெளிப்படையானவை. *The Birth of a Nation*னில் கறுப்பின வன்முறைக் கும்பல் ஒன்று வெள்ளையர்களை அச்சுறுத்துகிறது. பார்வையாளர்கள் இத்திரைப்படத்தில் வெள்ளையர்களின் இடத்தில்தான் தங்களைப் பொருத்திப் பார்ப்பார்கள். வெள்ளையர்கள் மீது பரிதாபமும் கறுப்பர்கள் மீது கோபமும் இக்காட்சிகளில் தோன்றும். ஆனால், *Within Our Gates*ஸில் வெள்ளையினப் படுகொலையாளர்கள் கறுப்பர்களில் சில முக்கிய நபர்களைக்கூட அச்சுறுத்தச் செய்வார்கள்.

திரைப்படத்தில் காட்டப்படும் காட்சிகளைப் பார்வையாளர்களால் எதுவும் செய்ய முடியாது என்றாலும், ஒரு திரைப்படம் சொல்லப்படும் விதத்தையும் அதிகாரத்தை அது சித்தரிக்கும் விதத்தையும் ஏற்கிற, மறுக்கிற அல்லது முற்றிலுமாக நிராகிக்கின்ற பெரு மதிப்புக்குரிய இடத்தில் அவர்கள் இருக்கிறார்கள். ஸ்டூவர்ட் ஹால் எனும் கறுப்பின பிரிட்டிஷ் கோட்பாட்டாளர், ஒரு திரைப்பட இயக்குநர் கையாளும் "குறியீடு" என்பதற்கும் பார்வையாளர்கள் வழி உருவாகும் "அர்த்தப்படுத்திக்கொள்ளுதல்" என்பதற்குமான உறவை அலசி எழுதியிருக்கிறார். "ஒரு பிரதியில் உட்பொதிந்துள்ள கருப்பொருளுக்கும் அந்தக் கருப்பொருளை ஒவ்வொரு தனிநபரும் எவ்விதம் 'அர்த்தப்படுத்திக்கொள்கிறார்' என்பதற்கும் இடையிலான உறவு என்பது சமூகத்தில் அந்தத் தனிநபர் எந்த நிலையில் வைக்கப்பட்டுள்ளார் என்பதை அடிப்படையாகக்கொண்டுள்ளது" என்று அவர் எழுதியுள்ளார். அவ்வகையில் 1920களில் வாழ்ந்த ஒரு ஆப்பிரிக்க அமெரிக்கப் பார்வையாளர் *The Birth of a Nation*னில் இருந்த கருத்தியல் அடிப்படைகளை முற்றிலுமாக நிராகரித்து *Within Our Gates*ஸில் இருக்கும் சமூகச் செய்தியை ஏற்கக்கூடும்.

ஒரு மேலோடிராமா வடிவத்திற்கு உரிய பண்பாக, இந்தத் திரைப்படம் இறுதியில் மகிழ்ச்சிகரமான முடிவுடன் நிறைவுபெறுகிறது. சில்வியாவும் டாக்டர் விவியனும் மீண்டும் ஒன்றிணைந்து வாழத் துவங்குகிறார்கள். எனினும் திரைப்படத்தின் முடிவுரை ஒரு திடுக்கிடலை உண்டாக்குகிறது என்பதையும் மறுப்பதற்கில்லை. தூக்கிலிட்டுப் படுகொலை செய்யப்படும் கோரத்தையும் வன்புணர்வு முயற்சியையும் இதுவரையிலும் பார்வையாளர்கள் பார்த்திருப்பார்கள். ஜாஸ்பர் குடும்பத்தின் அழித்தொழிப்பும் ஆல்மாவால் சொல்லப்பட்டுவிடுகிறது. ஆனால், இவை யாவற்றையும் விவரித்துவிட்டு, இறுதிக்காட்சியில் விவியன் வெளிப்படுத்தும் ஒரு கருத்து சற்றே முரணானதாகப்படுகிறது. "நமது தேசத்தை நினைத்துப் பெருமைப்படு

சில்வியா. ரூஸ்வெல்ட்டின் கட்டளைப்படி கியூபாவிலும் மெக்ஸிகோவில் உள்ள கராசலிலும் நம் மக்கள் செய்ததை ஒருபோதும் நாம் மறக்கக்கூடாது. பிரான்ஸில் செய்ததையும் மறந்துவிடாதே. நாம் ஒருபோதும் வந்தேறிகள் கிடையாது. நமது நாட்டைக் குறித்துப் பெருமையுடன் இரு சில்வியா." இக்கருத்து அனைத்துவிதமான அநீதிகளையும், இனத் துவேஷங்களையும் கடந்து தேசிய உணர்வை வளர்த்துக்கொள்ள முன்மொழிவதாக இருக்கிறது. முதல் உலகப் போரில் அமெரிக்கா வெற்றியடைந்த ஓரிரு வருடங்களிலேயே இத்திரைப்படம் வந்ததாலும், அந்தப் போரில் கறுப்பர்களின் பங்கேற்பும் இதுபோன்றதொரு உணர்ச்சிவயப்பட்ட கருத்துகளை வெளிப்படுத்த காரணமாக இருந்திருக்கலாம். அதனால் இதனை நாம் மன்னித்துவிடலாம். ஆனால் விவியன் தொடர்ந்து, "இது குறித்தே நீ ஆழமாகச் சிந்தித்துக்கொண்டிருக்கிறாய் சில்வியா. ஆனால், அவ்வாறு நீ இனியும் நினைக்க வேண்டியதில்லை. அவையெல்லாம் நிறைவுபெற்றுவிட்டன. உன்னுடைய அனைத்துத் துன்பங்களையும் கடந்து, நீ ஒரு தேச பக்தராகவும், ஒரு மென்மையான மனைவியுமாகவே இருக்க வேண்டும்." திரைப்படத்தில் இறுதியில் தோன்றும் இடையீட்டுக் குறிப்பில் 'டாக்டர் விவியன் தெரிவித்தவை அனைத்தும் சரிதான், ஏற்கக்கூடியவைதான் என்று சில்வியா உணர்ந்துகொண்டாள்' என்று வருகிறது.

திரைப்படம் முழுக்கக் கட்டப்பட்டிருந்த அநீதிகளைப் புறந்தள்ளிவிட்டு, அதற்கு முற்றிலும் எதிர்நிலையில் நின்று, மிஷோல் வெளிப்படுத்தும் இந்த அரசியல் அணுகுமுறையை ஒரு பார்வையாளர் எப்படி விளங்கிக்கொள்வது? ஒருவேளை, படத்தில் வெள்ளையர்களை அவர் கொடூரமானவர்களாகச் சித்தரித்துவிட்டதால், அவர்களிடம் மன்னிப்புக் கோரும் செயலாகவும் இதைப் புரிந்துகொள்ளலாம். தமது நாவல்களில் இன ரீதியில் புண்படுத்தக்கூடிய சில கருத்துகளை மிஷோல் எழுதியிருக்கிறார். உதாரணமாக, *Homesteader* எனும் அவரது நாவலில், "சில இனங்கள் (ஆப்பிரிக்க அமெரிக்கர்கள்) மிகவும் முட்டாள்களாகவும் விஷமத்தனம் கொண்டவர்களாகவும் இருக்கிறார்கள்" என்று எழுதியிருக்கிறார். அந்நாட்களில் நடுத்தர வர்க்கத்தைச் சேர்ந்த கறுப்பின அறிவுஜீவிகளிடம் நிலவிய கருத்தாக இது வெளிப்படுத்தப்பட்டிருக்கலாம். ஆப்பிரிக்க அமெரிக்கர்களில் மிகச் சிலர் மட்டுமே நடைமுறைவாதிகளாகவும் பொறுப்பானவர்களாகவும், அறவுணர்வுடனும் இருந்தார்கள் என அவர் நம்பினார். மற்றவர்கள்

அறமற்றவர்களாகவும் நடைமுறை யதார்த்தம் புரியாதவர்களாகவும், வெகுளிகளாகவும் இருந்தார்கள் என்பதே அவரது நம்பிக்கையாகும். தெற்குப் பகுதியைச் சேர்ந்த கறுப்பின ஏழைகளை அவர் முற்றிலுமாகப் புறக்கணித்துவிட்டார். ஹார்லெம் மறுமலர்ச்சி இயக்கத்தைச் சேர்ந்த பல அறிவுஜீவிகளிடம் இருந்த அதே கருத்துகள் மிஷோலிடமும் இருந்திருக்கலாம். அவ்வியக்கத்தைச் சேர்ந்த ஆலன் லாக் 1927இல், "அவநம்பிக்கைவாதிகள், மனச்சோர்வு அடைந்தவர்களின் பின்னால் செல்வதை விட அங்கீகரிக்கப்பட்ட, முன்னுதாரணமாக இருக்கக்கூடிய, பொறுப்பு மிகுந்த, சமூகத்தில் உயரடுக்கில் உள்ள கறுப்பினத்தவர்களின் பின்னால் அணி திரளுங்கள். அவர்களின் தலைமையில் கறுப்பர்களின் வாழ்வு படிப்படியாக முன்னேறிச் செல்வதையே பார்க்க விரும்புகிறேன். அவநம்பிக்கைவாதிகளும், மனச்சோர்வுள்ளவர்களும் கறுப்பர்களிடத்தில் நம்பிக்கை ஊட்டுவதற்குப் பதிலாக, அவர்களைக் குழப்பத்தில் ஆழ்த்தவும், பெரும் பீதிகளுக்குள் தள்ளவும்தான் லாயக்கானவர்கள்" என்றார். இதுபோன்ற பல அறிவுஜீவி குழுக்கள் ஏழைக் கறுப்பின மக்களையும், குறிப்பாக, தெற்கில் இருந்து வந்தவர்களையும் அவமதிப்பதையே வழக்கமாகக்கொண்டிருந்தன. புதிய நீக்ரோ இயக்கத்தின் தலைவர்களாகத் தங்களையே அவர்கள் கருதினார்கள். மிஷோலும் சரி, லாக்கும் சரி, தங்கள் கலை வெளிப்பாடுகளில் அவர்கள் காட்சிப்படுத்தும் மனிதர்களும் செயல்களும் பெருவாரியான கறுப்பர்களுக்கு உந்துதல் அளித்து, அறிவுஜீவிகளின் பின்னால் அணி திரள அவர்களை ஊக்கப்படுத்தும் என்றே நம்பினார்கள்.

எனினும், கேள்விகளுக்கு இன்னமும் பதில் கிடைக்கவில்லை. ஏன் இத்தகைய வலி தரக்கூடிய ஆத்திரமூட்டும் முறையியலை மிஷோல் கையிலெடுத்தார்? தேசபக்தி மற்றும் போரின் வெற்றியைக் கொண்டாடவும், அமெரிக்கச் சமூகத்தில் நிலவிய இனப் பிளவுகளை இந்தப் போர் வெற்றிகளால் மறைக்கவும் செய்த முயற்சியா இது? சிகாகோ சென்சார் வாரியம் *Within Our Gates* திரைப்படத்திற்கு முதலில் தணிக்கை வழங்க மறுத்துவிட்டது. இனப் படுகொலைகள் அதில் வெளிப்படுத்தப்பட்டு இருக்கும் விதமே இந்த மறுப்புக்குக் காரணமாகும். இதே பேசுபொருளைக் கையாண்டிருந்தால் மற்ற திரைப்பட இயக்குநர்களும் இதே பிரச்சனையை எதிர் கொண்டிருப்பார்கள். தணிக்கையாளர்கள் உடனான சிக்கல்களைத் தவிர்க்கும் பொருட்டு அதற்குரிய வகையில் படத்தொகுப்பு செய்வதற்கும்,

சில காட்சிகளைப் பின்னர் செருகுவதற்கும் பெயர் பெற்ற மிஷொல், இந்தத் திரைப்படத்தின் இறுதிக்காட்சியையும் அவ்வாறு தணிக்கைக் குழுவினருடனான சிக்கலைத் தவிர்க்கச் சேர்த்திருக்கலாம்.

இந்த இறுதிக் காட்சிக்கு வேறொரு காரணமும் இருக்கலாம். 1919ஆம் ஆண்டின் 'சிவப்புக் கோடை' என்றழைக்கப்பட்ட ஒரு காலத்தில் தயாரிக்கப்பட்ட இத்திரைப்படம், போருக்குப் பிறகான காலத்தில் நிலவிய மிகப் பெரிய இனப் பதற்றங்களைப் பிரதிபலிக்கும் தீவிரமான படைப்பாக இருந்தது. முடிவுரை, இந்த வன்முறைகளைக் கைவிட்டுவிட்டு, அமைதிக்குத் திரும்புவோம் எனும் செய்தியை வலியுறுத்தும் நோக்கிலும் சேர்க்கப்பட்டிருக்கலாம். எனினும், இதிலும் பாதிக்கப்பட்டவர்கள் கறுப்பினத்தவர்கள்தாம். சிகாகோவில் இத்திரைப்படம் வெளியிடப்பட்டபோது, அதற்கு முந்தைய கோடையில் மிகப் பெரிய இனக்கலவரம் நிகழ்ந்திருந்தது. 1919ஆம் ஆண்டின் ஏப்ரல் மாதத்திற்கும் அக்டோபர் மாதத்திற்கும் இடையில் அமெரிக்காவின் தெற்கு மற்றும் வடக்குப் பகுதிகளில் 25க்கும் மேற்பட்ட இனக் கலவரங்கள் நிகழ்ந்திருந்தன. வடக்கு நகரங்களைச் சேர்ந்த பல வெள்ளையர்களுக்கு, பொருளாதார நிலையில் மேலுயர்ந்துவரும் கறுப்பர்கள் வெறுப்பையும் கோபத்தையும் மூட்டினார்கள். மிஷொல் தனது திரைப்படத்தின் தொடக்கத்தில் குறிப்பிடுவதைப்போல, 'இன ரீதியிலான வன்முறை இனி தெற்குப் பகுதிக்கு மட்டுமே உரியது அல்ல.'

எனவே, மிஷொல் காற்றிலாடும் ஒரு கயிற்றின் மீதுதான் நடந்துகொண்டிருந்தார் என்பதைப் புரிந்துகொள்ளலாம். பாலியல் வன்புணர்வு, பொருளாதாரச் சுரண்டல், நியாயமற்ற குற்றவியல் நீதி அமைப்பு, பொய்யுரைக்கும் ஊடகம், கும்பல் வன்முறை, கல்வி பயில்வதற்கான வாய்ப்பு மறுப்பு, கறுப்பினத்தவரின் தாழ்வு மனப்பான்மை குறித்த சித்தரிப்பு, தூக்கிட்டுப் படுகொலை செய்யப்படுதல் போன்ற தினசரி வாழ்க்கையில் ஆப்பிரிக்க அமெரிக்கர்கள் எதிர்கொண்ட அநீதிகளைக் காட்சி வழியாக சித்தரிக்க அவருடைய திரைப்படங்கள் முயன்றன. அவர் தமது திரைப்படங்களை ஆப்பிரிக்க அமெரிக்கப் பார்வையாளர்களை மனதில்கொண்டே உருவாக்கினார் என்பதாகவும் நாம் யூகிக்கலாம். ஆனால், அதே நேரத்தில் அப்போது நிலவிய இனங்களுக்கிடையிலான பதற்றங்களை நீர்த்துப்போகச் செய்யும் கருத்துகளும் அவற்றில் இருக்கத்தான் செய்தன. ஆப்பிரிக்க அமெரிக்கர்களின் தலையாய கடமையே நாட்டுக்கு

விசுவாசமாக இருப்பதும், போரில் பங்கெடுத்துக்கொள்வதும் (முதல் உலகப் போரில் ஆப்பிரிக்க அமெரிக்கர்கள் பங்கேற்று இதனை மெய்ப்பித்திருக்கிறார்கள்), தமது இனத்தை இன்னும் வளப்படுத்துவதுமே ஆகும் என்றே மிஷொல் நினைவூட்டுபவராக இருக்கிறார். இப்படி நேர்மறையாகவும் எதிர்மறையாகவும் அவர் விமர்சிக்கப்பட்டிருக்கிறார் என்றாலும், இத்தகைய விமர்சனங்கள் முன்வைக்கப்பட்ட போதெல்லாம் அவர் 'ஏதோ ஒரு காலத்தில்' நிகழ்ந்ததைப் படமாக்கியுள்ளார் என்றே எழுதியுள்ளனர். சமூக விலக்கமும் வரலாற்றின் ஏதோ ஒரு புள்ளியில் கறுப்பர்களின் மீது திட்டமிட்டு நிகழ்த்தப்பட்ட வன்முறையின் ஈரமும் இன்னமும் பிசுபிசுத்துக்கொண்டிருப்பதை விமர்சகர்கள் மறந்துவிடுகிறார்கள். மிஷொலின் நாவல்களிலும் திரைப்படங்களிலும் உள்ள நாயகர்கள் அவ்வப்போது, "இது எனது நாடு" எனும் கருத்தை உணர்ப்பூர்வமாக வெளிப்படுத்துகின்றனர். தேச பக்தியைக் கொண்டாடுவதன் மூலம் இன மோதல்களைத் தவிர்க்க முடியுமா என்பதே அவரது ஐயப்பாடாக இருந்தது.

இதற்கும் மிஷொல் திரைப்படத்தின் வழியாக உருவாகும் 'ஆண் தன்மைக்கும்' என்ன தொடர்பு இருக்கிறது? இந்தத் திரைப்படம் "கொஞ்சம் அடிப்படைத்தன்மையிலானது" என ஒரு பத்திரிகைக்கு அவர் பேட்டியளித்துள்ளார். குறைந்தபட்சம் 9 ஆப்பிரிக்க அமெரிக்கர்களாவது தூக்கிலிடப்பட்டுக் கொல்லப்பட்டிருக்கிறார்கள் என **NAACP** தெரிவித்த அதே வாரத்தில்தான் இத்திரைப்படத்தை அவர் வெளியிட்டார். இதுவொரு துணிச்சலான முடிவுதான். "ஆண் தன்மை" என்பதை தைரியம் மற்றும் துணிச்சல் ஆகிய கற்பனைகளுடன் ஒருவர் இணைத்துப் பார்ப்பார் எனில், 1920களின் துவக்கத்தில் ஒடுக்கப்பட்ட ஒரு சமூகத்தின் குரலாக இத்திரைப்படத்தை உருவாக்கியதை நிச்சயமாக, மிஷொல் ஒரு ஆணைப்போல நடந்துகொள்ள முயன்றிருக்கிறார் என்பதாகத்தான் வரையறுக்க வேண்டும்.

பன்முகப்பட்ட ஆப்பிரிக்க அமெரிக்கர்களைக் காட்சிப்படுத்துவதன் வாயிலாகவும் *Within Our Gates* முக்கியத்துவம் வாய்ந்த படைப்பாகிறது. மிஷொலின் வழக்கமான நாயகப் பண்புகளான மென்மையான சருமத்தையுடைய, பருமனான, தந்தைப் பாங்கில் உள்ள, நன்கு படித்த, தொழிலில் ஈடுபட்டுள்ள, தம் இனம் குறித்து அக்கறை கொண்ட ஆண்களையே இதிலும் அவர் படைத்திருக்கிறார். டாக்டர் விவியனும் கான்ராட் ட்ரெபெட்டும்

(சில்வியாவின் முன்னாள் காதலன்) இந்தக் குணவியல்புகளுக்கு மிகப் பொருத்தமானவர்கள். மிஷொலின் கதாபாத்திரங்கள் யாவும் அவருடைய பார்வையாளர்களைப் பிரதிபலிக்கக்கூடியவர்களாகவே இருந்தார்கள். ஜாஸ்பர் லாண்டரியும் மற்றொருவரும் அக்காலத்திய ஆப்பிரிக்க அமெரிக்கத் திரைப்படமாக்கலில் முற்றிலும் மாறுபட்ட கதாபாத்திரங்களாகவே இருந்தார்கள். மௌன யுகக் காலத்தில் ஒரு கறுப்பினத்தவரால் தயாரிக்கப்படும் திரைப்படங்களில் வழக்கமாக, கிராப்புறத்தைச் சேர்ந்த ஒரு கறுப்பினத்தவர் படிப்பறிவற்ற, எதிலும் அக்கறை இல்லாத, தமது எதிர்காலம் குறித்துக்கூட அதிக ஆர்வமில்லாதவராகவே சித்தரிக்கப்பட்டிருந்தார். ஆனால் மிஷொல் சித்தரிக்கும் இரு விவசாயிகளும் இதிலிருந்து முற்றிலும் வித்தியாசமானவர்கள். தங்கள் பிள்ளைகள் கல்வி கற்ற வேண்டியதன் அவசியத்தை உணர்ந்தவர்களாகவும் ஒழுக்கமுடையவர்களாகவும் கடின உழைப்பாளிகளாகவும் தமது குடும்பத்தின் நலத்திற்காக எந்தவிதமான அர்ப்பணிப்பையும் செய்யத் தயாராக இருப்பவர்களாகவும் இந்த விவசாயிகள் இருக்கிறார்கள்.

மிஷொல் தனது திரைப்படத்தில் மூன்று எதிர்மறையான ஆண்களைச் சேர்த்திருக்கிறார். லாரி (ஆல்மாவின் சகோதரர்), ஓல்ட் நெட், எஃப்ரெம். மிஷொல் இவர்களை மேலோட்டமாக 'கெட்டவர்கள்' என்று மட்டுமே சொல்வதில்லை. இவர்கள் வாயிலாக ஒரு பாடத்தை முன்வைக்கவே அவர் முயற்சிக்கிறார். நகர்ப் பகுதியைச் சேர்ந்த லாரி, உழைத்து வாழ்வதற்குப் பதிலாகக் குற்றத்தைத் தொழிலாகக் கையில் எடுக்கிறான். மேலும் தனது இனத்தைச் சேர்ந்தவர்களையும் தங்கள் தேவைகளைப் பூர்த்தி செய்துகொள்ளக் குற்ற வழிகளில் ஈடுபட அவன் தூண்டுகிறான். குற்றம் எப்போதும் சாதகமானதாக மட்டுமே இருக்காது என்பதையும், மரணமே இவ்வகையிலான வாழ்வைத் தேர்ந்தெடுப்பதில் அவனுக்கு வாய்க்கப் போகிறது என்பதையும் அவன் அறிந்துகொள்கிறான். ஓல்ட் நெட் எனும் மதபோதகர், ஒரு காயம்பட்ட மனிதராவார். "சிறிய அளவிலான சலுகைகளைப் பெறுவதற்காக" பாரம்பரியமிக்க கிருஸ்துவ நடைமுறைகளுக்கு வளைந்துகொடுக்கத் தயாராக இருக்கும் மனிதர் அவர். வெள்ளை இனத்தவர்களைப் பணிவுடன் வணங்கி, "ஆமாம் சாமி" எனும் சொல்லும் பரிதாபத்திற்குரிய கறுப்பினத்தவர்கள் படும் அல்லல்களின் துயரச் சாட்சியமாக ஓல்ட் நெட் விளங்குகிறார். எஃப்ரெம் என்பவன் 'அன்கிள் டாம்' கதாபாத்திரத்தின் ஒரு மாறுபட்ட வடிவமாகும். வெள்ளையர்கள் தன்னை ஏற்க வேண்டும் என்பதற்காக, தம் சொந்த இனத்தவரையே

பலிகொடுக்கத் தயங்காத இவன் ஓல்ட் நெட் கதாபாத்திரத்தை விடவும் மிக மிக அபாயகரமானவன் ஆவான். இனப்பற்று இல்லாத எஃப்ரெம் இறுதியில் தான் எந்த இனத்தின் மீது முழு விசுவாசத்துடன் இருந்தானோ அதே இனத்தால் படுகொலை செய்யப்படுகின்றான். வெள்ளையர் உடனான அவனது உறவு அவர்களுடைய பார்வையில் வேறுவிதமாகவே இருக்கிறது. அவர்கள் அவனை முழு மனதுடன் விரும்புவதோ ஏற்பதோ இல்லை. வெள்ளை இனக் காட்டுமிராண்டிகளால் அடுத்துப் படுகொலை செய்யப்படப் போகும் கறுப்பின ஆண் தானேதான் என்பதை உணரும்போது அவனது கண்களில் கொப்பளிக்கும் பீதியுணர்வே, அவன் அவர்களின் உலகத்தைச் சார்ந்தவனில்லை என்பதற்கான சாட்சியமாகும்.

அமெரிக்க இன அமைப்பையும் அதன் இழிவுகளையும் பற்றிய மிக வீரியமிக்கக் குற்றச்சாட்டை Within our Gates திரைப்படம் கொண்டிருக்கிறது. அமெரிக்காவில் இனங்களுக்கு இடையிலான உறவையும் அதன் சிடுக்குத்தனத்தையும் மட்டுமல்லாமல், ஆப்பிரிக்க அமெரிக்கர்கள் அதுவரையிலும் சித்தரிக்கப்பட்ட விதத்தை முற்றிலுமாக மாற்றியமைத்ததன் வாயிலாகவும் இத்திரைப்படம் ஆப்பிரிக்க அமெரிக்கத் திரைப்பட வரலாற்றில் ஒரு திருப்புமுனை படைப்பாக இருக்கிறது. இதன்பிறகு, மௌனப்பட உலகில் அவர் இயங்கிய காலம் வரையில், அமெரிக்காவில் நிலவும் இன ரீதியிலான ஒடுக்குமுறை குறித்த தனது கூரிய விமர்சனத்தை ஒருபோதும் குறைத்துக்கொள்ளவோ நிறுத்தவோ இல்லை. இதுவே அவரைத் தனித்துவம் வாய்ந்த ஆப்பிரிக்க அமெரிக்க இயக்குநர்களில் ஒருவராக நிலைபெறச் செய்கிறது. மிகவும் கொந்தளிப்பு மிகுந்த ஆப்பிரிக்க அமெரிக்கத் திரைப்பட இயக்குநர் என்பதோடு மட்டுமல்லாமல் 30 ஆண்டுகளுக்கும் மேலாகத் திரையுலகில் உயிர்ப்புடன் இயங்கிய கறுப்பினத் திரைப்படப் படைப்பாளியும் ஆஸ்கர் மிஷோல்தான். கறுப்பினத்தவரின் பார்வையின் வழியே உலகை, வாழ்க்கையை, யதார்த்தத்தைத் திரைப்பிரதியில் பிரதிபலிக்கக்கூடிய ஒருவரை கறுப்பினப் பார்வையாளர்கள் எதிர்பார்த்துக்கொண்டு இருந்தார்கள். மிஷோல் அத்தேவையைப் பூர்த்திசெய்ய மிகுதி ஆர்வத்துடன் செயல்பட்டிருக்கிறார்.

குறிப்பு :

"Lynching Postcards" என்றொரு சிறிய ஆவணப்படம் இருக்கிறது. Lynching என்றால் குற்றவாளியெனச் சந்தேகம் எழுந்தாலே, சட்ட

விசாரணையின்றிப் பொது இடத்தில் வைத்து ஒருவரைத் தூக்கிலேற்றுவது. 1900களில் அமெரிக்கர்கள் தங்களுடைய வெள்ளையினத் திமிரை வெளிப்படுத்துவதற்கு இந்த Lynching-ஐப் பயன்படுத்திக்கொண்டார்கள். சிவில் யுத்தங்கள் முடிவடைந்து, கறுப்பினத்தவர்கள் தங்கள் மீது நிர்பந்திக்கப்படும் ஒடுக்குமுறைக்கு எதிராகப் போராடும் ஆயத்தத்தில் இருந்தபோது, இந்த Lynching முறைமை அவர்களது நம்பிக்கையை வற்றச் செய்ததோடு பெரும் பய உணர்வையும் தோற்றுவிப்பதாக இருந்திருக்கிறது. மனிதவுரிமைக்காகப் போராடியவர்கள் உட்பட பல கறுப்பினத்தவர்கள் இம்முறையில் படுகொலை செய்யப்பட்டிருக்கிறார்கள். இதில் பெண்களோ குழந்தைகளோ விதிவிலக்கல்ல. தூக்கிலேற்றுவது மட்டுமன்றிப் பாலியல் வன்புணர்வு செய்வது, எரித்துக் கொலை செய்வது போன்றவையும் இதில் உள்ளடங்கியிருக்கிறது. இத்தகைய கொலை நிகழ்வுகளின்போது பல்லாயிரக்கணக்கான வெள்ளையின மக்கள் திரண்டிருப்பார்கள். எல்லோரின் முகங்களிலும் இன கர்வம் பெருகியிருக்கும். ஒரு திருவிழாவில் பங்கேற்கும் உற்சாக மனநிலையில் இருப்பார்கள். மரத்தில் தொங்கவிடப்படும் கறுப்பினத்தவர்களின் உயிர் பிரியும் தருணத்தில், அவர்களுக்கு அருகில் சிரித்த முகத்துடன் நின்று புகைப்படம் எடுத்துக்கொள்வார்கள். அவர்களைப் பொறுத்தவரையில் அதுவொரு கோலாகலத் தருணம். பல புகைப்படக் கலைஞர்கள் இத்தருணத்தைப் படம்பிடிக்க அங்கிருப்பார்கள்.

இப்படிப் படம் பிடிக்கப்படுகின்ற புகைப்படங்கள் அஞ்சல் அட்டைகளாகப் பயன்படுத்தப்படும். தங்களுடைய தாய் தந்தையருக்கு, உறவினர்களுக்குப் புகைப்படத்தின் பின்னட்டையில் அந்தக் கொலை நிகழ்வின்போது தங்கள் உணர்ந்ததை வெள்ளையின இளைஞர்கள் எழுதி அனுப்புவார்கள். "நேற்று ஒரு கறுப்பினத்தவனைப் படுகொலை செய்தோம். என்னவொரு நிம்மதியான உறக்கம் நேற்று அமைந்தது, தெரியுமா?" எனும் தொனியில் அந்தக் கடிதங்கள் எழுதப்பட்டிருக்கும். "Lynching Postcards" ஆவணப்படத்தில் ஒரு தருணம் காட்டப்படுகிறது. ஃபிரெட் கில்டர்ஸ்லீவ் எனும் புகைப்படக்காரர், தூக்கிலேற்றப்படும் ஒரு மனிதரைச் சரியான கோணத்திலிருந்து படம் பிடிக்க வேண்டும் என்பதற்காக அருகிலிருக்கும் அரசு கட்டடம் ஒன்றில் அனுமதி பெறுகிறார். அரசு அலுவலர்களும் மனமுவந்து இக்காரியத்தில் தங்களை இணைத்துக்கொள்கிறார்கள். மிகச் சிறிய இந்த ஆவணப்படத்தை ஒருவரால் மனம் கலங்காமல் பார்த்து

முடிக்க முடியாது. மரண ஓலமும் உயிர் கதறலும் பேரழுகையும் அத்தகைய அஞ்சல் அட்டைகளில் உறைந்துள்ளன. அவர்கள் ஜார்ஜ் ஃபிலாய்ட்டின் மூதாதையர்கள். ஒரு காரணமுமின்றி இவ்வுலகில் இருந்து காணாமலாக்கப்பட்டவர்கள். "எங்களால் மூச்சு விட முடியவில்லை, எங்களால் மூச்சு விட முடியவில்லை" எனக் கதறியழுத நிலையிலேயே இன வன்முறையால் வீழ்த்தப்படுபவர்கள்.

சமூகப் பிரச்சனைகள் குறித்துக் கேள்வியெழுப்பவே திரைப்படங்களை உருவாக்குகிறேன்

◀ ஜாபர் ஃபனாஹி

அரசுக்கு எதிராகத் திரைப்படங்களை உருவாக்குகிறவர் எனக் குற்றம் சாட்டப்பட்டு 2010ஆம் ஆண்டில் ஈரானிய புதிய அலை இயக்குநர்களில் ஒருவரான ஜாபர் ஃபனாஹி கைது செய்யப்பட்டார். 20 வருடங்களுக்குக் கலைச் செயல்பாடுகளில் ஈடுபடுவதற்கு அவருக்குத் தடை விதிக்கப்பட்டது. அதோடு, 6 ஆண்டுகள் சிறைத் தண்டனையும் விதிக்கப்பட்டது. பின்னர் இது வீட்டுச் சிறை என மாற்றப்பட்டது. ஊடக நேர்காணல்களில் கூட அவர் பங்கேற்க முடியாத சூழல். சர்வதேச அளவில் அவருக்குப் பல்வேறு ஆதரவுக் குரல்கள் எழுந்தன என்றாலும் "செயல்படாத்தன்மையில்" ஃபனாஹியை வைத்திருக்கத் தீர்மானித்திருந்த ஈரானிய அரசு அக்குரல்களுக்குத் துளியும் மதிப்பளிக்கவில்லை.

1995இல் வெளியான The White Balloon எனும் தனது முதல் திரைப்படத்திலிருந்து முழுக்க முழுக்கச் சமூக வயப்பட்ட கதைகளையும், மத இறுக்கங்களினால் உண்டாகும் அழுத்தங்களையும், பெண்களுக்கு எதிரான பாகுபாடுகளையும் ஒடுக்குமுறைகளையும் தொடர்ச்சியாகத் திரைப்படங்களில் பேசி வந்தவர் ஃபனாஹி. இதுவே அவரது படைப்புச் செயல்பாடுகளை முடக்குவதற்கு ஈரானிய அரசு தீர்மானித்ததற்கான காரணங்களாகும். எனினும், தன் மீது விதிக்கப்பட்டிருக்கும் தடையையும் எதிர்த்து ஃபனாஹி கலகம் புரிந்துவருகிறார். This is Not a Film, Closed Curtain, Taxi, Three

Faces முதலிய திரைப்படங்களை இந்தத் தடைகளுக்கு மத்தியிலேயே உருவாக்கப்பட்டன. இதில் *This is Not a Film* திரைப்படத்தை ஒரு பென் டிரைவில் பதிவேற்றிப் பிறந்தநாள் கேக் ஒன்றில் செருகி, அரசுத் துறையைச் சார்ந்த எவருக்கும் தெரியாமல் கேன்ஸ் திரைப்பட விழாவுக்கு அனுப்பியிருக்கிறார் ஃபனாஹி. சுதந்திரமாகச் செயல்படுவதற்குத் தடை விதிக்கப்பட்ட ஒரு படைப்பு மனதின் தத்தளிப்புகளை இத்திரைப்படத்தில் நம்மால் உணர முடிகிறது.

துவக்கத்தில், புறச் சூழல்களிலேயே தனது காட்சி அமைப்புகளைப் பதிவுசெய்து வந்திருந்த ஃபனாஹி, இப்போது தனது வீடு, வீட்டின் உள்ளறை, தனது கார் எனக் குறுகிய சூழல்களில் இயங்க நேர்ந்தாலும் வெவ்வேறு விதமான திரைப்படமாக்கல் உத்திகளைக் கையாண்டு, தன்னால் இயன்ற அளவில் படைப்பாக்கச் செயல்பாடுகளில் ஈடுபட்டு வருகிறார். வெவ்வேறு இதழ்களில் வெளியான நேர்காணல்களிலிருந்து தொகுக்கப்பட்டிருக்கும் இக்கேள்வி- பதில்களில் கைதுக்கு முந்தைய காலத்தில் உருவாக்கப்பட்ட அவரது திரைப்படங்கள் குறித்தும், 2010இல் திரைப்படங்களை உருவாக்குவதற்கான தடை விதிக்கப்பட்டதற்குப் பிறகான காலங்களில் எடுக்கப்பட்ட திரைப்படங்கள் குறித்தும், அரசு மற்றும் கலாச்சார இறுக்கங்களுக்கு எதிரான அவரது மனப்பதிவுகளையும் ஜாபர் ஃபனாஹி பகிர்ந்தளித்திருக்கிறார்.

மோண்ட்ரீலில் திரையிடப்பட்டபோது *The White Balloon* திரைப்படத்தைப் பார்த்தேன். எனக்கு அந்தத் திரைப்படம் மிகவும் பிடித்திருந்தது. எனினும், அப்பாஸ் கிராஸ்தொமிதான் அதற்குத் திரைக்கதை எழுதியிருக்கிறார் என்பதைப் பிறகுதான் உணர்ந்தேன். இந்தப் படத்திற்கு முன்னால் கிராஸ்தொமியுடன் சேர்ந்து நீங்கள் பணியாற்றியிருக்கிறீர்கள். அதனாலேயே உங்கள் இருவருடைய திரைப்படங்களிலும் சில ஒப்புமைகளை என்னால் உணர முடிகிறது. குறிப்பாக, பெண் கதாபாத்திரத்திற்கு நீங்கள் அளித்திருக்கும் முக்கியத்துவம். உங்கள் பெரும்பாலான திரைப்படங்களில் சிறுமிகளையோ பெண்களையோ நீங்கள் கவனப்படுத்தி வருகிறீர்கள். நிகழ்நேரத்தில் நடப்பதைப் போன்றே காட்சிப்படுத்தும் உங்கள் அணுகுமுறை எனக்கு ஆர்வமூட்டுகிறது, எனினும் அதுகுறித்து நாம் பிறகு பேசலாம். இப்போது கிராஸ்தொமியுடன் சேர்ந்து பணிசெய்த அனுபவம் குறித்துப் பகிர்ந்துகொள்ளுங்கள்...

மாணவப் பருவத்திலேயே சில குறும்படங்களை இயக்கியிருக்கிறேன் என்றாலும், ஆரம்பத்தில் என்னுடைய ஆசிரியரின் படைப்புகளில் உதவி இயக்குநராகவும் பணியாற்றியிருக்கிறேன். அதன்பிறகு, சில தொலைக்காட்சிப் படங்களையும் இயக்கியிருக்கிறேன். இந்தப் பணி அனுபவங்களுக்குப் பிறகு அப்பாஸ் கிராஸ்தொமியுடன் 'Through The Olive Trees' படத்தில் உதவி இயக்குநராகப் பணிசெய்யும் வாய்ப்பு அமைந்தது. இந்தப் படத்தின் பணிகள் நிறைவுபெற்று, படமும் வெற்றி பெற்ற பிறகு, எனது சொந்தத் திரைப்படங்களை இயக்கும் முயற்சிகளில் ஈடுபடலானேன். The White Balloon திரைப்படத்தின் முதல் வரைவை எழுதியதும், அதுகுறித்த தனது கருத்தைப் பகிர்ந்து கொள்ளும்படி அப்பாஸ் கிராஸ்தொமியிடம் அதைக் கொடுத்தேன். ஒரு குறும்படமாக உருவாக்குவதற்கே ஏற்றது என நான் கருதிய அந்தத் திரைக்கதையை முழு நீளத் திரைப்படமாக உருவாக்கலாம் என முன்மொழிந்தவரே கிராஸ்தொமிதான். சிறுவர் திரைப்படங்களைத் தயாரிக்கும் குழுவினரிடம் என்னை அறிமுகம் செய்து, "இவரிடம் திரைப்படம் உருவாக்குவதற்கான முழு ஆற்றலும் இருக்கிறது. இவரால் ஒரு திரைப்படத்தை முழுமையாக இயக்கி நிறைவு செய்துவிட முடியும்" எனப் பரிந்துரை செய்தார். எனக்காகத் திரைக்கதையை முழுமையாக எழுதவும் அவர் ஒப்புக்கொண்டார். இப்படித்தான் குறும்படம் இயக்குநர் எனும் நிலையிலிருந்து முழுநீளத் திரைப்படங்களை இயக்கும் சூழலுக்கு முன் நகர்ந்தேன்.

அருமை. உங்கள் இருவருக்கும் உள்ள குறிப்பிடத்தகுந்த வேறுபாடு என்பது கிராஸ்தொமி பெரும்பாலும் சிறுவர்கள் மற்றும் ஆண்களையே தனது திரைப்படங்களில் மையப்படுத்துவார். ஆனால், நீங்கள் பெண்களையும் சிறுமிகளையுமே அதிகம் மையப்படுத்துகிறீர்கள். இந்த வேறுபாடு எனக்கு ஆர்வமூட்டுகிறது. உங்கள் முதல் இரண்டு திரைப்படங்களிலும் நடித்திருந்த சிறுமி குறித்து ஏதேனும் பகிர்ந்துகொள்ள முடியுமா? இரு படங்களிலும் ஒரே சிறுமிதான் நடித்திருந்தார், இல்லையா?

நான் ஒரு தொழிலாளி வர்க்கக் குடும்பத்தைச் சேர்ந்தவன். எனக்கு நான்கு சகோதரிகளும் இரண்டு சகோதரர்களும் உள்ளனர். ஆனால், இவ்வாறு பெண் கதாபாத்திரங்களை முதன்மைப்படுத்தும் எண்ணம் எங்கிருந்து வந்தது என உண்மையாகவே தெரியவில்லை. The White Balloon ஐச் சிறுவன் ஒருவனின் பார்வையின் வழியே சொல்வதை விட, சிறு பெண்ணை மையப்படுத்தி நகர்த்துவதே சரியாக இருக்குமென

எனக்குத் தோன்றியது. போலவே, இரண்டாம் திரைப்படத்தின் பெண் கதாபாத்திரமும் கொஞ்சம் சிக்கலானதுதான். ஆனால், இந்த இரு திரைப்படங்களிலும் நடித்தது ஒரே சிறுமியல்ல. இருவரும் சகோதரிகள். *The White Balloon* நடித்திருந்த ஐடாவின் தங்கையான மினாதான் எனது இரண்டாவது திரைப்படமான *The Mirror* இல் நடித்தவர்.

இருவருமே மிகச் சிறப்பாக நடித்திருந்தார்கள். அவர்கள் தொடர்ந்து திரைப்படங்களில் நடிக்கிறார்களா?

துரதிர்ஷ்டவசமாக, இல்லை என்பதே எனது பதிலாகும். சிறுவர்களைப் பொறுத்தவரையில் மாறுபட்ட செயல்முறையை நாங்கள் பின்பற்றி வருகிறோம். அவர்கள் சரியாக நடிக்கவில்லை என்றால், திரைப்படமும் அதற்குரிய வடிவத்தை எட்டாமல் போய்விடும். மேலும் ஒரு சிறுவர்/சிறுமி ஒரு இயக்குநருடன் இணைந்து பணியாற்றிவிட்டு, வேறொரு இயக்குநருடனோ புதிய இயக்குநருடனோ பணியாற்றச் சென்றால், அந்தச் சிறுவர்/சிறுமியிடமிருந்து என்ன எதிர்பார்க்கப்படுகிறது என்பதை அவர்களால் தெளிவாகப் புரிந்துகொள்ள முடியாமல் போகலாம். உண்மையில், *The White Balloon* -இல் நடித்த ஐடா வேறோர் இயக்குநரின் திரைப்படத்தில் நடிக்கச் சென்றார். அந்த இயக்குநர் எனக்கும் அறிமுகமானவர்தாம். படப்பிடிப்பு துவங்கிய இரண்டாம் நாளிலேயே அந்த இயக்குநர் என்னிடம் வந்து, ஐடாவுடன் சேர்ந்து பணியாற்ற முடியவில்லை என்று தெரிவித்தார். எனது திரைப்படத்தில் குரல்களை நாங்கள் படப்பிடிப்புத் தருணத்திலேயேதான் பதிவுசெய்தோம். ஆனால், இந்தத் திரைப்படத்தில் குரலைப் படப்பிடிப்பு முடிவடைந்த பிறகே சேர்ப்போம் எனத் தெரிவித்திருக்கிறார்கள். அது அவளுக்குத் துளியும் பிடிக்கவில்லை. நான் நடிக்கும் கதாபாத்திரத்திற்கான குரலை இந்தத் தருணத்திலேயே பதிவுசெய்தால்தான் உணர்வு வெளிப்பாடுகள் சரியாக இருக்குமென்றும், தனக்குப் பதிலாக வேறொரு சிறுமியின் குரலைப் பின்னர்ப் பதிவுசெய்தல் அதுவும் போலியாக அமைந்துவிடும் என்றும் அவள் அந்த இயக்குநரிடம் தெரிவித்திருக்கிறாள். அதற்குப் பதிலளிக்கும் வகையில், ஃபனாஹி எங்கள் எல்லோரிடமிருந்தும் முற்றிலும் வேறுபட்டு படம் இயக்குகிறார் என என்னைக் குறைகூறுவதைப்போலத் தெரிவித்திருக்கிறார். அது ஐடாவுக்குக் கோபத்தை மூட்டியிருக்கிறது. "ஃபனாஹியைப் பற்றிப் பேசாதீர்கள். உங்கள் எல்லோரையும் விட ஃபனாஹியின் ஒற்றைத் தலைமயிர் மதிப்புமிக்கது" (இது ஈரானிய பாணி) எனத் தெரிவித்திருக்கிறாள். இவ்வாறு அவள்

தெரிவித்தது முற்றிலுமாகத் தொழில்முறையிலான அணுகுமுறை அல்ல என்பது நமக்குப் புரிகிறது. அவர்களுக்குத் தேவையான நடிப்பை அவளால் வழங்கவும் முடியவில்லை. ஒரு சிறுவரோ சிறுமியோ புதிதாக ஒரு இயக்குநரின் கீழ்ப் பணியாற்றச் செல்லும்போது அது அவர்களுக்கு அவ்வளவு எளிதான செயலாக அமைவதில்லை.

The White Balloon திரைப்படத்தில் ஐடாவின் கதாபாத்திரம் மிக வலுவானது. உங்கள் மற்ற திரைப்படங்களில் உள்ள பெண் கதாபாத்திரங்களுடன் ஒப்புமை உடையது. ஆனால், ஐடாவின் சகோதரியான மினா The Mirror திரைப்படத்தில் வேறு வகையிலான சவாலை எதிர்கொள்ள வேண்டியிருந்தது. கிட்டத்தட்ட அவள் இரண்டு கதாபாத்திரங்களை நடிப்பதைப் போன்ற சவால் அது. முதலில் புனைவார்த்தமான கதைக் கூறலிலும் பிறகு ஆவணப்படத்தின் தன்மைக்கு மாறும் திரைப்படத்திற்கு ஏற்ற வகையிலும் என இருவிதமான நடிப்பை அவர் வெளிப்படுத்த வேண்டியிருந்தது. பெண்களுக்கு இயல்பாகவே உள்ளுறைந்த பலம் இருக்கிறது என்றும், அதுதான் தங்கள் வாழ்க்கையில் எதிர்கொள்ளும் சிக்கல்களைக் கையாளுவதற்கான ஆற்றலை அவர்களுக்கு வழங்குகிறது என்றுதான் உங்களுடைய இந்த இரண்டு திரைப்படங்களிலும் சொல்ல வருகிறீர்களா?

எனக்கு என்ன தேவையோ அதை நான் தேர்வுசெய்யும் நடிகர்களிடமிருந்து பெற்றுவிட முடியும் என்கிற நம்பிக்கை எனக்கு எப்போதுமுண்டு. இதில் எனக்கு ஏற்படும் முதல் சவாலே, எனது கதாபாத்திரத்தில் நடிக்கப் போகும் நபரைப் பற்றி அதிகளவில் நான் தெரிந்துகொள்ள வேண்டும் என்பதுதான். *The Mirror* திரைப்படத்திற்கு ஐடாவின் சகோதரியான மினாவைத் தேர்வுசெய்தேன். ஏன்? ஏனெனில் அவளுக்குள் ஒருவிதமான வெறுமையுணர்வும் இந்த உலகத்திடம் தன்னை நிரூபிக்க விரும்பும் உறுதியும் இருப்பதை என்னால் உணர முடிந்தது. வெறுமையுணர்வு எனும் இந்த எதிர்மறையான பண்பை நான் நேர்மறையான பண்பாக எனது திரைப்படத்தில் மாற்றிவிட்டேன். ஒரு இயக்குநரின் மிக முக்கியமான அம்சமே, தான் உருவாக்கியிருக்கும் கதாபாத்திரங்களில் நடிக்கப் போகும் நடிகர்களின் பலத்தையும் பலவீனத்தையும் புரிந்துகொள்வதும், அதன்மீதே அந்தக் கதாபாத்திரத்தை வளர்த்தெடுப்பதுவுமே ஆகும். சிறுவர்களை வைத்துப் படமெடுக்கும் குழு ஒரே வகையிலான பாணியையே பின்பற்றி வருகிறார்கள். நான் அவர்களிடமிருந்து மாறுபட்டு நிற்கிறேன். துவக்கத்திலேயே,

அவர்களிடமிருந்து என்ன எதிர்பார்க்கப்படுகிறது என்பதை நான் நடித்துக் காண்பித்துவிடுவேன். என்னை நகலெடுக்க அவர்கள் முயற்சித்தாலும்கூட, அவர்களுடைய சுயத்தை அந்தக் கதாபாத்திரத்துடன் ஒன்றிணைப்பதற்கான வெளிகளையும் உருவாக்கிக் கொடுப்பேன். இவ்வகையில், காட்சிகளின் கோணத்திலும் சரி, திரைப்படத்தின் கோணத்திலும் சரி, விஷயங்கள் மிகக் கச்சிதமாகப் பொருந்தி வந்துவிடுகின்றன.

உண்மையில், Bicycle Thieves திரைப்படத்திற்குப் பிறகு, இந்தப் படங்களில் தான் சிறுவர்கள் மிகச் சிறப்பாக நடித்திருப்பதை நான் பார்க்கிறேன்...

The Circle எனும் எனது மூன்றாவது திரைப்படம் *Bicycle Thieves*ஸின் உந்துதலில் இருந்து உருவாக்கப்பட்டதுதான். 15 அல்லது 16வது வயதில் அந்தத் திரைப்படத்தைப் பார்த்தேன். அது ஏதோவொரு வகையில் மிகுந்த ஆர்வமூட்டக்கூடிய ஒரு திரைப்படமாக எனக்கு இருந்தது. குறிப்பாக, தனது சைக்கிளைத் தொலைத்துவிடும் ஒருவன் வேறு வழியே இல்லாமல், கட்டாயத்தின் பேரில் வேறொரு சைக்கிளைத் திருடச் செல்லும் இடம் பெரிதும் தாக்கத்தை ஏற்படுத்துவதாக இருந்தது.

The Circle திரைப்படத்தின் முழுக் கட்டமைப்பையும் பார்க்கும்போது, இந்தத் தலைப்பு எவ்வளவு முக்கியத்துவம் வாய்ந்ததாக இருக்கிறது என்பதை உணர முடிகிறது. இந்தத் திரைப்படத்தில் ஒவ்வொரு தனிநபரும் பிறிதொருவருடன் தொடர்புடையவராக, இணைக்கப்பட்டவராக இருக்கிறார்கள். இதிலுள்ள பெண்கள் அனைவரும் ஏதோ ஒரு சூழலில் சிக்கியிருக்கிறார்கள் என்று கதை எழுதியிருப்பது மிகச் சிறந்த எண்ணமாகும். மேலும் ஈரானில் அந்தத் திரைப்படத்தை உங்களால் இயக்க முடிந்திருக்கிறது. அதுவே பெரிய ஆச்சரியம்தான்.

The Circle குறித்துச் சிறியளவில் முன்பு உரையாடினோம். இப்போது விரிவாக அதுபற்றிப் பேசுவோம். எனது முதல் திரைப்படமான *The White Balloon* ஐப் பொறுத்தவரையில், என்னால் ஒரு செயலை நிறைவுசெய்ய முடியும் என்பதையும், ஒரு முழு நீளத் திரைப்படத்தை இயக்க முடியும் என்பதையும், நடிகர்களிடமிருந்து மிகச் சிறந்த நடிப்பைப் பெற்றுவிட முடியும் என்பதையும் எனக்கு நானே நிரூபித்துக்கொள்ள வேண்டுமென விரும்பினேன். ஆனால் The Mirror திரைப்படத்தை இயக்கத் துவங்கியபோது, இனியும் நான் திரைப்பட உருவாக்கம் குறித்துச் சந்தேகங்களுடன் இருக்க வேண்டியதில்லை என்பதை உணர்ந்துகொண்டேன். எனினும் இதுவொரு

துவக்கம் மட்டும்தான். அதாவது, 'எனது செயல்பாட்டுக் களத்துக்கான' ஒரு துவக்கம் என்று இதைச் சொல்லலாம். இப்போது நான் வடிவம் குறித்தே அதிகம் யோசிக்கலானேன். திரைப்படத்தை ஒரு நிலை வரை இயல்பாக வளர்த்தெடுத்துவிட்டுப் பிறகு திடீரென அனைத்தையும் மாற்றிவிடலாம் என்றொரு யோசனை எனக்குத் தோன்றியது. சிறுவர்களின் உலகத்தில் உள்ள 'மென்மைத்தன்மை' எனக்குப் பிடித்திருந்தது என்றாலும், நான் அதையும் கடந்து செல்ல விரும்பினேன். மேலும் எனது பால்யப் பருவத்தில் சிறுகதைகளின் மீது எனக்கிருந்த அலாதியான நேசிப்பும் இந்தத் திரைப்படத்தின் எழுத்துப் பணியின்போது எனக்கு நினைவுக்கு வந்தது. ஒரு புள்ளியில் துவங்கி, அதே புள்ளியில் வந்து நிறைவு பெறும் வகையில் எழுதப்பட்டிருந்த சிறுகதைகள் எனக்கு ஆர்வமூட்டி இருந்தன. *The White Balloon* திரைப்படத்தில், இயல்பான நேரத்தையே திரைப்பட நேரமாக நான் காட்ட விரும்பினேன். அந்தக் கதையின் பரப்பு எவ்வளவு நேரம் யதார்த்தத்தில் நீள்கிறதோ அதே அளவிலான நேரத்தில்தான் திரைப்படமும் உருவாக்கப்பட்டிருந்தது. ஆனால், இந்த முறையியலை *The Circle* திரைப்படத்தில் பின்பற்ற முடியவில்லை. ஏனெனில் வெவ்வேறு வயதுடைய நான்கு பெண்களைச் சுற்றி நிகழும் கதை அது. இந்த நான்கு பெண்களுமே ஒரே பெண்தான், அவளுடைய வாழ்க்கையின் வெவ்வேறு காலகட்டமே இங்குத் தனித்தனியாகப் பதிவுசெய்யப்படுவதைப்போலத் திரைப்படத்தை உருவாக்க முயன்றேன். முதல் கதை, திருமணம் செய்துகொள்ள விரும்பும் பெண்ணைப் பற்றியது, இரண்டாவது கதை குழந்தையுடன் திருமணமாகும் பெண்ணைப் பற்றியது, மூன்றாவது கதை தாயாக இருக்கும் ஒரு பெண் வீட்டுச் சூழலில் இருந்து வெளியேற விரும்புவதைப் பற்றியது, நான்காவது கதை ஏற்கெனவே வீட்டுச் சூழலை விட்டு வெளியேறி இருக்கும், பாலியல் தொழிலாளியாக இருக்கும் ஒரு பெண்ணைப் பற்றியது. இது மாதிரியான ஒரு மூடுண்ட சமூகத்தில், தப்பிப்பதற்கான வாய்ப்பே இல்லாமல் இருக்கிறது. இவ்வாறு, ஒரு பெண்ணின் பல வாழ்நிலைகளைக் காட்சிப்படுத்துவதன் மூலம் மிகக் குறுகிய 'திரைப்படக் காலத்திற்குள்' ஒரு பெண்ணின் வாழ்க்கை சொல்லப்பட்டிருக்கிறது. ஒவ்வொரு கதையிலும் வெவ்வேறு பெண்கள் நடித்துள்ளனர். முதல் பெண் ஒரு சிந்தனைவாதி ஆவர். அவரை நாங்கள் கையடக்கக் கேமராவின் மூலம் படம் படித்தோம். இரண்டாவது பெண்ணைப் படம் பிடிக்கும்போது கையடக்கக் கேமராவைப் பயன்படுத்தவில்லை. இப்போது ஒரு டிராலியில் கேமராவைப் பொருத்தியிருந்தோம். அடுத்த பெண்ணுக்குப் பகல்நேரக்

காட்சிகள் இல்லை. அது இரவு என்பதால் கேமராவைக் கதாபாத்திரத்திற்கு மிக அண்மையில் நிறுத்திப் படம் பிடித்தோம். மேலும் ஸ்டாட்டிக் (அசைவியக்கமற்று) கேமராவைப் பயன்படுத்தினோம். நான்காவது பெண்ணைப் படம் பிடிக்கும்போது கேமரா துளியும் அசைவதே இல்லை. கதாபாத்திரமும் அசைவதில்லை. மேலும் இக்காட்சிகளில் ஒலியையும் மிகக் குறைந்த அளவிலேயே பயன்படுத்தினோம். கிட்டத்தட்ட மௌனக் காட்சிகளாகவே இத்தருணங்கள் நகருகின்றன. ஒளி மிகக் குறைவாகவும் இருளே முழுதாக வியாபித்திருப்பதாகவும் படமாக்கப்பட்டிருக்கிறது. திருமணம் இங்குச் சாவுச் சடங்கை ஒத்ததாக நிகழ்த்தப்படுகிறது. பல திரைப்பட இயக்குநர்கள் ஒரே விதமான பாணியில் திரைப்படங்களை இயக்கி வருகிறார்கள். ஆனால், நான் அவ்வாறு செயல்படுவதில்லை. *The Circle* - அணுகுவதற்கும் உருவாக்குவதற்கும் மிகக் கடினமான ஒரு திரைப்படம். அத்திரைப்படத்தை நிறைவுசெய்தபோது, அதுவே எனது கடைசித் திரைப்படம் எனும் உணர்வு எனக்குள் எழுந்தது. ஆனால், எங்கிருந்தோ *'The Offside'* திரைப்படத்தை இயக்குவதற்கான வாய்ப்பு எனக்குக் கிடைத்தது. அந்தத் திரைப்படத்திற்கான எங்கள் அணுகுமுறை மிக எளிமையானதாக இருந்தது. ஆவணப்படத்தன்மையில் அதை இயக்கினோம். நிஜமான கால்பந்தாட்டம் நிகழ்ந்துகொண்டிருந்த நேரத்தில் அதற்கு அண்மையில் இருந்தபடியே இத்திரைப்படத்தை நாங்கள் படம் பிடித்தோம்.

ஈரானில் Offset திரைப்படம் இயக்கியது குறித்து என்ன நினைக்கிறீர்கள்? கட்டுரை ஒன்றில் அரசு அதிகாரிகளிடம் நீங்கள் வேறொரு திரைக்கதையையே சமர்ப்பித்திருந்ததாகவும், பிறகு அது போலியானது என்று கண்டறியப்பட்டுவிட்டதாகவும் படித்தேன். இந்தத் திரைப்படத்தைப் பார்த்துக்கொண்டிருந்தபோது, ஏதோவொரு விபரீதமான முடிவை நோக்கி அது நகர்ந்துகொண்டிருக்கிறது எனும் உணர்வைப் பெற்றேன். இதேபோன்ற உணர்வு உங்களுக்கும் உங்கள் குழுவினருக்கும் திரைப்பட உருவாக்கக் காலத்தின்போதும் இருந்ததா? எந்த நேரத்திலும் காவல்துறையினரால் இடர்பாடு ஏற்படலாம் எனும் சூழல் நிலவியதா?

ஈரானில் பல விஷயங்கள் சிக்கலுக்கு உரியவைதாம். நாங்கள் உருவாக்கும் ஒவ்வொரு திரைப்படத்திற்கும் பல்வேறு முறைமைகளைப் பின்பற்ற வேண்டியிருக்கிறது. பார்சி மொழியில் ஒரு பழமொழி இருக்கிறது, “கதவுகளின் வழியே உள்நுழைய முடியவில்லை எனில், ஜன்னல்களின் மீது தாவி ஏறி உள்நுழையுங்கள்.” இதையே நாம் திரைப்பட உருவாக்கத்திலும்

பயன்படுத்த வேண்டியிருக்கிறது. அதேபோல, ஒவ்வொரு திரைப்பட உருவாக்கத்தின்போதும் ஒரு முறையியலை மட்டுமே கையாள முடியும். அடுத்த முறை அதிகாரிகள் விழிப்புடன் இருக்கத் துவங்கிவிடுவார்கள்.

அதிகாரிகளிடம் இந்தத் திரைக்கதையைக் கொடுத்தோம். ஆமாம். அதற்கும் திரைப்படத்திற்கும் நிறைய வேறுபாடுகள் இருக்கத்தான் செய்கின்றன. சில இளைஞர்கள் கால்பந்தாட்டம் பார்க்கச் செல்வதைப் பற்றியதே இந்தப் படம் என்றே தெரிவித்திருந்தோம். அவர்கள் அதற்கு அனுமதி அளித்ததும், படப்பிடிப்பைத் துவங்கினோம். காவல்துறையினர் எங்களுக்குத் தொந்திரவு கொடுக்கவில்லை என்றாலும், இந்தப் படம் வெளியீடு சார்ந்து நிறையப் பிரச்சனைகளை எதிர்கொண்டோம். என்னுடைய முந்தைய திரைப்படங்களில் இருந்த உள்ளடக்கம் அரசுக்கு ஏற்புடையதாக இல்லை என்பதாலேயே இந்தப் படத்தை வெளியிடுவதற்கு மறுப்புத் தெரிவித்தார்கள். அவர்களுடைய விருப்பங்களுக்குச் செவி சாய்த்தால் மட்டுமே இந்தத் திரைப்படத்தை வெளியிட அனுமதிப்போம் என அவர்கள் தெரிவித்தார்கள். இந்த நடைமுறை பிரச்சனை முடிவுற ஒரு வருடம்கூட ஆகலாம் என்றும் என்னிடம் சொல்லப்பட்டிருந்தது. காலம் மிக வேகமாக நகரத் துவங்கியது. உலகக் கோப்பை கால்பந்து போட்டிக்கு முன்பாகவே இந்தத் திரைப்படத்தை வெளியிட்டுவிட வேண்டுமென்பதில் தீவிரமாக இருந்தேன். அதனால், அனுமதி குறித்துக் கவலைப்படாமல் செயலில் இறங்கி படப்பிடிப்பைத் துவங்கிவிட்டோம்.

அரங்கத்திற்கு வந்து கால்பந்தாட்டத்தைப் பெண்கள் பார்ப்பது குறித்து ஈரானில் உள்ள ஆண்கள் என்ன நினைக்கிறார்கள். அதை அவர்கள் வரவேற்கிறார்களா அல்லது பொதுவெளி அரங்கம் என்பது ஆண்களுக்கு மட்டுமேயானது எனக் கருதுகிறார்களா?

புரட்சிக்கு முன்பான காலத்தில் ஆண்களைப் போலவே பெண்களும் கால்பந்தாட்டங்களை அரங்கிற்கு வந்து பார்ப்பதற்கு அனுமதிக்கப்பட்டிருந்தார்கள். 1979இல் நிகழ்ந்த புரட்சிக்குப் பிறகுதான் இப்போது நிலவும் கட்டுப்பாடுகள் அமல்படுத்தப்பட்டன. அரசுடைய "கருத்துகள்" பொதுமைப்படுத்தப்பட்டபோதும், திணிக்கப்பட்டபோதும்தான் சிக்கல் உருவெடுக்கத் துவங்கியது. மக்களும் மெல்ல மாற்றமடைய, அரசின் கொள்கைகளுக்கு ஏற்பத் தங்களைத் தகவமைத்துக்கொள்ளத்

துவங்கிவிட்டார்கள். என்னுடைய தனிப்பட்ட கருத்தின்படி, பெண்கள் அரங்கிற்கு வந்து கால்பந்தாட்டத்தைப் பார்ப்பதில் பெரும்பாலான ஆண்களுக்கு எவ்விதப் பிரச்சனையுமில்லை. ஆனால், பெண்கள் இதில் பங்கேற்கத் தடைவிதிக்கப்பட்டதால், ஒட்டுமொத்தச் சூழமைவும் இப்போது ஆண்களுக்கு ஏற்றதாகவும் கால்பந்தாட்ட வெளியென்பது ஆணாதிக்கக் கொந்தளிப்பு நிறைந்த இடமாகவும் மாறிவிட்டது.

இந்தத் தடையை மீறிப் பெண்கள் போட்டியைப் பார்க்க முயற்சித்தால் என்ன நடக்கும்?

ஹிஜாப்பைக் கடைப்பிடிக்காத பெண்களுக்கு நடப்பதேதான் இங்கும் நடக்கும். பெண்களின் தலை மயிர் சிறிதளவு வெளியில் தெரிந்தால்கூட உடனே அதை “கெட்ட ஹிஜாப்” எனக் குறிப்பிடுவார்கள். தடையை மீறிப் போட்டியைப் பார்க்க முயலும் பெண்களைக் கட்டுப்படுத்துவதற்கென்றே ஒரு குழுவை அரசு வைத்திருக்கிறது. அவர்களுக்கு அபராதம் விதிக்கப்படலாம், கைது செய்யப்படலாம், சிறையில் அடைக்கப்படலாம். அல்லது அவர்களுக்குப் பதிலாக, அவர்களின் குடும்பத்தில் இருந்து வேறு யாரேனும் ஒருவர் சிறை செல்ல வேண்டியிருக்கலாம். அந்தப் பெண்கள் இதுபோன்ற ஒழுக்கக்கேடான நடவடிக்கைகளில் மீண்டும் தாம் ஈடுபட மாட்டோம் என உறுதிமொழி அளித்தால் மட்டுமே சிறையில் இருந்து அவர்கள் வெளியேற்றப்படுவார்கள். இப்படித்தான் நடக்கும். ஆனால், இது எல்லாமே அரசு எப்படித் தன் சட்டத்தைக் கையாளுகிறது என்பதைப் பொறுத்தது.

இதைக் கொஞ்சம் விரிவாகச் சொல்ல முடியுமா?

நீங்கள் ஒன்றைக் கட்டுப்படுத்த நினைத்தாலோ ஒரு தடையை அமல்படுத்த நினைத்தாலோ அது சட்டத்திற்கு உட்பட்டதாகவே இருக்க வேண்டும். ஆனால், பெண்கள் கால்பந்தாட்டத்தைப் பார்ப்பதற்குத் தடை விதிக்கும் எந்தவொரு சட்டமும் அரசாலோ பாராளுமன்றத்தாலோ இதுவரை அங்கீகரிக்கப்படவில்லை. இது ஒருவகையில் எழுதப்படாத சட்டமாகவே உள்ளது.

இந்தத் திரைப்படம் ஆவணப்படத்தைப்போல உருவாக்கப்பட்டிருக்கிறது. தொழிற்முறை நடிகர்களையும் நீங்கள் பயன்படுத்தவில்லை. போலவே,

கதையும் நிகழ்நேரத்தில் நடக்கிறது. போட்டியில் விடப்படும் இடைவேளையும் படத்திலும் இருக்கிறது. இதுகுறித்துக் கொஞ்சம் விவரிக்க முடியுமா?

ஆமாம். அனைத்து நடிகர்களும் புதியவர்கள்தான். இந்தத் திரைப்படம் ஆவணப்படத்தைப்போலத்தான் கட்டமைக்கப்பட்டிருக்கிறது. இதில் நான் சில கதாபாத்திரங்களைப் புகுத்தியிருக்கிறேன். நாம் ஒரு ஆவணப்படத்தைப் பார்க்கிறோமா அல்லது திரைப்படத்தையா எனும் குழப்பத்தைப் பார்வையாளர்களிடத்தில் ஏற்படுத்த வேண்டுமென நினைத்தேன். நிகழ்நேரத்தில் நகரக்கூடிய ஒவ்வொரு நொடியையும் அதே அசல்தன்மையுடன் திரைப்படத்தில் பிரயோகிக்க வேண்டும் எனவும் நினைத்தேன். படத்தில் வருகின்ற இடங்களும் நிகழ்வும் மனிதர்களும் அசலானவர்கள்தாம். இந்த அசல்தன்மையைத் தக்கவைப்பதற்காகத்தான் தொழில்முறை நடிகர்களை நான் படத்தில் பங்கேற்கச் செய்யவில்லை.

திரைப்படத்தில் நடித்துள்ள பெண்களை எங்குக் கண்டடைந்தீர்கள்? கதையுடன் பொருந்தும் வகையில் அவர்களும் கால்பந்தாட்டத்தின் மீது பெரும் ஆர்வம் மிக்கவர்கள்தானா?

நான் ஒரு திரைக்கதையை எழுதியதும், அதில் சிறப்பாக நடிக்கக்கூடிய மனிதர்களைத் தேடும் பணியைத் துவங்கிவிடுவேன். உதாரணத்திற்கு, Tabriz திரைப்படத்தில் வரும் இராணுவ வீரனை ஈரானின் வடமேற்குப் பகுதியில் கண்டுபிடித்தேன். இந்தத் திரைப்படத்தில் நடித்துள்ள பெண்களைப் பொறுத்தவரையில் அவர்கள் அனைவரும் பல்கலைக்கழகத்தில் பயின்று வரும் மாணவிகள் ஆவர். அவர்களை எனது நண்பர்கள் மூலமாகவும், என்னுடன் பணிசெய்பவர்களின் மூலமாகவும், கல்லூரிகளுடன் எனக்குள்ள தொடர்புகள் மூலமாகவும் கண்டடைந்தேன். கால்பந்தாட்டத்தின் மீதான அவர்களின் விருப்பத்தைப் பொறுத்தவரையில், ஆமாம், உண்மையாகவே அவர்களுக்கு அவ்விளையாட்டின் மீது விருப்பம் இருக்கத்தான் செய்கிறது. நேரடியாக அவ்விளையாட்டைப் பார்க்கும் விருப்பமும் அவர்களிடம் உண்டு. ஆனால், நல்லவேளையாக ஈரானில் நடிகர்களுக்குப் பொதுவாக எவ்விதப் பிரச்சனையும் ஏற்படுவதில்லை. இயக்குநர்களும் தயாரிப்பாளர்களும்தாம் இதுபோன்ற முயற்சிகளால் பாதிக்கப்படுகிறார்கள். அதோடு, ஏற்கெனவே எனது முந்தைய திரைப்படங்களுக்காக இதுபோன்ற சிக்கல்களை எதிர்கொண்டிருக்கிறேன் என்பதால், எனக்கு இதுகுறித்துப் பெரியளவில் கவலையில்லை. எனக்கு இது பழகிவிட்டது. நடிகர்களுக்கு எவ்வித ஆபத்துமில்லை என்பது மட்டுமே இதில் ஒரே ஆதரவளிக்கும் அம்சமாகும்.

இந்தத் திரைப்படத்தில் நகைச்சுவை ஒரு இழையாக இருக்கிறது. ஒரு கதையைச் சொல்வதில் நகைச்சுவை எந்தளவிற்கு முக்கியமானது எனக் கருதுகிறீர்கள்?

ஒரு பெண்ணிற்கு இழைக்கப்படும் மிகப் பெரிய அநீதிகளில் ஒன்றாக, தனது பாலினத்தையே மறைத்துக்கொண்டு ஆண் வேடமிட்டு ஒரு சமூக நிகழ்வில் கலந்துகொள்ள வேண்டிய சூழலை நாம் கட்டமைத்துள்ளதைப் பார்க்கிறேன். இது ஒரு நகைச்சுவை. ஆனால், அவல நகைச்சுவை. இதைப் பார்க்கும்போது உங்களுக்குச் சிரிப்பு உண்டாகலாம். ஆனால், தானொரு பெண் என்பதையே மறுத்து ஒரு நிகழ்வில் பங்கேற்கும் பெண்களை நினைத்து உங்களால் வருத்தமடையாமல் இருக்க முடியாது. திரைப்படத்தில் வேண்டுமென்றே பர்தா அணிந்த ஒரு பெண்ணைச் சேர்த்திருந்தேன். இதன்மூலம் மத நம்பிக்கையற்றவர்களும் இந்தக் குழுவிற்கு வெளியில் இருப்பவர்களும் மட்டுமே பிரச்சனைகளை எதிர்கொள்வதில்லை, மாறாக மதநம்பிக்கையுள்ள, பர்தா அணிந்துகொள்வதில் மறுப்பேதும் இல்லாத ஒரு பெண், அந்த விளையாட்டு நிகழ்வில் பார்வையாளராகப் பங்கேற் பதற்கும் தடை விதிக்கப்பட்டுள்ளது என்பதை என்னால் விவரிக்க முடிந்தது. ஒரு போட்டியைக் காண வேண்டும் எனும் எளிய விருப்பத்தையோ ஆண்கள் குழுமியிருக்கும் ஒரு அரங்கத்தில் பங்கேற்றிருப்பதையோ ஒடுக்குவதன் மூலம் மதநம்பிக்கையுள்ளவர்களையும் மதநம்பிக்கையற்றவற்றவர்களையும் கூட்டாகவே அரசும் அமைப்பும் நியாயமற்ற முறையிலேயே நடத்துகின்றன. வெவ்வேறு சமூகப் பொருளாதார நிலைகளிலுள்ள மக்களின் மீதும் இதுபோன்ற தடைகளும் கட்டுப்பாடுகளும் நிறையவே விதிக்கப்பட்டிருக்கின்றன. ஒரு படைப்பாளியாக எனது நோக்கமென்பது, இதுபோன்ற வேறுபட்ட சமூகக் குழுக்களைப் பிரதிபலிக்கக்கூடியவர்களை ஒன்றிணைத்து அவர்கள் அனைவருக்கும் பாகுபாடில்லாமல் விதிக்கப்பட்டுள்ள தடைகளைப் பேசு பொருளாக மாற்றுவதுதான். பெண்கள் இதுபோன்ற இடங்களில் இருக்கக்கூடாது என்று சொல்பவர்கள், அதுவொரு ரவுடித்தனமான நிகழ்வு என்றும் அங்கு அருவருப்பான சொற்கள் போட்டியாளர்கள் மத்தியில் பகிரப்படுகின்றன என்பதையும் ஒரு காரணமாகச் சொல்கிறார்கள். பெண்கள் இதுபோன்ற செயல்களைப் பார்க்கக்கூடாது என்றும் தெரிவிக்கிறார்கள். ஆனால், இந்த விலக்கத்திற்கான காரணங்களை ஆராய்ந்து அண்மைக் காலத்தில் வெளியிடப்பட்ட அறிக்கை ஒன்று, ஆண் போட்டியாளர்கள் தங்கள் உடல் பாகங்கள் தெரியும்படியாக உடைகளை அணிந்து விளையாடுவதைப்

பெண்கள் பார்ப்பது சரியானதல்ல என்று தெரிவித்திருக்கிறது. இதுவும் பார்வையாளர்களாகப் பெண்கள் பங்கு பெறுவதை விலக்குவதற்கான கூடுதல் காரணமாக அமைந்துவிட்டிருக்கிறது.

தோற்றத்தை மாற்றிக்கொள்ளுதல் இந்தத் திரைப்படத்திலும் உங்களுடைய பிற திரைப்படங்களிலும் ஒரு முக்கியக் கூறாக இருந்துள்ளது. இதுபோன்ற புத்திசாலித்தனமான செய்கைகள் அரசை அச்சுறுத்தும் என்று நினைக்கிறீர்களா?

தோற்றத்தை மாற்றிக்கொள்ளுதல் என்பது ஈரானில் தயாரிக்கப்படுகின்ற பெரும்பாலான திரைப்படங்களில் மிக முக்கியக் கூறாகப் பயன்படுத்தப்பட்டுள்ளது. அவற்றில் பல அர்த்தங்களும் உட்பொதிந்துள்ள செய்திகளும் இருக்கின்றன. இது அதிகார அமைப்புகளை அச்சுறுத்துகிறது. இதன் காரணமாகவே ஈரானில் தொலைக்காட்சித் துறை முற்றிலும் அரசின் கட்டுப்பாட்டில் இருக்கிறது. இதுபோல உட்பொதித்துப் பகிரப்படும் செய்திகளை அல்ல, முதலில் இவ்வாறாகக் கேள்விகள் எழுப்பப்படுவதையே அதிகார அமைப்புகள் விரும்புவதில்லை. பெண்கள் குறித்தும், சமூகத்தில் அவர்களுடைய இடம் குறித்தும், ஒரு கால்பந்தாட்டத்தைப் பார்க்க விரும்பும் அவர்களுடைய விருப்பம் குறித்தும் கேள்வியெழுப்புவதை அதிகார அமைப்புகள் தமக்கு விடுக்கப்படும் சவாலாகப் பார்க்கின்றன. அதை அணுகுவதற்குத் தேவையான அறிவுத்தள வலிமையோ அதைக் கையாளுவதற்குத் தேவையான சகிப்புத்தன்மையோ அவர்களிடம் துளியுமில்லை. ஈரானிய ஆட்சி ஒரு மதவாத ஆட்சிதான் என்பதில் மாற்றுக்கருத்து இல்லை. மதரீதியிலான பல கட்டுப்பாடுகள் இருந்தாலும் இதுபோன்ற யோசனைகள் ஆட்சியதிகாரத்தில் உள்ளவர்களாலும் அவர்கள் மதத்தை எப்படிப் புரிந்து வைத்திருக்கிறார்கள் என்பதையும் அடிப்படையாகக்கொண்டிருக்கிறது. மதத்தைத் தீவிரமாகப் பின்பற்றும் சிலர் கூட இதுபோன்ற விலக்கங்களை விரும்புவதில்லை. ஆனால் அவர்கள் அதிகார வட்டத்திற்கு வெளியில் இருக்கிறார்கள். அவர்கள் இதுகுறித்துப் பேச விரும்பினால், மத நம்பிக்கையைக் குறுகிய பார்வையுடன் அணுகுபவர்களால் இவர்களுக்கும் பிரச்சனை உருவெடுக்கவே வாய்ப்புள்ளது. திரைப்படங்கள் மூலம் நாம் யாருடனும் சண்டையிடவோ யாருக்கும் சவால் விடுக்கவோ விரும்புவதில்லை. ஒரு சமூகச் சிக்கல் குறித்துக் குரலெழுப்பவே விரும்புகிறோம். இதுபோன்ற ஒரு சிக்கல் இருக்கிறது, இதுகுறித்த உங்கள் வரையறைகளை மறுபரிசீலனை செய்யுங்கள் என

அரசாங்கத்திடம் நேரடியாக ஓர் உரையாடலைத் துவங்குகிறோம். கட்டுப்படுத்துவதற்கும் புறந்தள்ளுவதற்கும் பதிலாக, இதே விஷயங்களை வேறு வகையில் ஜனநாயகப்பூர்வமாக அணுகலாம் என நாங்கள் முன்மொழிகிறோம்.

உங்கள் This is Not a Film திரைப்படத்தைப் பற்றிப் பேசுவதற்கு முன்னால், அதில் காட்டப்பட்டிருந்த DVDகள் குறித்துக் கேட்க விரும்புகிறேன். சமீபத்தில் வெளியான பல ஹாலிவுட் திரைப்படங்களின் DVDகள் காட்டப்பட்டிருந்தன. அவை நிச்சயமாகவே உங்கள் விருப்பத்திற்குரியதாக இருக்காது என்று நம்புகிறேன். அத்திரைப்படங்கள் உங்களுக்கு அனுப்பப்பட்டவையா?

பெரும்பாலான DVDகள் கடத்தப்பட்டு எங்கள் நாட்டிற்குள் கொண்டுவரப்பட்டவை. சட்டவிரோதமாக இவற்றை விநியோகம் செய்யும் சிலர் இங்குள்ளனர். அவர்களின் வாயிலாகவே மக்களுடைய வீடுகளுக்குள் இவை நுழைகின்றன. சில சமயங்களில் நான் இயக்கிய திரைப்படங்களின் பிரதிகளையே என்னிடம் விற்பதற்கு எடுத்து வந்திருக்கிறார்கள். இன்னும் ஒன்றையும் சொல்ல வேண்டும். பெரும்பாலான ஹாலிவுட் திரைப்படங்கள் இணையத்தில் பதிவிறக்கும் வகையிலேயே உள்ளன.

சாதுர்யமான இந்தத் திரைப்படத்தின் வடிவத்தை எப்படிக் கண்டடைந்தீர்கள்?

திரைப்படத்தில் நீங்கள் பார்க்கக்கூடியவை நான் வாழ விதிக்கப்பட்டுள்ள சூழலில் இருந்து உருகொண்டவை. எனது மனம் எந்தளவிற்குத் தடுமாற்றத்துடனும் பதற்றத்துடனும் உள்ளது என்பதை உங்களால் அதில் பார்த்திருக்க முடியும். இதன் திரைக்கதையை எழுதும்போது எனது மனமும் உடலும் நல்ல நிலையிலேயே இல்லை. மன அழுத்தத்தில்தான் இருந்தேன். அதனால்தான் கடற்கரையை ஒட்டியிருந்த வீட்டிற்குச் சென்றேன். அந்தச் சூழல் எனக்குச் சிறிதளவு ஆசுவாசமளித்தது என்றாலும், மன அழுத்தத்தில் இருந்து முழுவதுமாக விடுபட முடியவில்லை. எது உண்மை, எது பொய்யென்றே என்னால் பிரித்துணர முடியவில்லை. இவ்வுணர்வு திரைப்படத்திற்குள் கடத்தப்பட்டிருக்கிறது. இப்போதும்கூட அதேபோன்ற சூழமைவில்தான் இருப்பதாக உணர்கிறேன். உங்கள் எதிர்காலம் என்னவாக இருக்கப் போகிறது என்பது குறித்த எவ்விதக் குறிப்புமற்று இருப்பது உண்மையிலேயே கொடுமையானது. சிறையில் எனக்கு மன அமைதி கிடைத்தது என்றாலும், என்னால் எதுவும் செய்ய முடியவில்லை. சிறையின் விதிகளுக்கு உட்பட்டு நான் நடத்தப்பட்டேன்.

ஆனால், சிறையில் இருந்து விடுவிக்கப்பட்ட பிறகும், பணி செய்ய அனுமதிக்கப்படாமல் இருப்பது இன்னும் பெரிதான ஒரு சிறையில் இருப்பதைப்போல உணரச் செய்தது. சூழல் மாறுபட்டிருந்தாலும், வேலை செய்ய அனுமதிக்கப்படாததாலும், இன்னும் சிறையில் இருப்பதாகவே உணர வேண்டியிருக்கிறது. நீண்ட காலத்திற்கு, நான் சமூகத்தின் ஓர் அங்கமாக இருந்தேன், அதனால் என்னால் சமூகவயப்பட்ட, யதார்த்தத் திரைப்படங்களை உருவாக்க முடிந்தது. ஆனால், இப்போது நான் தனிமைப்படுத்தப்பட்டிருக்கிறேன். முன்பு இயங்கியதைப்போலச் செயல்பட முடியவில்லை. அதனால், யதார்த்தத்தில் எனக்கு நிகழ்ந்துகொண்டிருக்கும் அனைத்தும், எனது கற்பனையில்தான் நிகழ்ந்து வருகின்றன என்று எனக்கு நானே கற்பித்துக்கொண்டுள்ளேன். யோசிக்கக்கூடிய எது குறித்தும் என்னால் திரைப்படம் இயக்க முடியாமல் இருக்கிறது. அரசு இத்தகைய உலகைதான் எனக்கு உருவாக்கியுள்ளது. சில நேரங்களில் என்னுடைய சொந்த எண்ணங்களுக்கே நான் கைதியாக இருப்பதைப்போல உணருகிறேன். இந்தப் பரந்த சிறைச்சாலையில் வாழ்வது மிகக் கடினமானது. அனைத்தும் உள்ளடங்கிய ஒரு நரகத்தைப்போல இது இருக்கிறது. ஒரு சிறு வெளிக்குள்ளாகவே அனைத்தையும் சுவீகரித்துக்கொள்ளும் சூழலில் நான் சிக்குண்டிருக்கிறேன். எதுவும் முன்காலத்தில் இருந்ததைப்போல மீண்டும் இயல்புடன் இருக்கப் போவதில்லை.

உங்கள் முந்தைய திரைப்படங்களின் காட்சிகளில் ஒரு ஆழம் இருக்கும், தொலைவில் இருந்தே பல காட்சிகள் படமாக்கப்பட்டிருக்கும். இதுபோன்ற முறைமைகள் எதுவும் இல்லாமல் ஒரே வீட்டிற்குள் நடக்கும் வகையில் திரைப்படமாக்க எப்படித் திட்டமிட்டீர்கள்?

வெளிப்புறங்களில் படம் பிடிப்பதுதான் எனது பாணியாக இருந்தது. சிறிய வெளிக்குள் சுருங்கும்போது, குறைவான சாத்தியங்களே இருப்பதாக உணருவீர்கள். ஆனால், எனது சூழலைப் பொறுத்தவரையில், பாதுகாப்புக் காரணங்களுக்காக, ஜன்னல் வழியாகக்கூட வெளியுலகை என்னால் பார்க்க முடியாது. நாங்கள் என்ன செய்கிறோம் என்பதை ஒருவரும் அறிந்துவிடக்கூடாது என்பதால் ஜன்னலின் திரைச் சீலைகளைக்கூட இழுத்து மூட வேண்டிய நிலையில் இருந்தோம். நிலபுல ஆழங்களை ஏற்படுத்த முடியாத சூழல். அதனால், இடத்தை விட மனிதர்களைக் கவனப்படுத்தும் முறைமையைக் கையாள வேண்டியதாகியது. இத்திரைப்படத்தில் பெரும்பாலும் மக்கள்தான் கதையை நகர்த்திச் செல்கிறார்கள். சிறிய இடம்

என்பதால் ஒளியமைப்பைக்கூட நமக்கு ஏற்ற வகையில் அமைக்க முடியாது. நீங்கள் கவனித்திருந்தால், எனது முந்தைய திரைப்படங்களில் மக்களின் கற்பனைகளுக்கோ கனவுகளுக்கோ கூட நான் இடம் கொடுத்ததில்லை. யதார்த்தத்தைக் கடந்த எதுவும் எனக்குத் தேவையானதாக இல்லை. ஆனால், எனக்கு அமைந்துள்ளதைப்போல நெருக்கடியான ஒரு சூழல் நிலவினால், வேறு விதமான விதிகளைத்தான் பின்பற்றியாக வேண்டும். எனக்கு வாய்ப்பு வழங்கப்பட்டால் வெளிப்புறத்திலோ, இந்த நாட்டிற்கு வெளியிலோ கூட திரைப்படத்தை இயக்க நான் விரும்புகிறேன். அவ்விதமான ஒரு வாய்ப்பு கைதாகும் சமயத்தில் எனக்கு வாய்த்தது. A Thousand Splendid Suns நாவலைத் தழுவி திரைப்படம் இயக்குமாறு என்னை அணுகினார்கள். ஆனால், இப்போது சூழல் எனது விருப்பத்திற்கு எதிர்த் திசையில் நகர்ந்துகொண்டிருக்கிறது.

"அசுத்தமான நாய்களுக்கு" அடைக்கலம் கொடுக்கும் திரைக்கதையாசிரியர் எனும் கருத்தை எப்படி யோசித்தீர்கள். அது உங்கள் நிலையை வேறொரு முறையில் வெளிப்படுத்துவதாக இருந்தது.

நாய்களைச் செல்லப்பிராணிகளாக வைத்திருப்பது ஈரானில் தடை செய்யப்பட்டிருக்கிறது. குறிப்பாக, நாய்களைத் தெருவில் நடைக்கு அழைத்துச் செல்வதோ காரில் அவற்றுடன் பயணிப்பதோ சட்டவிரோதமானது ஆகும். இதுபோன்ற ஒரு செய்கைக்காகக் காவலர்கள் உங்களைக் கைது செய்யலாம். இது நியாயமற்றது என மக்கள் கருதுவதால், இந்தச் சட்டத்துக்கு எதிராக அவர்கள் குரல் கொடுத்து வருகிறார்கள். பலர் தங்கள் வீடுகளில் நாய்களை வளர்த்து வருகிறார்கள். டெஹ்ரானில் ஒரு இடத்தில் நாய்களை விற்கிறார்கள். இதுவும் சட்டவிரோதமானதுதான் என்றாலும், மக்கள் இதிலும் ஈடுபடவே செய்கிறார்கள். நாய்களைக் கொடுமை செய்வதோ, அதன் உரிமையாளர்களின் எதிரிலேயே கொலை செய்வதோ இங்கு அடிக்கடி நடக்கக்கூடிய ஒரு செயல்தான்.

சுவரில் பொருத்தப்பட்டிருக்கும் திரைப்படப் போஸ்டர்கள் எதைக் குறிக்கின்றன? உங்கள் முந்தைய கால இயங்குதலையா?

அதில் பெரும்பாலான போஸ்டர்கள் எனது திரைப்படங்களுடையவைதாம். எனினும், எனது மாணவப் பருவத்தில் நான் பார்த்த சில திரைப்படங்களின் போஸ்டர்களும் அதில் பயன்படுத்தப்பட்டிருக்கின்றன. குறிப்பாக, Bicycle Thieves. முன்பே கூறியதைப்போல என் மீது மிகப் பெரிய தாக்கத்தை ஏற்படுத்திய திரைப்படம் அது.

மீண்டும் திரைப்படங்களை இயக்குவதற்கான சட்டப்பூர்வ உரிமையைப் பெறுவது தொடர்பாக, அரசாங்கத்தை எவ்வகையிலும் தொடர்புகொண்டீர்களா?

இல்லை. புதிதாக எதுவும் நிகழவில்லை. அரசாங்கத்தைச் சேர்ந்த யாரையும் தொடர்புகொள்ள நான் முயன்றதில்லை. எனக்குத் தெரியாமல் எனது நண்பர்கள்தான் சில முயற்சிகளைச் செய்துள்ளனர். எப்படியேனும் இந்தப் பிரச்சனையை ஒரு முடிவுக்குக் கொண்டுவர வேண்டுமென அவர்கள் விரும்பினார்கள். நானாக அவர்களிடம் எந்த உதவியும் கேட்கவில்லை என்றாலும், அவர்களாகவே அம்முயற்சிகளில் ஈடுபட்டார்கள். அவர்களாலும் எதுவும் செய்ய முடியவில்லை என்றே இத்தகைய முயற்சிகளுக்குப் பிறகு தெரிவித்தார்கள். அரசாங்கத்தில் இப்போது புதிதாக யாரேனும் பதவி ஏற்றிருக்கலாம். இதுவொரு பழைய முறையியல்தான். ஈரானில் பல இயக்குநர்களுக்கு இதுபோலத் திரைப்படங்களை இயக்கத் தடைவிதிக்கப்பட்டிருக்கிறது.

தேசபக்தி, கடமை, மரியாதை இது மூன்றும் உங்கள் திரைப்படங்களில் முக்கியமான பேசுபொருளாக இருந்துள்ளன. இளம் வயதிலேயே இதுகுறித்து நீங்கள் ஆராய விரும்பியிருப்பது வியப்பளிக்கிறது.

இதுவொரு நல்ல கேள்வி. மிக முக்கியமான கேள்வியும்கூட. தேசியவாதம் என்றோ தேசபக்தி என்றோ குறிப்பிடும்போது அது பேரினவாதத்தையோ ஒரு நாட்டின் அல்லது இனத்தின் மேன்மையைப் பற்றியதோ இல்லை என்பதை முதலில் நாம் உணர்ந்துகொள்ள வேண்டும். ஈரானில் புரட்சிகரக்கட்சி அதிகாரத்தைக் கைப்பற்றியதிலிருந்து அது பல மரபார்ந்த முக்கிய நிகழ்வுகளுக்கு, கொண்டாட்டங்களுக்கு எதிராகவே இருந்துள்ளது. புத்தாண்டு விழா போன்றவற்றுக்கு எதிராகவே அது இருந்துள்ளது. ஈரானிலுள்ள மக்கள் தங்கள் தேசிய அடையாளத்திற்கு மீண்டும் திரும்ப வேண்டுமென விரும்புகிறார்கள். தங்களுக்கென்று ஒரு நீண்ட வரலாறு இருப்பதையும் தங்கள் வரலாற்றில் பல பெருமைமிகு தருணங்கள் உள்ளன என்பதையும் ஈரான் மக்கள் சொல்ல விரும்புகிறார்கள். தங்கள் பாரம்பரியத்தை மீட்டெடுக்கவும் தாங்கள் பண்பட்ட ஒரு சமூகத்தைச் சேர்ந்த மக்கள் என்பதையும், நாம் ஒருவருக்கொருவர் நமது கலாச்சார விழுமியங்களை மதித்தபடியே ஒன்றாகச் சேர்ந்து வாழ விரும்புகிறோம் என்பதையும் உலகத்திடம் தெரிவிக்க விரும்புகிறார்கள்.

குறிப்பு :

ஜூலை 2022இல் ஈரானிய அரசு இரண்டு திரைப்பட இயக்குநர்களைக் கைது செய்தது. பெர்லின் திரைப்பட விழாவில் விருது பெற்றிருக்கும் மொஹமத் ரசூலஃப் (Mohammad Rasoulof) மற்றும் முஸ்தஃபா அலீயாஹ்மத் (Mostafa Aleahmad). அரசுக்கு எதிராகத் திரைப்படம் இயக்குகிறார்கள் என்பதே இவர்களின் மீது முன்வைக்கப்படும் குற்றச்சாட்டு. அரசின் கொள்கைகளை உயர்த்திப் பிடிக்கின்ற பிரச்சார நெடியிலான திரைப்படங்களை மட்டுமே அங்கீகரிக்கும் ஈரானிய அரசு அதன் மீது முன்வைக்கப்படும் எந்தவொரு விமர்சனைத்தையும் அரசுக்கும் மதத்திற்கும் எதிரான செயலாகவே பார்க்கிறது. தற்போதைய ஈரானிய பிரதமரான இப்ராஹிம் ராய்ஸின் ஆட்சி ஆகஸ்ட் 2021இல் பதவி ஏற்றதிலிருந்தே இந்த இறுக்கங்கள் மேலும் வலுவடைந்திருக்கின்றன. எதிர்க்குரலும் கருத்துச் சுதந்திரமும் போராட்டங்களும் இரும்புக்கரம் கொண்டு நசுக்கப்படுகின்றன. பொது இடத்தில் பெண்கள் ஹிஜாப் அணிய வேண்டுமென்கின்ற செயல்பாட்டைக் கடைப்பிடிக்கவில்லை என்பதற்காக 22 வயதான மாஹ்சா அமினி எனும் இளம்பெண் காவலர்களால் தாக்கப்பட்டு செப்டம்பர் 2022இல் படுகொலை செய்யப்பட்டார். இதன் எதிரொலிப்பாக, இப்போது வரையிலும் அங்குத் தீவிரமாகப் போராட்டம் நடந்துகொண்டிருக்கிறது. இணையதளத்தை அரசு முடக்கியிருப்பதால் உள்நிகழ்வுகள் சரிவரத் தெரியவில்லை. எனினும், குறைந்தது 43 சிறுவர்கள் உட்பட 342 உயிர்கள் இந்தப் போராட்டப் பின்னணியில் துப்பாக்கிச் சூட்டில் பலியாகியிருக்கலாம் எனத் தெரிகிறது. பல காலமாக, தொடர்ந்து நிகழ்ந்துவரும் ஒடுக்குமுறைக்கு எதிரான போராட்டம் இப்போது தீவிரகதியில் நிகழ்ந்துகொண்டிருக்கிறது.

இதற்கு முன்னதாக, ஜூலையில் இரு இயக்குநர்கள் கைது செய்யப்பட்டதைக் கண்டித்து டெஹ்ரானில் உள்ள சிறைச்சாலைக்கு வெளியே பெரியளவில் போராட்டம் வெடித்திருந்தது. அதில் ஜாபர் ஃபனாஹியும் பங்கெடுத்துக்கொண்டார். கருத்துரிமை நசுக்கப்படுவதற்கு எதிரான ஆர்ப்பாட்டத்தில் அவரது குரலும் ஓங்கி ஒலித்தது. வீட்டுச் சிறை, திரைப்படம் இயக்குவதற்குத் தடை என்பதையெல்லாம் மீறித் தன் சக கலைஞர்களின் கைது நடவடிக்கைக்கு எதிரான போராட்டத்தில் அவரும் பங்களிப்பாற்றினார். இதன் விளைவாக, மூன்றாவது இயக்குநராக பனாஹியும் ஈரானிய காவலதிகாரிகளால் கைது செய்யப்பட்டிருக்கிறார். ஆறு வருடங்கள் அவருக்குச் சிறைத் தண்டனை விதிக்கப்பட்டிருக்கிறது.

அவர் இப்போது அரசின் கண்காணிப்பின் கீழ் இருக்கிறார். இதற்கிடையில், அண்மையில் அவர் இயக்கிய திரைப்படமான No Bears வெனிஸ் திரைப்பட விழாவில் திரையிடப்பட்டது. சிறப்பு ஜூரி பரிசையும் பெற்றிருக்கிறது. அவ்விழாவில் கலந்துகொள்ள முடியாத பனாஹி சிறையிலிருந்தபடியே விருதுக் குழுவினருக்குத் தன் சார்பாக ஒரு கடிதம் ஒன்றை எழுதியிருக்கிறார். அக்கடித வரிகள் பின்வருமாறு எழுதப்பட்டுள்ளது:

'நாங்கள் திரைப்படப் படைப்பாளிகள். ஈரானியத் திரைத்துறையின் அங்கத்தினர். எங்களைப் பொறுத்தவரையில், வாழ்தல் என்பதே திரைப் படங்களை உருவாக்கும் செயல்பாடுதான். வற்புறுத்தலின் பேரிலோ ஏதேனு மொரு கட்டளையைப் பின்பற்றியோ நாங்கள் படங்களை உருவாக்குவதில்லை. அதனால், அதிகாரத்தில் இருப்பவர்கள் எங்களைக் குற்றவாளிகளைப்போலப் பார்க்கிறார்கள். சுயாதீனச் சினிமா தன்னுடைய நிகழ்காலத்தையே பிரதிபலிக்கிறது. சமூகத்திலிருந்தே தனக்கான உந்துதலைப் பெறுகிறது. இக்கருத்திற்கு முரண்பட்டு சுயாதீனச் சினிமா இயங்க முடியாது. தணிக்கைத் துறையினரைப் பின்னுக்குத் தள்ளி, இந்தக் கலை உயிர்ப்பித்திருக்க போராடிய பல சுயாதீன இயக்குநர்களின் தொடர்ச்சியான பங்களிப்பை ஈரானிய திரைப்பட வரலாறு பார்த்திருக்கிறது. இந்தப் பயணத்தில், சிலர் திரைப்படங்களை இயக்குவதற்குத் தடை விதிக்கப்பட்டுள்ளார்கள், சிலர் நாடு கடத்தப்பட்டிருக்கிறார்கள் அல்லது நாட்டிற்குள்ளாகவே தனிமைப்படுத்தப்பட்டிருக்கிறார்கள். இருப்பினும், எங்களுடைய இருத்தலுக்கான அர்த்தத்தை உருவாக்கவே மீண்டும் மீண்டும் இந்தப் படைப்பாக்க முயற்சியில் ஈடுபடுகிறோம். எங்கு, எப்போது, எந்தச் சூழலாக இருந்தாலும் ஒரு சுயாதீனத் திரைப்பட இயக்குநர் ஒன்று படைப்புச் செயல்பாட்டில் ஈடுபட்டுக்கொண்டிருப்பார் அல்லது அதுகுறித்துச் சிந்தித்துக்கொண்டிருப்பார். நாங்கள் திரைப்படக் கலைஞர்கள். சுயாதீனமாகச் செயல்படுகிறவர்கள்.'

இக்காலத்தில் நாயகப் பிம்பத்தை நீண்ட நேரத்திற்குச் சுமந்துகொண்டிருக்க முடியாது!

◀ அஸ்கர் ஃபர்ஹாதி

ஈரானிய இயக்குநரான அஸ்கர் ஃபர்ஹாதியின் புதிய படமான *"A Hero"*-வைப் பார்த்து நிறைவுசெய்யும்போது கனத்த மௌனமே நம்மை ஆட்கொள்வதாக இருக்கிறது. உண்மையென்றும் பொய்யென்றும் வரையறுக்கப்படும் சொல்லாடல்களின் பல பரிமாணங்களை இதில் நாம் பார்க்க நேரிடுகிறது. உண்மையும் பொய்யும் தனித்து அடையாளங் காட்டப்படாமல் இயல்பின் சாயலில் கதைச் சூழலுக்குள் இயங்குகின்றன. அதனாலேயே, ஒரு நிகழ்வின் பல கோணங்கள் காண்பிக்கப்பட்டும் தெளிவுறத் தீர்மானங்களுக்குள் நகர முடியாமல் படத்தின் இறுதியில் பார்வையாளர்கள் மௌனித்துவிட நேரிடுகிறது. கதையின் பிரதான கதாபாத்திரத்தின் மீது அனுதாபம் கொள்வதைத் தவிர வேறு வழிகளெதுவும் பார்வையாளர்களுக்கு இல்லை.

முழு முற்றான உண்மையென்று ஒன்றிருக்க முடியுமா என்றே இத்திரைப்படம் கேள்வியெழுப்புகிறது. ஓர் எளிய மனிதனின் அன்றாட வாழ்க்கையிலிருந்து சிறு பகுதியை Hero-வில் நாம் பார்க்கிறோம். அவன் மீது ஏற்றப்பட்டிருக்கும் கடன் சுமை, அந்தக் கடனைத் தீர்க்க அவன் தேடும் வழிமுறைகள், அத்தகைய பிரயத்தனங்களில் உடன் பயணிக்கும் மனிதர்கள், நேர்மையை ஒரு தேர்வாகக் கைக்கொள்ளும்போது அவன் மீது கட்டமைக்கப்படும் நாயகப் பிம்பம், மிக விரைவிலேயே

அந்தப் பிம்பம் தலைகீழாக்கப்படுதல், தான் உண்மையாகவே ஒரு நேர்மையான மனிதன்தானா எனும் குழப்பங்களுக்குள் அவன் வீழ்வது என ஒரு சூழலின் தொடர் நிகழ்வுகள் யதார்த்தமாகவும் நிஜயுலகத் தர்க்கங்களுக்கு உட்பட்டும் இத்திரைப்படத்தில் காட்டப்படுகிறது. இக்காலத்தில் நாயகப் பிம்பத்தை ஒரு மனிதன் நீண்ட காலத்திற்குச் சுமந்துகொண்டிருக்க முடியாது. எந்தெந்தச் செய்கைகளையெல்லாம் அறத்தையோ சாதகமான விளைவுகளையோ ஒரு மதிப்பீடாக வைத்து ஒருவரைத் தராசில் வைத்து மேலேற்றுகிறோமோ, அதே விழுமியங்களை வைத்தே மற்றொரு கோணத்திலிருந்து அதே செய்கைகளுக்காக அவரைக் கீழிறக்கவும் முடியும் என்பதை இத்திரைப்படத்தில் நாம் உணருகிறோம். சமூக ஊடகங்களும் இந்தச் சாதக/பாதக விளைவுகளில் பெரும் பங்களிப்புச் செய்துவருகின்றன.

நவீன ஈரானிய திரைப்படைப்பாளிகளுள் உலகம் முழுக்கப் பெரும் கவனம் பெற்றிருப்பவர் அஸ்கர் ஃபர்ஹாதி. அவருடைய அனைத்துத் திரைப்படங்களிலுமே மேற்கண்ட கூறுகள் பேசுபொருளாக இருந்துள்ளன. நவீன ஈரானியச் சூழலமைப்பிற்குள் ஆண்-பெண் உறவு சிக்கல் என்னவாக இருக்கிறது, வெவ்வேறு சமூக அடுக்குகளில் இருக்கக்கூடிய மனிதர்களுக்கிடையிலான உறவுநிலை, அதனுடைய இணக்கத்தன்மை, முரண்பாடுகள் ஆகியவையும் அவருடைய படங்களில் மையமாக இருந்துள்ளன. அவரது முந்தைய திரைப்படங்களான *A Separation* மற்றும் *The Salesman* ஆகிய திரைப்படங்களுக்காக இருமுறை ஆஸ்கர் விருதைப் பெற்றவர். 2021இல் வெளிவந்திருக்கும் *A Hero* திரைப்படமும் ஆஸ்கர் போட்டியில் இருந்ததோடு, கான்ஸ் திரைப்பட விழாவில் கிராண்ட் பிரிக்ஸ் விருதைப் பெற்றிருக்கிறது. அஸ்கர் ஃபர்ஹாதியிடம் *A Hero* திரைப்படத்தை முன்வைத்துத் திரை விமர்சகர்கள் மார்ஷல் ஷஃபர் மற்றும் கெவின் லீ மேற்கொண்ட இருவேறு நேர்காணல்களிலிருந்து தேர்வுசெய்யப்பட்ட கேள்விகளின் மொழியாக்கமே இது.

A Hero திரைப்படத்தில் வருகின்ற கதாபாத்திரங்களை எவ்வாறு எழுதினீர்கள்? ஏனெனில் ஒவ்வொரு கதாபாத்திரமும் திரையில் பல அடுக்குகளைக் கொண்டவர்களாக உருவாக்கப்பட்டிருக்கிறார்கள்.

ஒரு நெருக்கடியான சூழலை மனதில் இருத்திக்கொண்டுதான் இந்தக் கதையை எழுதத் துவங்கினேன். அந்த நெருக்கடிக்குள் கதாபாத்திரங்களைப் புகுத்தினேன். அதன்பிறகு, அத்தகைய நெருக்கடியான சூழலை எதிர்கொள்வதன் மூலம் தாங்கள் உண்மையிலேயே யார், எத்தகையவர்கள் என்பதைக் கதாபாத்திரங்களே காண்பித்துவிடுவார்கள். இதைச் செய்யாமல், என்னால் எந்தவொரு கதாபாத்திரத்தையும் பார்வையாளர்களின் முன்னால் நடமாடச் செய்ய முடியாது. நிஜயுலக மனிதர்களும் நெருக்கடியை எதிர்கொள்ளும்போது தங்களுடைய மற்றுமொரு கோணத்தை, முகத்தை வெளிப்படுத்தவே செய்கிறார்கள். முரண்களையுடைய கதாபாத்திரங்கள் உள்ள திரைப்படங்களையே நான் பெரிதும் விரும்புகிறேன். அவர்களிடமிருந்து நாம் என்ன எதிர்பார்க்கிறோமோ அதற்கு மாறாகவே அவர்களுடைய செயல்கள் இருக்கும். அவர்களுடைய தவறுகளைப் பார்க்கக்கூடிய அதே நேரத்தில் அவர்களின் மீது நமக்குப் பரிவுணர்ச்சியும் உண்டாகிவிடும்.

எழுத்தாக்கப் பணியின் துவக்கத்திலோ எழுதும்போதே வெளிப்படையாகப் புலனாகாத, அதேசமயம் உள்ளார்ந்து அமைந்திருக்கும் நோக்கங்கள் எதையும் மனதில் இருத்திக்கொள்வீர்களா?

ஒரு கதாபாத்திரம் தன்னைப் பற்றி வெளிப்படுத்திக்கொள்வதற்குப் போதுமான நேரத்தை (காட்சிகள் நகர நகர) அவர்களுக்கு நான் வழங்குவேன். அதேபோல, அவர்களை நேசிப்பதற்கான உணர்வுரீதியிலான வெளியைப் பார்வையாளர்களுக்கும் வழங்கியிருப்பேன். இந்தக் கால அவகாசமும் வெளியும் தாங்கள் என்ன செய்கிறோம் என்பதையும் எதற்காகச் செய்கிறோம் என்பதையும் கதாபாத்திரங்கள் பார்வையாளர்களுக்குத் தெளிவுப்படுத்துவதற்காகத்தான். பிரதான கதாபாத்திரத்திற்கு மட்டுமல்லாமல், எதிர்மறையான கதாபாத்திரங்களுக்கும் இது பொருந்தும். எந்தளவுக்கு மையக் கதாபாத்திரத்தின் மீது நமக்கு இரக்கமும் பரிவுணர்ச்சியும் ஏற்படுகிறதோ, அதே அளவுக்கு அந்தக் கதாபாத்திரத்திற்குச் சிக்கல் ஏற்படுத்தக்கூடியவர்களின் மீதும் நமக்கு அனுதாபம் ஏற்படக்கூடிய அளவுக்குத் திரைக்கதை அமைக்கப்பட்டிருக்க வேண்டும்.

உங்கள் திரைப்படத்தில், சில குறைபாடுகளுடைய, அதே நேரத்தில் நல்ல செயலைச் செய்யக்கூடிய ரஹிம் ஒரு நல்ல மனிதர் என்பதை ஏற்றுக்கொள்வது பார்வையாளர்களுக்கு மிகக் கடினமாக இருக்கிறது. தற்காலத்தில் இத்தகையதொரு சிக்கலைத்தான் நாம் எல்லோரும்

எதிர்கொள்கிறோம் என்று நினைக்கிறேன். எது உங்களை இந்தக் கருத்தாக்கத்தை ஆராய்ந்து பார்க்கத் தூண்டியது?

இந்தக் கதையை எழுதுவதற்கு ஏராளமான விஷயங்கள் தூண்டுதலாக இருந்தன. எனினும் என் முன்னாலிருந்த முதன்மையான சவால் என்னவென்றால், துப்பாக்கி இல்லாமல், கொலை இல்லாமல் அல்லது இதுபோன்ற எதுவுமில்லாமல் ஒரு திரைப்படத்தை மிகச் சுவாரஸ்யமாக உருவாக்குவது எப்படி என்கிற கேள்விதான். மேலும் இது மிக மிக எளிமையான, எல்லோரும் தெரிந்து வைத்திருக்கின்ற ஒரு கதை. அதை எப்படி ஒரு சுவாரஸ்யமான திரைப்படமாகத் தொகுப்பது? கதையை வளர்த்தெடுப்பதில் என்முன்னாலிருந்த சிக்கலே இதுதான். *A Hero* முழுக்க முழுக்க ரொம்பவும் தினசரித்தன்மையிலான ஒரு கதை, தினமும் நாம் பார்க்கக்கூடிய, கேட்டு அறிந்துகொள்ளக்கூடிய, வாசித்தறியக்கூடிய நிகழ்வுகளின் தொகுப்பாக்கமே இது. இதுவே இத்திரைக்கதையின் எழுத்தாக்கப் பணியின் மீது சுவாரஸ்யத்தைக் கூட்டுவதாகவும் இருந்தது. எனது ஆர்வத்தைக் கிளர்த்திய மற்றொரு விஷயம்: இந்தத் திரைப்படத்தைப் பார்த்து முடிக்கின்றபோது பார்வையாளர்களின் தீர்மானம் என்னவாக இருக்கும்? ரஹிம் கதாபாத்திரத்தை அவர்கள் எவ்வாறு பார்க்கப் போகிறார்கள்? குற்றவுணர்ச்சியுடைய மனிதனாக ரஹிமை அவர்கள் பார்க்கப் போகிறார்களா? அல்லது அப்பாவி எனக் கருதப் போகிறார்களா? படத்தில்கூட ஒரு வரி வருகிறது. யாரோ ஒருவர் ரஹிமிடம், "நீ ஒன்று புத்திசாலியாக இருக்க வேண்டும் அல்லது எளியதொரு மனிதனாக இருக்க வேண்டும்" என்பார். பார்வையாளர்களும் தமக்குள் இருதரப்பாகப் பிரிந்து, ரஹிம் ஒரு புத்திசாலி என்று ஒருதரப்பும் அவர் ரொம்பவும் எளிமையானவர் என்று இன்னொரு தரப்புமாக நிற்பார்கள்.

"எளிமை" எனும் வார்த்தையைப் பயன்படுத்தியதற்காக உங்களைப் பாராட்டுகிறேன். நீங்கள் இந்தக் கதையைப் பிறரிடத்தில் எளிய கதை என்று அறிமுகப்படுத்தும்போது அல்லது பரிந்துரைக்கும்போது அது எளிய கதைபோன்றே தோற்றமளிக்கிறது. ஆனால், சிறிது ஆழமாகப் பார்த்தால், அதற்குள் ஏராளமான அடுக்குகளும் விவரிப்புகளும் இருக்கின்றன. வளமான கருத்தியல் அதில் இருக்கிறது. சிக்கலான பல கருப்பொருட்கள் இருக்கின்றன. உங்கள் படைப்பாக்கச் செயல்பாடு குறித்துச் சிறிதளவில் பகிர்ந்துகொள்ள முடியுமா? எளிமையையும் சிடுக்குத்தன்மையையும் எவ்வாறு பிணைக்கிறீர்கள்?

முன்பே சொன்னதுபோல அடிப்படையில், இது எளிய மனிதனொருவனைப் பற்றிய கதை. மிகச் சிறிய தவறு ஒன்றைச் செய்வதன் மூலமாகச் சிக்கலான ஒரு சூழலுக்குள் அவன் வீழ்ந்துவிட நேரிடுகிறது. இந்தத் தருணத்தை வெவ்வேறு கோணங்களிலிருந்து பார்க்கக்கூடிய ஒவ்வொரு நபரின் மூலமாகவும் அந்தத் தருணம் கூடுதல் சிடுக்குத்தன்மையை அடைகிறது. பார்வையாளர்களும் தங்கள் முன்னால் இருக்கின்ற இந்த எளிய தருணம் பல கோணங்களிலிருந்து விவரிக்கப்படுவதை எதிர்கொள்கிறார்கள். இப்போது யோசித்துப் பார்த்தால், வேறுபட்ட கதைசொல்லல் முறையின் மூலமாக எளிய தருணம் சிக்கலான ஒன்றாக மாறியிருக்கிறது. அதோடு, பெரிய திருப்பங்களோ அசாத்தியமானவையோ நிகழாததாலும் இவ்வாறு ஆகியுள்ளது. இத்தருணம் முழுக்க முழுக்க யதார்த்தத்தில் நிகழக்கூடியதே. நான் வலிந்து இதனை சிக்கலான ஒன்றாக மாற்றவில்லை. கதையின் ஆன்மாவே அவ்வாறு அதை வடிவமைத்துக்கொண்டுள்ளது.

அற்புதம்! இந்த எழுத்தாக்கப் பணியில் எது மிகவும் கடினமான பகுதியாக இருந்தது?

மிகப் பெரிய சவாலே, கதாபாத்திரத்தை நல்லவர் என்றோ தீயவர் என்றோ நான் பிரிக்க விரும்பாததுதான். பார்வையாளர்கள் சுயமாக ஒவ்வொரு கதாபாத்திரத்தையும் புரிந்துகொள்வதற்கு முன்னதாக, எந்தவொரு முன் முடிவுகளையும் அவர்கள் மீது திணித்துவிடக்கூடாது என்பதில் கவனமாக இருந்தேன். எனது சொந்த நிலைபாட்டையும் தீர்மானங்களையும் எழுத்தாக்கப் பணியிலிருந்து விலக்கிவிட்டேன். இது ரொம்பவும் கடினமான ஒன்றுதான். ஒரு கதாபாத்திரத்தை முன் தீர்மானித்துவிட்ட எழுத்தாளர், திரைப்படத்திற்குப் பின்னாலிருந்து விவரிப்பு செய்துகொண்டிருப்பதைப்போன்ற உணர்வைப் பார்வையாளர்களுக்கு ஏற்படுத்திவிடலாம். இதைத் தவிர்க்க வேண்டுமென்பதில் கவனத்துடன் இருந்தேன்.

பொதுவாக நாம் ஒரு திரைப்படத்தை மையக் கதாபாத்திரத்தின் கண்களின் வழியாகவே பின்தொடர்ந்து செல்வோம். ஆனால் உங்கள் திரைப்படங்களில் பிற கதாபாத்திரங்கள் செய்யக்கூடிய செயல்களுக்கான நியாயங்களையும் நாம் எதிர்கொள்ள நேரிடுகிறது. இத்தகைய பாணியை முயன்று பார்க்க வேண்டும் எனும் ஆர்வத்திலிருந்துதான் இந்தத் திரைப்படம் உருவாகியதா? திரைப்படத்தின் பெயர் "ஹீரோ" என்று இருக்கிறது. ஆனால் முரண்பாடாக,

திரையில் தோன்றக்கூடிய கதாபாத்திரங்களை அவரவர்களுடைய தரப்பில் இருந்து பார்க்கும்போது ஒவ்வொருவருமே "ஹீரோ"வாக இருக்கிறார்கள் என்பதையே நீங்கள் காட்டியிருக்கிறீர்கள்?

"ஹீரோ" எனும் வார்த்தையைக் கேட்கும்போது, தான் சார்ந்த முடிவுகளைச் சுயமாக எடுக்கின்ற கதாபாத்திரமே நமக்கு நினைவுக்கு வரும். அவர்கள் யதார்த்தவாதிகளாகவும் வலிமையானவர்களாகவும் இருப்பார்கள். பார்வையாளர்கள் தங்களை அவர்களுடைய இடத்தில் வைத்துப் பொருத்திப் பார்க்கும் நிலையில் அவர்கள் இருப்பார்கள். ஆனால் நிஜ வாழ்க்கையில் ஒருபோதும் அவ்வாறு இருப்பதில்லை. குறிப்பாக, இக்காலத்தில் நாயகப் பிம்பத்தை நீண்ட நேரத்திற்குச் சுமந்துகொண்டிருக்க முடியாது. சில கணங்களில் கலைந்து கரைகின்ற ஒரு அரிதாரத்தைப்போலத்தான் நாயகப் பிம்பம் இக்கால யதார்த்த உலகில் இருக்கிறது. இங்கு, திரைப்படத்தில் நாமொரு கதாபாத்திரத்தைப் பார்க்கிறோம். ஆனால், யாருமே அவருடைய நிலையில் இருக்க விரும்புவதில்லை. ஏனெனில், அவன் தான் சார்ந்த முடிவுகளைச் சுயமாக எடுப்பதில்லை. அவனொரு வளைந்துகொடுக்கக்கூடிய மனிதன். அவன் சார்பாகப் பிறர்தான் முடிவுகளை எடுக்கிறார்கள். இறுதியில் மட்டுமே ஒரு விதிவிலக்கு ஏற்படுகிறது. தனது மகன் முன்னால் ஒரு தீர்மானத்தை எடுத்து, அவன் நாயகனாகிவிடுகிறான். அவனோர் உறுதியற்ற மனிதன் என்றாலும் அவன் மீது நமக்குப் பரிவுணர்ச்சி ஏற்படுகிறது. அவனொரு சாதாரண மனிதன் என்பதை நம்மால் புரிந்துகொள்ள முடிகிறது. பிறர்தான் அவனை ஒரு முக்கிய நபராகவோ கதாநாயகனாகவோ மாற்றுகிறார்கள். உதாரணத்திற்கு, உள்ளூர் மக்களின் மத்தியில் அவன் பிரபலமாக அறியப்படும்போது அவனுடைய தங்கை, புகைப் பிடிக்கும் பழக்கத்தை அவன் கைவிட வேண்டுமெனத் தெரிவிக்கிறாள். அவனுடைய 'நல்ல மனிதன்' பிம்பத்திற்கு இது பொருத்தமற்றது என்பது அவளுடைய கருத்தாக இருக்கிறது. உறவினர் ஒருவர் நல்ல உடைகளை அவன் உடுத்தியாக வேண்டுமெனக் கருத்துரைக்கிறார். செய்தித்தாள்களின் வாயிலாக உருவாகியிருக்கிற அவனுடைய பிம்பத்திற்கு ஏற்றாற்போல, யதார்த்ததிலும் அவனை மாற்ற வேண்டுமென அவர்கள் பிரயத்தனப்படுகிறார்கள்.

இந்தத் திரைப்படத்தில் சமூக ஊடகத்தின் பங்களிப்பை எவ்வாறு தீர்மானித்தீர்கள்?

எழுதத் துவங்கியபோது இது சமூக ஊடகம் தொடர்புடையதாக இருக்குமென நான் நினைக்கவில்லை. ஆனால், இந்தக் கதையில் உள்ள மனிதர் எவ்வளவு விரைவாக நாயகனாகிறான், அதிலிருந்து எவ்வளவு வேகமாகக் கீழிறக்கப்பட்டு எதிர்மறை பாத்திரமாகக் கருதப்படுகிறான் என்று நினைக்கும்போது இதைச் சாத்தியப்படுத்தக்கூடிய கருவி பற்றி யோசிக்கத் துவங்கினேன். செய்தித்தாள் மற்றும் டிவியைக் கடந்து சமூக ஊடகமும் ஒரு மனிதரின் புனிதப் பிம்பத்தைக் கட்டமைக்கவும் கலைத்து நொறுக்கவும் பெரும் பலமான ஒரு கருவியாகச் செயல்படுவதை அறிந்துகொண்டேன். அந்தத் தருணத்தில்தான் சமூக ஊடகம் கதையில் சேர்க்கப்பட்டது. இது சமூக ஊடகம் குறித்ததொரு முழுமையான விமரிசனமல்ல. ஏனெனில் சமூக ஊடகத்திற்கு மற்றொரு நேர்மறையான பக்கமும் இருக்கிறது. உதாரணத்திற்கு, இதற்கு முன் நாம் அறிந்திராத பல குரல்களை நாம் கேட்கும்படிச் செய்கிறது. எனினும், ஏராளமான குரல்கள் அவ்விடத்தில் குவிந்திருப்பதால் மிக எளிதாகவே தப்பர்த்தங்களுக்கும் தவறான புரிதல்களுக்கும் அது வழிவகுத்துவிடுகிறது. மிகவும் சிக்கல்வாய்ந்த ஒரு பிரச்சனையைச் சமூக ஊடகம் அதற்குரிய முக்கியத்துவமற்று, குறைவான சொற்களின் வழியாக அணுகுகின்றது. உண்மையை அறிந்துகொள்ளும் செயலாக்கத்தில், அதுவொரு குழப்ப நிலையையே தோற்றுவிக்கிறது.

சமூக ஊடகம் செயல்படும் விதத்தைத் திரைப்படத்தில் சேர்க்க வேண்டாமென ஏன் பிடிவாதமாக இருந்தீர்கள்?

எனக்கு அதைத் திரையில் காட்டுவதில் விருப்பமில்லை. விளைவுகளை மட்டுமே நான் பார்க்க விரும்பினேன். இந்நாட்களில் சமூக ஊடகம் குறித்த ஏராளமான பிம்பங்களைத் திரைப்படங்களில் நாம் பார்க்கிறோம். ஆனால், நான் இத்திரைப்படத்தில் ஆராய விரும்பியது, அதனுடைய விளைவுகளை மட்டுமே.

உங்கள் திரைப்படங்கள் யதார்த்தமாக இருக்க வேண்டுமென்பதற்காக ஆவணப்படம் மற்றும் திரைப்படங்களின் கூறுமுறையை ஒன்றுகலப்பதாகத் தெரிவித்திருக்கிறீர்கள். ஹீரோ திரைப்படத்தின் இறுதிக் காட்சியைப்போல, ஒரு திரையை இரண்டாகப் பிரித்து இருவேறு செயல்களைக் காட்டும் முடிவுக்கு எப்படி வந்துசேர்ந்தீர்கள்? அக்காட்சி ஓவியத்தின் அழகியலைக்கொண்டிருந்தது.

பார்வையாளர்கள் இதுவும் வாழ்க்கையின் ஓர் அங்கம்தான் என நம்புவார்கள் என்றால், அதை நான் திரைப்படத்தில் சேர்ப்பேன். ஒருவேளை

‘இதை இயக்குநர் சேர்த்திருக்கிறார்’ என உணருவார்களேயானால் நான் அதைத் திரைப்படத்தில் இருந்து நீக்கிவிடுவேன். இறுதிக் காட்சியைப் பொறுத்தவரையில் பார்வையாளர் தினசரித்தன்மையிலான வாழ்க்கையில் நடைபெறக்கூடிய ஒன்றுதான் அது என நம்புவார்கள் என்பதே என்னுடைய நம்பிக்கையாக இருந்தது. அது ரொம்பவும் திட்டமிடப்பட்ட ஃபிரேம். ஒரே நேரத்தில் ஒரே திரையில் அருகருகில் வெவ்வேறு செயல்கள் நடைபெறுகின்றன. ஆனால், ஒளி மற்றும் நடிப்பின் வாயிலாக, அதையொரு யதார்த்தச் சூழலென்றே கருதும்படியாக உருவாக்க முயன்றிருக்கிறேன்.

ஒவ்வொரு கதாபாத்திரத்திற்கும் முன்கதையைத் தயாரித்து வைத்துக்கொள்வது பற்றி முன்பொரு நேர்காணலில் சொல்லியிருந்தீர்கள். அதுவொரு மிக நீண்ட பணியாக இருப்பதையும் திரைப்படத்தில் அவையெல்லாம் சொல்லப்படாது என்றாலும், கதாபாத்திரங்களின் உணர்வு வெளிப்பாடுகளை வடிவமைப்பதில் அவை பயன்படும் என்பதை என்னால் புரிந்துகொள்ள முடிகின்றது.

ஒரு செயலில் எவ்வளவு நேரத்தைச் செலவிடுகிறீர்களோ அந்தளவு அந்தச் செயல் செழிப்புறுகிறது எனும் பாடத்தைப் பல்கலைக்கழகத்தில் பயின்றபோது எனது ஆசிரியரிமிருந்து கற்றுக்கொண்டேன். அது கிட்டத்தட்ட வைன் தயாரிப்பதைப் போன்றது. தரமான வைன் தயாரிப்பதற்கு நீண்ட காலத்தைச் செலவிட வேண்டும். அதனால், குறுகிய காலத்தில் திரைக்கதை எழுதுவது குறித்து என்னால் கற்பனை கூட செய்துபார்க்க முடியவில்லை.

கதையை உருவாக்கும் காலகட்டத்தில், எந்தளவுக்குக் கதையிடமிருந்து விலகியிருக்க முயற்சிப்பீர்கள். ஏனெனில், கதை உங்கள் மனதிற்குள்ளாகத் தேங்கியிருக்கும். அது வடிவம் பெறுமா பெறதா என்பதும் உறுதியாகி யிருக்காது.

பொதுவாக, ஒரு கதையை அமர்ந்து எழுதத் துவங்குவதற்கு முன்பாக இரண்டு அல்லது மூன்று வருடங்கள் அதை மனதில் சுமந்துகொண்டிருப்பேன். சில நேரங்களில் நான் அதை விரும்புவேன். சில நேரங்களில் அதன் மீது எனக்கு வெறுப்பு உண்டாகும். இத்தகைய காலகட்டத்தைப் பொறுத்தவரையில், ஒருநாள் ஒருவரை நேசிக்கிறீர்கள், மறுநாளே அவரை வெறுக்கிறீர்கள் என்பதைப் போன்ற உணர்வுநிலையில்தான் நான் இருப்பேன். நேசித்தலுக்கும் வெறுத்தலுக்கும் இடையிலான ஒரு சூழல்தான் அப்போது இருக்கும்.

[கேள்வியாளர் சிரிக்கிறார்]

அதன்பிறகு, அந்தப் பெண்ணுடன் டேட்டிங் செல்கிறீர்கள். அவளிடம், "இப்போது நாம் வெளியில் சென்று ஒரு காஃபி அருந்தலாம்" என்று சொல்கிறீர்கள். இதன் தொடர்ச்சியாக, அவளிடம் உங்கள் காதலை வெளிப்படுத்துகிறீர்கள். அதனால், இந்தக் காதல் ஒரே இரவில் மலர்ந்த ஒன்றல்ல. மிக நிதானமாக மனதில் அசைபோட்டு, மெதுமெதுவாக இந்தக் காதல் உங்களுக்கு வசப்பட்டிருக்கிறது. ஒரே இரவில் மலரும் காதல் வெகு விரைவிலேயே காணாமலாகிவிடும். (சிரிக்கிறார்)

உங்கள் பதில் அருமையாக இருந்தது. A Separation திரைப்படத்தை முதல்முறையாகப் பார்த்த நாளினை நினைத்துக்கொள்கிறேன். அந்தத் திரைப்படம் என் வாழ்க்கையையே மாற்றிவிட்டது. கதை சொல்லல் மற்றும் திரைப்பட உருவாக்கம் சார்ந்து எனக்கிருந்த பார்வையையே அப்படம் மாற்றியமைத்துவிட்டது. நான் மிக நேசித்த படமாகவும் அது இருக்கிறது. அதனால் எந்தெந்த இயக்குநர்கள் உங்களுக்குப் பெரும் உந்துதலாக இருந்தார்கள் என்பதை அறிந்துகொள்ள ஆவலாக இருக்கிறேன். நீங்கள் திரைப்படத்தை உருவாக்கத் தொடங்கிய காலத்திலோ அல்லது தற்சமயத்திலோ உங்களுடைய விருப்ப இயக்குநர்களை, திரைப்படங்களை, எழுத்தாளர்களைப் பகிர்ந்துகொள்ள முடியுமா?

தொடர்ச்சியாக உங்களுக்கு உந்துதல் அளிக்கின்ற மனிதர்களும் திரைப் படங்களும் கதைகளும் இருக்கவேதான் செய்யும். கதை சொல்லுதலின் மீதான எனது ஆர்வத்தைக் கிளர்த்தியதில் எனது தாத்தாதான் மிக முக்கியமானவர். அவர் ஒரு கலைஞனல்ல. ஆனால், ஏனையோரைத் தன் முன்னால் மௌனமாக அமர்ந்து, தான் சொல்லும் கதைகளுக்கு மனம் வசப்படுத்தும் ஆற்றல் அவரிடம் இருந்தது. அதன்பிறகு சில ஈரானியத் திரைப்பட இயக்குநர்களின் படங்களைப் பார்க்கத் துவங்கியதும் திரைப்படங்களின் மீது எனக்கு ஆர்வமேற்பட்டது. அப்போது நான் இளைஞனாக இருந்தேன். மெல்ல மெல்ல வயது கூடக்கூட இத்தாலிய நியோரியலிச சினிமாக்களைப் பார்க்கும் வாய்ப்பு எனக்குக் கிடைத்தது. அவை என்னை பெரியதளவில் கவர்ந்தன. மூன்று திரைப்படைப்பாளிகள் என் மீது ஆழமான பாதிப்புகளை ஏற்படுத்தியிருக்கிறார்கள். விட்டோரியா டி சிகா, பில்லி வைடர், பெலினி. அதன்பிறகு, பெர்க்மேன், குரோசாவா எனக் காலங்களில் அந்தப் பட்டியல் பெருகியபடியே இருந்தது.

உங்களுடைய ஒவ்வொரு திரைப்படத்தையும் பார்த்து நிறைவுசெய்ததற்குப் பிறகு எனக்குள் எழும் கேள்வியொன்றை உங்களிடம் கேட்க விரும்புகிறேன். உங்களிடம் இதற்கான பதில் இருக்குமென்று நம்புகிறேன்: ஏன் மனிதர்கள் பொய்யுரைக்கிறார்கள்?

இந்தக் கேள்வியை இவ்வாறு மாற்றியமைப்பதன் மூலம் மேலும் சிறப்பானதாக ஆக்கலாம்: மனிதர்கள் உண்மையைச் சொல்லும்போது என்ன நடக்கிறது? ஏனெனில், சமூகத்தில் பொய்யைச் சொல்வதை விடவும் உண்மையைச் சொல்லும்போதுதான் அதிகமானவற்றை நாம் இழக்க நேரிடுகிறது. அது நாம் வாழும் சூழலமைப்பை அடிப்படையாகக் கொண்டது. இன்னுமொரு முக்கியமான அம்சம் என்னவென்றால், மனிதர்கள் தாம் பொய் சொல்கிறோம் என்பதையே சிலநேரங்களில் அறிந்திருப்பதில்லை. உண்மையின் சில பகுதிகளைத் தவிர்த்துவிட்டிருப்பதாக நினைக்கும் அவர்கள், அதைப் பொய் என்று அழைப்பதில்லை. சில நேரங்களில், உண்மையை எந்தளவிற்கு நம்புவார்களோ அதே அளவில் பொய்யையும் நம்புகிறார்கள். மேலும் பல சமயங்களில், பொய்யுரைக்கும்போதும் தாங்கள் உண்மையைத்தான் பேசுகிறோம் என்றே மக்கள் நினைக்கிறார்கள். *Rashomon* திரைப்படத்தில் குரோசாவா இதுகுறித்துதான் அலசியிருக்கிறார். அவர் உங்கள் கேள்விக்குப் பதிலளித்திருக்கிறார். அவர் எந்தவொரு சூழலுக்கும் பல்வேறு கோணங்கள் இருக்கும் என்று தெரிவித்திருக்கிறார். அவற்றில் சில சரியானதாக இருக்கலாம், சில தவறானதாக இருக்கலாம். ஆனால், நாம் அந்தத் தருணத்தை நம்முடைய கண்களால் மட்டுமே பார்த்து அறிய முடியும்.

நன்றி! இளம் படைப்பாளிகளுக்கு நீங்கள் சொல்ல விரும்பும் வார்த்தைகள் என்ன என்பதோடு நமதிந்த நேர்காணலை நிறைவுசெய்யலாம் என்று நினைக்கிறேன்.

அறிவுரைகள் சொல்லும் சூழல்களிலிருந்து எப்போதும் நான் தப்பித்து ஓடவே செய்வேன். என்னால் எனது அனுபவத்தை மட்டுமே பகிர்ந்துகொள்ள முடியும். இது அறிவுரை அல்ல. உங்களிடமுள்ள மிகப் பெரிய முதலீடு, உங்களுடைய மனமும் ஆழ்மனமும்தான். திரைப்படங்களில் செயல்பட விரும்பும் யாராக இருந்தாலும், தங்கள் மனதை அதற்குள் முழுமையாக ஈடுபடுத்த வேண்டும். அப்படிச் செய்தால், உங்கள் படைப்பு எல்லோராலும் புரிந்துகொள்ளப்படும், நேசிக்கப்படும். ஒரு கலைஞன் பெற்றிருக்கக்கூடிய

மிக முக்கியமான விஷயமே, குழந்தைப் பருவத்தில் அமையப்பெற்றிருக்கும் அவர்களுடைய ஆழ்மனம்தான் என்றே கருதுகிறேன்.

உங்களுடன் நேரம் செலவிட்டதிலும் உரையாடியதிலும் மிகுந்த மகிழ்ச்சி. நன்றி அஸ்கர்.

நன்றி. இந்நாள் சிறந்த நாளாக அமையட்டும்.

ஒற்றைத் தேசியம் எனும் கருத்தாக்கத்தை முதன்மைப்படுத்துவதன் மூலம் பன்மைத்துவத்தை நாம் கொன்றொழித்து வருகிறோம்

◀ கிரீஷ் காசரவள்ளி

திரையுலகில் 40 ஆண்டுகளுக்கும் மேலாகத் தொடர்ந்து இயங்கி வந்தாலும் சொற்ப எண்ணிக்கையிலான திரைப்படங்களை மட்டுமே இயக்கியுள்ளார் கன்னடத் திரைப்பட மேதையான கிரீஷ் காசரவள்ளி. அவற்றுள் 4 திரைப்படங்கள் சிறந்த திரைப்படத்துக்கான தேசிய விருதுகளைப் பெற்றுள்ளன. எனினும், இன்னமும் தமது திரைப்படங்கள் 'ஒழுங்கற்றதன்மையில்' இருப்பதாகவே சொல்கிறார். இன்றும் உயிர்ப்புடன் செயல்பட்டு வரும் கலைத் திரைப்பட இயக்குநர்களில் முதன்மையானவராக கிரீஷ் காசவரவள்ளி இருக்கிறார். அவரது ஒன்றிரண்டு படங்களைத் தவிர்த்து ஏனைய அனைத்தும் நாவல்களையும் சிறுகதைகளையும் தழுவி உருவாக்கப்பட்டவை. 'கிரீஷ் காசரவள்ளி மிக முக்கியமான இந்தியத் திரைப்பட இயக்குநர்' என அடூர் கோபாலகிருஷ்ணன் இவரைப் போற்றியிருக்கிறார். சமூகவயப்பட்ட படைப்புகளை மட்டுமே உருவாக்கிவரும் காசரவள்ளி Scroll.in இணைய இதழுக்கு அளித்த நேர்காணலின் தமிழாக்கமே இங்குக் கொடுக்கப்பட்டிருக்கிறது.

40 ஆண்டுகளாகத் திரையுலகில் இயங்கி வருகிறீர்கள். எனினும் மொத்தமாக 14 திரைப்படங்களை மட்டுமே உருவாக்கியிருக்கிறீர்கள். இது தன்னுணர்வுடன் எடுக்கப்பட்ட முடிவுதானா?

திரைப்படம் இயக்க வேண்டிய கட்டாயம் உருவாகும்போது மட்டுமே நான் திரைப்படங்களை இயக்குகிறேன். என்னைப் பொறுத்தவரையில், ஒரு திரைப்படத்தின் மையக்கருத்து நாட்டின் சமகாலப் பிரச்சனைகளுடன் தொடர்புடையதாக இருக்க வேண்டும். அதனால் சமகாலச் சமூகத்தைப் பிரதிபலிக்கக்கூடிய கருப்பொருளைக் கண்டடைவதற்கு எனக்குக் காலம் எடுத்துக்கொள்கிறது. இன்னும் கூட அதிகமான திரைப்படங்களை நான் இயக்கியிருக்கலாம்தான். ஆனால், நான் செயல்படும் விதம் அதுவல்ல. ஒரு திரைப்படத்தை உருவாக்கும்போது, என்னுடன் இணைந்து உதவி இயக்குநர்கள் சிலர் பணியாற்றுவார்கள் என்றாலும், நடிகர்களைத் தேர்வுசெய்வதிலும், கலை இயக்குநருடன் கலந்தாலோசிப்பதிலும், ஆடை வடிவமைப்பாளருடனும் தனிப்பட்ட விதத்தில் நானே அமர்ந்து உரையாடி படத்துக்குத் தேவையான விஷயங்களைத் தீர்மானிப்பேன். மேலும், எனது திரைக்கதையையும் வசனங்களையும் கூட நானேதான் எழுதுகிறேன்.

உங்களுடைய 14 திரைப்படங்களில் 13 திரைப்படங்கள் நாவல்களையும் சிறுகதைகளையும் அடிப்படையாகக்கொண்டு உருவாக்கப்பட்டவை. முன்பு ஒருமுறை உங்களால் கதை எழுத முடியாததால்தான், இவ்வாறு இலக்கியப் பிரதிகளைத் தேர்வுசெய்வதாகத் தெரிவித்திருந்தீர்கள். இல்லையா?

திரைப்படம் என்பது என்னளவில் காட்சி வடிவங்களிலானது. என்னுடைய கதை சொல்லும் முறையியல் பெரிதும் பிம்பங்களையே அடிப்படையாகக்கொண்டுள்ளது. வார்த்தைகளுக்கு அதில் அதிக வேலை இருப்பதில்லை. என்னுடைய எழுத்துத் திறன் சிறப்பானதல்ல என்பதை ஒப்புக்கொள்கிறேன். ஆனால், ஒரு கதையைப் பிம்பங்களைத் தொகுப்பதன் மூலம் வளர்த்தெடுக்க எனக்கு தெரியும். மேலும் ஒரு கதையைத் திரைப்படத்திற்கான அடித்தளமாக எடுத்துக்கொள்கிறேன் என்றாலும் அதன் சொல்முறைக் கட்டமைப்பில் நிறையவே மாறுதல்களைச் செய்துவிடுகிறேன். நான் இயக்கிய *Gulabi Talkies* மற்றும் *Thaayi Saheba* ஆகிய இரு திரைப்படங்களையும் உதாரணமாக எடுத்துக்கொண்டால், எந்தக் கதைகளைத் தழுவி அவை உருவாக்கப்பட்டனவோ அந்த மூலக் கதைகளில் இருந்து முற்றிலுமாகத் திரைப்பிரதியாக்கம் மாறுபட்டிருப்பதை

உணரலாம். ஒரு திரைக்கதையின் எழுத்தாக்கத்தில் ஈடுப்பட்டிருக்கும்போது பல முறை மூல எழுத்தாளரிடம் எனது திரைக்கதையை அனுப்பி வைப்பேன். எனது நம்பிக்கையை உறுதிசெய்துகொள்ள இவ்வாறு அனுப்புவேன். நல்லவேளையாக, இதுவரை எந்த எழுத்தாளரும் எனது திரைக்கதைகளைப் படமாக்க மறுப்பு தெரிவித்ததில்லை. ஒருசில எழுத்தாளர்களுக்கு எனது திரைக்கதை பிடிக்காமல் போயிருக்கலாம். உதாரணமாக, Dweepaவை சொல்லலாம். மூலப் பிரதியின் இறுதியில் ஒரு புலியால் அக்கதையில் வருகின்ற தம்பதிகள் கொல்லப்படுகிறார்கள். ஆனால், திரைப்படத்தில் புலி இடம்பெறுவதே இல்லை. அக்கதையின் எழுத்தாளர் [Norbert D'SouZa] தொடர்ந்து முடிவு இன்னும் சிறப்புற அமைந்திருக்கலாம் எனத் தெரிவித்தபடியே இருந்தார். ஆனால், ஒரு முழுமுற்றான முடிவுடன் திரைப்படத்தை நிறைவுசெய்யும் விருப்பம் எனக்கில்லை. அதனால், படத்தின் இறுதியில் நாவலிலிருந்து மாறுபாட்டு ஒரு சிறிய திருத்தத்தைச் செய்தேன். அது அந்தப் படத்தின் ஒட்டுமொத்தக் கண்ணோட்டத்தையே மாற்றியமைத்துவிட்டது. Dweepa [தீவு] என்பதை எனது அணுகுமுறையில் ஒரு கருத்தாக்கமாக மாற்றிவிட்டேன். இங்குத் தீவு என்பது புவியியல் ரீதியிலான ஒரு நிலப்பரப்பா அல்லது அதுவொரு மனிதனையேதான் குறிக்கிறதா? என்ற கேள்வியை நான் எழுப்பியிருக்கிறேன்.

உங்கள் பெரும்பாலான படைப்புகளில் பெண்கள் மிக முக்கியமான பாத்திரங்களை வகிக்கிறார்கள். அவை பெண் மையத் திரைப்படமல்ல என்றாலும்...

நமது சமூகத்தில் பெண்கள் எப்போதும் இரண்டாம் தர குடிமக்களாகவே நடத்தப்படுகிறார்கள். தம்முடைய கருத்தை வெளிப்படுத்த முடியாத, துயரத்தின் சுமை ஏற்றப்பட்ட பெண்கள் குறித்து எனது திரைப்படங்களில் பேச விரும்புகிறேன். மற்றொரு காரணம், எந்தவொரு சூழலையும் ஆண்களை விட பெண்களால் மிகத் திறமையாகக் கையாள முடியும். மகாத்மா காந்தி முன்வைத்ததைப்போல, எந்த ஒன்றையும் மோதல் இல்லாமல் அனுசரித்து நடந்துகொள்ளும் இயல்பை அவர்கள் பெற்றிருக்கிறார்கள். கன்னட இலக்கியத்திலும் இதுபோன்ற தீவிரமான பெண் பாத்திரச் சித்தரிப்புகள் நிறையவே இருக்கின்றன. குறிப்பாக, சிவராம் காரந்த், குவெம்பு ஆகியோரது படைப்புகளில் இத்தகைய வலிமையான பெண் பாத்திரங்களை நிறையவே பார்க்கலாம். இதுபோன்ற வலுவான மன அமைப்புகளைக்கொண்ட பெண்களுக்கு மத்தியில்தான் நானும் வளர்ந்தேன்.

நமது நாட்டில் இலக்கியத்திற்குப் போதுமான அங்கீகாரம் வழங்கப்படுகிறதா?

இலக்கியம், சினிமா ஆகியவை மட்டுமல்ல, ஒட்டுமொத்தக் கலையின் பங்களிப்பே இப்போது வீரியம் இழந்திருக்கிறது. 1960களில் கலை எத்தகைய தாக்கங்களை ஏற்படுத்தியதோ அதுபோல இப்போது செய்வதில்லை. எனது சொந்த மாநிலமான கர்னாடகாவில், முன்காலங்களில் அறிவுஜீவி ஒருவர் ஒரு கருத்தை வெளிப்படுத்துகிறார் என்றால், மக்கள் அதைக் கூர்ந்து கவனிப்பார்கள். ஆனால், இன்று மக்கள் அந்தக் கருத்தை நகைப்புக்குரிய ஒன்றாகவே பாவிக்கிறார்கள். அதை அதன் அசலான உட்பொருளோடும் முக்கியத்துவத்தோடும் அவர்கள் அணுகுவதில்லை. இது ஏனெனில், இப்போது நாம் பொருள்வயப்பட்ட சமூக வாழ்க்கைக்குள் நகர்ந்துகொண்டிருக்கிறோம். கருத்தியல்கள் குறித்து நாம் விவாதிப்பதில்லை. சந்தைப்படுத்துதல் குறித்துதான் அதிக முனைப்புடன் செயல்படுகிறோம். நீங்கள் ஓர் எழுத்தாளரை அவருடைய புத்தகத்திற்காக வாசிப்பதில்லை, அதன் உட்பொருளுக்காக வாசிப்பதில்லை. அவருடைய பிரபலத்தன்மையின் காரணமாகவே வாசிக்கிறீர்கள். தனது புத்தகத்தில் ஓர் எழுத்தாளர் வெளிப்படுத்தும் கருத்தை விட, அவருக்குக் கிடைக்கும் உரிமத்தொகையின் அடிப்படையில்தான் அந்தப் புத்தகத்தின் வெற்றி மதிப்பிடப்படுகிறது. திரைப்படத்திற்கும் இது பொருந்தும். கான் திரைப்பட விழாவிலோ ஆஸ்கர் போட்டியிலோ பரிசு பெற்றால்தான் நாம் ஒரு திரைப்படத்தைப் பார்க்க முன்வருகிறோம்.

சாதி அமைப்பு குறித்துப் பேசும் உங்களுடைய 'Ghatashraddha' திரைப்படத்தின் திரையிடலின்போது, இதுபோன்ற ஒரு திரைப்படத்தை இன்றைய சூழலில் உருவாக்குவது மிக மிகக் கடினமானது என்று கருத்து தெரிவித்தீர்கள். 'Samskara (1970)' திரைப்படத்தை ஓர் உதாரணமாகவும் குறிப்பிட்டீர்கள். சிறந்த திரைப்படத்துக்கான தேசிய விருதை அப்படம் பெற்றிருந்தபோதும் ஒரு வருடம் அத்திரைப்படத்தை வெளியிட தடை விதிக்கப்பட்டிருந்தது. இன்றைக்கு இது சாத்தியம்தானா?

70களிலும் 80களிலும் ஒருவருடைய நம்பிக்கையை ஒன்று நாம் எதிர்க்கலாம் அல்லது அவருடன் உடன்படலாம். 1987இல் வெளியான என்னுடைய 'Tabarana Kathe' திரைப்படத்தின் நாயகன் ஒரு கருத்தை வெளிப்படுத்துகிறான். 'முட்டாள்களே! இந்த 25 வருடங்களில் ஒரு நாட்டை எப்படி நிர்வகிக்க வேண்டும் என்றுகூட உங்களுக்குத் தெரியாமல்

இருக்கிறது.' அப்போது காங்கிரஸ் ஆட்சி நடந்துகொண்டிருந்தது. அத்திரைப்படத்துக்கு எவ்விதத் தடையும் இல்லை. அன்றைக்குக் குடியரசுத் தலைவராக இருந்த ஆர்.வெங்கடராமனுக்கு இந்த வசனம் பிடிக்கவில்லை. நான் அந்த வசனத்தைப் பயன்படுத்தாமல் இருந்திருக்கலாம் எனத் தனிப்பட்ட முறையில் என்னிடம் பகிர்ந்துகொண்டார். தங்களுடைய ஒவ்வாமையை அவர்கள் வெளிப்படுத்தினார்கள் என்றாலும், ஒரு படைப்பாளிக்குரிய சுதந்திரத்தை வழங்க அவர்கள் தவறவில்லை. இன்றைய நாட்களில் இந்தப் போக்கு முற்றிலுமாக மறைந்துவிட்டது எனக் கருதுகிறேன். இன்று எந்த அரசியல் கட்சி ஆட்சிக்கு வந்தாலும், இந்தக் கருத்துச் சுதந்திரம் படைப்பாளிக்கு மறுக்கப்படும் என்பது உண்மை. விமர்சனங்களை ஏற்றுக்கொள்ளும் மன அமைப்பு இன்றைய அரசியல் கட்சிகளிடமில்லை.

இதனால்தான் வாழ்க்கையில் நமது படைப்பூக்கத்தை இழந்து வருகிறோமா?

இது படைப்பூக்கத்தைப் பற்றியது அல்ல, நமது ஜனநாயகத்தின் அடிப்படை மதிப்புகளைப் போற்றுவதுடன் தொடர்புடையதாகும். ஜனநாயகத்தின் மிக முக்கியமான அடிப்படை மதிப்புகளில் ஒன்று, மாறுப்பட்ட கருத்துகளையும் பன்மைத்துவத்தையும் அனுமதிப்பதே ஆகும். ஒற்றைத் தேசம், ஒற்றை மொழி, ஒற்றைச் சமூகம், ஒற்றைய உடை உடுத்தும் பாணி என்று சொல்லிச் சொல்லியே, பன்மைத்துவத்தை நாம் கொன்றொழித்து வருகிறோம். இது நாம் விழிப்புகொள்ள வேண்டிய நேரமாகும்.

எந்தவொரு படைப்பாக்கச் செயல்பாடும் அரசியலுடன் தொடர்புடையது என்றே எப்போதும் சொல்லியிருக்கிறீர்கள். சரியா?

அமைப்பு குறித்து வெளிப்படுத்தும் எந்தவொரு எதிர்வினையும் அரசியல் செயல்பாடுதான். ஏதேனுமொரு நிலைபாட்டை ஆதரிப்பதும் கூட அரசியல் செயல்பாடுதான். கேளிக்கைக்காக உருவாக்கப்படும் திரைப்படங்கள் ஒன்று ஒரு கருத்தியலில் இருந்து உந்துதலைப் பெற்றதாக இருக்கும் அல்லது சந்தையைக் கருத்தில்கொண்டு உருவாக்கப்பட்டதாக இருக்கும். இதுவும் ஒருவகையிலான அரசியல்தான். ஒரு பலவீனமான மனிதரைத் தலித்தாகச் சித்தரித்தீர்கள் என்றால், அதுவோர் அரசியல் கருத்தியல் வெளிப்பாடே ஆகும். கேமராவை இயக்கத் துவங்கும்போதும், ஒரு வரியை எழுதத் துவங்கும்போதும் நீங்கள் அரசியல் செயல்பாட்டில்

இறங்கியுள்ளீர்கள் என்றுதான் அர்த்தம். திரைப்படத்தின் சாரம்சமே அதிலுள்ள அரசியல்தான் என்பதில் எனக்கு மாற்றுக் கருத்தில்லை.

இந்நாட்களில் மத்திய திரைப்படச் சான்றிதழ் வாரியம் குறித்து அதிகம் பேசப்படுகிறதே.

அது சான்றிதழ் வழங்கும் வாரியம்தான், சென்சார் செய்யுமிடமல்ல. அதன் முன்னாள் தலைவராக இருந்த லீலா சாம்சன் தன்னுடைய பணி என்பது திரைப்படத்திற்குச் சான்றிதழ் அளிப்பதுதானே தவிர, திரைப்படத்தில் எந்தக் காட்சியையும் நீக்குவதற்குத் தனக்கு உரிமை இல்லை என்று உறுதியாகவே தெரிவித்திருந்தார். இதுதான் சரியான நிலைபாடு. ஆனால் அவருக்கும் முன்பு தலைவராக இருந்தவர் தவறான நிலைப்பாடு கொண்டவராக இருந்தார். மேலும், ஏன் திரைப்படத்திற்கு மட்டும் சென்சார் செய்யப்படுகிறது? தொலைக்காட்சிக்கு அது ஏன் இல்லை? வெளிப்படையான பாலியல் சித்தரிப்புக் காட்சிகளை விட சில தொலைக்காட்சி தொடர்கள் அபாயகரமானவை. அவை வெளிப்படுத்தும் சிந்தனைகளும் கருத்துகளும் உறுதியாகப் பார்வையாளர்களின் மனங்களில் பாழ்ப்படுத்தக்கூடியவை.

பாகுபலி திரைப்படத்திற்குத் தேசிய விருது வழங்கப்பட்டதை விமர்சித்திருக்கிறீர்கள். அதன் இரண்டாம் பாகம் வெளியானபோது பல பிராந்திய மொழித் திரைப்படங்கள் வெளியிடப்படுவதற்குத் திரையரங்கம் கிடைக்கவில்லை. வணிகத் திரைப்படங்களுக்கும் பிராந்திய மொழித் திரைப்படங்களுக்கும் இடையிலான இந்தச் சிக்கலை எப்படிப் பார்க்கிறீர்கள்? பிராந்திய மொழித் திரைப்படங்களுக்கென்றே சில திரையரங்கங்களை ஒதுக்க வேண்டும் எனக் கருதுகிறீர்களா?

உள்கட்டமைப்பில்தான் சிக்கல் உள்ளது. ஐரோப்பியாவிலும் அமெரிக்காவிலும் தீவிரமாக உருவாக்கப்படும் திரைப்படங்களைத் திரையிடுவதற்கென்றே தனியான அமைப்புகள் செயல்படுகின்றன. அங்கு உலகில் உள்ள முக்கியத் திரைப்படங்கள் பலவும் திரையிடப்படுகின்றன. நம்மிடமும் கலைத் திரைப்படங்களை விநியோகம் செய்யும் ஓரமைப்பு இருக்க வேண்டும். இது அரசாங்கத்தின் கடமையாகும். இவ்வாறான அமைப்பு இல்லாததால்தான், இத்தகைய திரைப்படங்கள் வெளியாகும் சூழலில் தடைகள் ஏற்படுகின்றன.

சத்தியஜித் ரேவுக்குப் பிறகு, தேசிய விருதுகளில் நான்கு முறை தங்கத் தாமரை விருது பெற்ற இரண்டாவது இந்தியத் திரைப்படப் படைப்பாளி நீங்கள்தான். உங்களுடைய இந்தச் சாதனையை எவ்வாறு பார்க்கிறீர்கள்?

திரையுலகத்திற்கான எனது பங்களிப்பு குறித்து மகிழ்ச்சியாக உணருகிறேன் என்றாலும் அந்தத் திரைப்படங்கள் அனைத்தும் ஒரே தரநிலையில் இல்லை என்பதே என்னுடைய எண்ணமாகும். என்னால் உறுதியாகச் சொல்ல முடிகின்ற ஒரு விஷயம் என்னவெனில், சந்தையில் உருவாகும் தேவைகளுக்காக நான் ஒருபோதும் சமரசங்களைச் செய்ததில்லை. பண விஷயத்தில்தான் சில சில சமரசங்கள் செய்திருக்கிறேனே தவிர, எனது திரைப்படங்களைப் பொறுத்தவரையில், நான் என்ன செய்ய விரும்புகிறேனோ அதை எவ்விதக் குறுக்கீடுகளையும் அனுமதிக்காமல் உறுதியுடன் செய்தே தீருவேன்.

அரசின் அறமற்ற இயங்குமுறையைப் பதிவுசெய்வதே எனது நோக்கமாக இருந்தது

◀ பாப்லோ லேரன்

பாப்லோ லேரன் சிலே நாட்டைச் சேர்ந்த நம்பிக்கைக்குரிய திரைப்பட இயக்குநர். 1973ஆம் ஆண்டிலிருந்து 1990 வரையில் சிலேவில் நிலவிய பினேச்சேவின் சர்வாதிகார ஆட்சியின் கீழ் அந்நாடும் அதன் மக்களும் எதிர்கொண்ட ஒடுக்குமுறைகளையும் அழுத்தங்களையும் விரக்தி மனப்போக்கையும் தொடர்ச்சியாகத் தனது திரைப்படங்களில் பேசி வருபவர். இவருடைய *Tony Manero, Post Mortem, No* போன்ற திரைப்படங்கள் நேரடியாகவே பினேச்சேவின் காலகட்டத்தில் நிகழும் சம்பவங்களின் தொகுப்புகளாக உள்ளன. 1948இல் சிலேவில் கம்யூனிஸ்ட்டுகளின் மீது நிகழ்ந்த வன்முறையையும் அதைத் தொடர்ந்து பாப்லோ நெரூதா நாட்டை விட்டு வெளியேறியதையும் மையமாக வைத்து *Neruda* எனும் திரைப்படத்தையும் பாப்லோ லேரன் உருவாக்கியுள்ளார். அரசியலும் பேராதிக்கமும் சமூகத்தில் என்னவிதமான நீண்ட கால விளைவுகளை ஏற்படுத்துக்கின்றன, உளவியல் பாதிப்புகளை விளைவிக்கின்றன என்பவை இவரது திரைப்படங்களின் பொதுவான பேசுபொருளாக விளங்குகின்றன. 2017இல் இவர் இயக்கிய *A Fantastic Women-* தான் சிலே நாட்டின் முதல் ஆஸ்கார் விருது பெற்ற திரைப்படமாகவும் திகழ்கிறது. சமூக அறம் என்கிற புகை வட்டத்திற்கு வெளியே வழுவிச் செல்லும் மனிதர்களைக் களமாகக்கொண்டு இவர் உருவாக்கிய *Tony Manero* திரைப்படம் குறித்து 2008ஆம் ஆண்டில் மேற்கொள்ளப்பட்ட நேர்காணலே இங்கு மொழியாக்கம் செய்யப்பட்டிருக்கிறது.

Tony Manero திரைப்படத்திற்கு எனது வாழ்த்துகள். சான் பிரான்சிஸ்கோவில் TIFதில் கலந்துகொள்ள நான் தயாராகிக்கொண்டிருந்தபோது Tony Maneroவை நான் பார்க்கப்போகிறேன் என்பது பற்றி எனது நண்பர்கள் பொறாமையுணர்வுடன் இருந்தார்கள். அந்தளவிற்கு இந்தத் திரைப்படம் குறித்துச் சாதகமானதொரு பார்வை பார்வையாளர்களிடத்தில் நிலவி வந்தது. படத்தைப் பார்த்து முடித்தபோது எனக்கு இந்த ஆர்வமும் இந்தத் திரைப்படம் தொடர்பான வெளியில் நிலவிவந்த போற்றுதல்களும் பேரார்வமும் நியாயமானது என்றே தோன்றியது. இதுபோன்றதொரு படத்தை இதற்கு முன்னால் நான் பார்த்ததில்லை. திரைக்கதையாக்கப் பணியில் ஆல்ஃபிரடோ காஸ்த்ரோவும் மெடாயோ இரிபேரனும் உங்களுடன் சேர்ந்து பங்களிப்பு செய்திருக்கிறார்கள் என்பது எனக்குத் தெரியும். இந்தக் கதைக்கான அடித்தளம் எங்கிருந்து உங்கள் மூவருக்கும் கிடைத்தது?

ஸ்பெயினில் உள்ள ரெயினா சோஃபியா எனும் அருங்காட்சியகத்தில் நான் இருந்தேன். அங்கு *Drink* என்றொரு புத்தகத்தை கையிலெடுத்தேன். தனியாகவும் செய்வதற்கு ஒரு வேலையுமில்லாமல் சோர்வாகவும் உணர்ந்ததனால் அந்தப் புத்தகத்தை வாசிக்கத் துவங்கினேன். அதில் ஓர் அற்புதமான கறுப்பு வெள்ளைப் புகைப்படம் இருந்தது. 55 அல்லது 60 வயதில் இருக்கும் ஒரு ஆண் உள்ளாடையுடனும் கால்களில் ஷூக்களை அணிந்தபடியும் ஒரு சேரில் அமர்ந்த நிலையில் ஜன்னல் வழியே வெளியுலகத்தைப் பார்த்துக்கொண்டிருக்கிறார். அவரது ஒரு கையில் சிகரெட்டும் மறுகையில் துப்பாக்கியும் இருக்கிறது. இந்தப் படத்தை என்னால் நம்பவே முடியவில்லை. 'யார் இந்த மனிதர்' எனும் ஆச்சர்யத்துடன் அடுத்த பக்கத்தைத் திறந்தால், அதிலும் அதே மனிதரின் வேறொரு புகைப்படம் இருந்தது. பெண்ணொருத்தியுடன் காமாந்திர நிலையில் அமர்ந்திருந்தார். இரு புகைப்படங்களிலும் ஒரே விதமான கோணத்தில் அமர்ந்தபடியே ஒரேவிதமான மனநிலையில் இருப்பவராகவும் அவர் தோன்றினார். ஆர்வத்தால் உந்தப்பட்டு அந்தப் புத்தகத்தை வாங்கிய நான், ஊருக்குத் திரும்பியதும் ஆல்ஃபிரடோவுக்கு போன் செய்து அவரிடம் அந்தப் புகைப்படத்தைக் காண்பித்தேன். “இதில் நீங்கள் என்னப் பார்க்கிறீர்கள்” என்று அவரிடம் கேட்டேன். அதற்கு ஆல்ஃபிரடோ, “வாவ். இதில் நானொரு கொலைக்காரனைப் பார்க்கிறேன், கொலை செய்திருப்பவனை. அதோடு, ஏனென்று தெரியவில்லை. அவனில் ஒரு நடனக் கலைஞனையும் என்னால் பார்க்க

முடிகிறது" என்றார். பதிலுக்கு நான் அவரிடம், "உங்களுக்கு இதனைச் செய்ய விருப்பமா? நீங்கள் அவராக உருமாற விரும்புகிறீர்களா?" என்று கேட்டேன். "ஆல்ரைட் நிச்சயமாக செய்வோம்" என்று பதிலளித்தார். இந்த சம்பாஷனை நடந்து இரண்டரை வருடங்கள் ஆகின்றன. நாங்கள் திரைக்கதையை எழுதத் துவங்கினோம். அதன்பிறகு திடீரென்று ஒரு பிரபல மனிதரைப்போல உருவ ஒற்றுமையும் செய்கைகளால் அவரது நகல் போலத் தோன்றும் மனிதர்களைத் தேடும் பிரபல தொலைக்காட்சி நிகழ்ச்சிகளை (மொழிபெயர்ப்பாளர் குறிப்பு: உங்களில் யார் அடுத்த பிரபுதேவா போன்ற நிகழ்ச்சி) திரைக்கதையில் சேர்ப்பது என்கிற யோசனை எனக்கு வந்தது. எந்தப் பிரபலமானவரை உதாரணமாக வைத்துக்கொள்வது என்று நாங்கள் யோசிக்கத் துவங்கினோம். அப்போது திரைக்கதையின் நான்காவது வரைவு நடைபெற்றுக்கொண்டிருந்தது. இதுவொரு நீண்ட செயலாக்கமாகும். அதனால் உங்களின் கேள்விக்கு உடனடியாக எங்களுக்கு இந்தக் கதை கிடைத்துவிட்டது என்று சொன்னால் அது பொய்யுரைப்பதாகவே அமையும்.

அப்படியெனில் இந்தத் திரைக்கதையும் ஓர் உருமாற்றத்திற்கு உள்ளாகி இருக்கிறது?

நிச்சயமாக. இதுவொரு பயணம். எப்போதுமே அசைவிலேயே இருந்த, படப்பிடிப்புத் தருணங்களில்கூடப் பல்வேறு மாற்றங்களைக் கோரிய ஐடியா இது. படப்பிடிப்பின்போதும் நாங்கள் பல விஷயங்களை மாற்றினோம். "இந்த மனிதர் தன்னை 30 வயது இளைஞராகக் கருதினால் எப்படி இருக்கும்? ஜான் ட்ரவோல்டா போல ஒரு நடனக்காரராக இருக்க விரும்புகிறவராக இருந்தால் என்னவாகும்?" என்கிற எண்ணம் எங்களுக்கு வந்தது. அதன்பிறகு இந்தக் கதை நிகழும் காலத்தை நான் கட்டமைக்க வேண்டியிருந்தது. **Saturday Night Fever** சிலேவில் 1978ஆம் ஆண்டில் வெளிவந்திருந்ததை நாங்கள் உணர்ந்தோம். இந்த உணர்தல் மிகச் சிறப்பானதாக இருந்தது. ஏனெனில் எங்களால் பினோசேவின் (Pinochet) ஆட்சிக்காலம் குறித்த குறிப்புகளைக் கதைக்குள் கொண்டுவரும் சாத்தியத்தை இது எங்களுக்கு வழங்கியிருந்தது. அனைத்துக் கூறுகளையும் நாங்கள் ஒன்றிணைத்தோம். எங்களுக்கு ஒரு முரண் கிடைத்திருந்தது. நாடகீய தருணங்களை வளர்த்தெடுப்பதற்கான அடித்தளமும் கிடைத்திருந்தது. வரலாற்றுப் பின்புலமும் கிடைத்திருந்தது. இந்தத் திரைப்படம் குறித்து எங்களுக்குப் பிடித்திருந்ததும் நான் காண்பிக்க விரும்பியதும் என்னவென்றால், எப்படி இந்த எதிரெதிர்த் துருவங்களும் பதற்றத்தை உருவாக்குகிறார்கள்

என்பதைத்தான். இந்த வரலாற்றுப் பின்புலம் என்பது வெறும் பின்னணியாக மட்டுமல்லாமல், எல்லோரும் நின்றுகொண்டிருக்கும் அடிநிலமாகவே இருந்தது.

அப்படியானால் ஆல்ஃபிரடோ காஸ்த்ரோ நடித்திருக்கும் ராவுல் பெரால்தா கதாபாத்திரம் நீங்கள் தற்செயலாகக் கையிலெடுத்த புத்தகத்திலிருந்தே உருவம் பெற்றிருக்கிறது. அதன் பிறகே Tony Maneroவின் நகலாக அவர் மாறுவதான யோசனை உங்களுக்குத் தோன்றியிருக்கிறது. எனினும், அவருடைய கதாபாத்திரத்தை பினோசேவின் ஆட்சிக்காலத்தில் வாழ விதிக்கப்பட்ட சிலே மக்களின் கூட்டுப் பண்பு இயல்புகளைச் சொல்லும் உருவக ரீதியிலான வார்ப்பு என எடுத்துக்கொள்ளலாமா?

உருவகங்களைப் பற்றிப் பேசுகின்ற இயக்குநர்களை நான் வெறுக்கவே செய்கிறேன். ஏனெனில், அது பார்வையாளர்களை ஒரே திசையை நோக்கித் திருப்பிவிடுவதாக இருக்கிறது. அவரது கதாபாத்திரம் ஓர் உருவகம்தான். ராவுல் பெரால்தா கதாபாத்திரம் சிலே மக்களின் உருவகம் என்று நம்மால் எளிதாக நேரடியாகச் சொல்லிவிட முடியும். ஆனால், மற்றொருபுறத்தில் நீங்கள் அதனை உருவகமாகப் பயன்படுத்தவில்லை என்றால் என்னவாகும்? அதனை உருவகமாக அல்லாமல் நேரடியாகவே சொல்லியிருந்தால்? உருவகம் என்பது ஏதோவொன்றிற்காக நிற்கும் ஒன்றே. அது நேரடியாகச் சொல்லப்படுவதில்லை.

ஒருவேளை நான் எனது கேள்வியை மாற்றியமைத்திருக்க வேண்டும். ராவுல் பெரால்தாவின் கதாபாத்திரம் அந்தக் காலகட்டத்தில் நிலவிய அடுக்கடுக்கான அழுத்தங்களிலிருந்து உருப்பெற்றதா?

ராவுல் பெரால்தா சமூகத்தின் விளைவால் உருவான கதாபாத்திரமாகும். அவர் தண்டனைகள் எதுவுமின்றிச் செயல்படுகிறார். அதீதக் கோபத்தில் உலாவுகிறார். ஒரு அரசாங்கத்தின் மூர்க்கத்தனமான நடவடிக்கைகளையே ராவுல் பெரால்தாவின் கதாபாத்திரத்தின் ஆசைகளாகத் திரைப்படத்தில் பிரதிபலிக்கிறது.

பினோசேவின் அரசாங்கம் பற்றி நான் அதிகம் அறிந்திருக்கவில்லை...

ஆனால், நீங்கள் அறிந்திருந்தாலும் அது இங்கு முக்கியமானதல்ல. பினோசேவின் ஆட்சி குறித்த அரசியல் அறிக்கை அல்ல இந்தத் திரைப்படம். நான் எதையும் பிரசாரம் செய்யவில்லை.

அடையாளம் இழத்தலைப் பற்றியதா அது?

அடையாளத்தைப் பற்றியதுதான். இது தொடர்பாக எனக்கும் திரைப்பட விநியோகிஸ்தர் ஒருவருக்கும் இடையில் வாக்குவாதம் நடைபெற்றது. Tony Manero குறித்த பத்திரிகையாளர் புத்தகத்தில், இந்தத் திரைப்படம் சமீபத்திய சிலே வரலாற்றில் நிலவிய அடையாளம், இழப்பு, ஒடுக்குமுறை போன்றவற்றைக் குறித்ததாகும் என்று எழுதியிருந்தேன். அந்தப் புத்தகத்தில் அச்சில் பார்த்தபோது அதில் அடையாளத்திற்கும் இழப்புக்கும் இடையிலான காற்புள்ளி நீக்கப்பட்டிருந்தது. "இல்லை இல்லை நான் குறிப்பிட்டது அடையாளம் இழத்தலைப் பற்றியது அல்ல. அடையாளம் மற்றும் இழப்பு தொடர்பானது என்றே குறிப்பிட்டேன்" என்றேன். இரண்டும் ஒரே அர்த்தத்தையுடையதல்ல. நீங்கள் உங்கள் அடையாளத்தை இழப்பதில்லை. மாறாக மாற்றவே செய்கிறீர்கள். எனக்கு ஆர்வத்தை ஏற்படுத்தியது என்னவென்றால் எங்கு எதனால் அடையாளம் மாறுகிறது? என்கின்ற வினாதான். நான் இழப்பு குறித்தும் அடையாளம் குறித்தும் சிந்திக்கத் துவங்கினேன். ஆனால் இழக்கப்பட்ட அடையாளம் குறித்துச் சிந்திக்கவில்லை. இது ஒரு செவ்வகப் பெட்டியினுள் ஒரு கருத்தைப் பொருத்துவதைப் போன்றது. ஆனால், அந்தக் கரு பெட்டியினுள் இருக்கின்ற வெளியை விடவும் பெரியதாக இருந்தது.

அல்லது அந்தப் பிம்பம்?

ஆமாம். ஆமாம். அந்தப் புகைப்படப் பிம்பம்.

திரைப்படத்தில் ராவுல் பெரால்தா மேன்மையுற்றவனாகவும் சிக்கலானவனாகவும் தோன்றுகிறான். படத்தைப் பார்த்துவிட்டு வெளியேறியபோது நிறையக் குழப்பங்கள் எனக்குள் எழுந்தன. அந்தக் கதாபாத்திரம் எதுவொன்றின் தரப்பிலும் நிற்கவில்லை என்பது சரிதான். அவரிலிருந்து எண்ணற்றவை வெளிப்படுகின்றன. அவைகளில் மிக முக்கியமான ஒன்றாக நான் கருதுவது ஏழ்மையின் விளைவை. வளர்ச்சியுறாத சூழல்களில் வளரும் ஒருவனுக்கு அடையாளம் என்பது எவ்வகையில் அர்த்தமாகிறது? வறுமையைக் கடந்து வருவதற்காக நீங்கள் அறத்தை இழந்துவிடுகிறீர்களா? நிச்சயமாகவே, நேற்றிரவு பார்வையாளர்களுக்கு மத்தியில் நானிருந்தபோது அறமற்றிருக்கும் ராவுல் பெரால்தாவை, தன்னைச் சரிசெய்துகொள்ளத் துளியும் அவன் முயற்சிக்காததைப் பார்த்துப் பார்வையாளர்கள் அதிர்ச்சியடையவே செய்தார்கள். சிலே மக்களின்

உருவகமாக அவனது கதாபாத்திரம் படைக்கப்படவில்லையெனில், அந்தக் காலகட்டத்தில் சீலே மக்களுக்கிடையில் எழுந்த ஒழுக்கமான பண்பை அவன் குறிக்கின்றனா அல்லது அவனை ஒரு தனிப்பட்ட மனிதனாகவே நாம் கருதிக்கொள்ளலாமா?

என்னால் சொல்ல முடிவதெல்லாம், பினோசேவின் ஆட்சிக்காலத்தின்போது எனக்கு இரண்டு வயதுதான் ஆகியிருந்தது. அதனால் அக்காலகட்டம் குறித்து நான் பேசுவது யாவுமே நான் கேட்டறிந்தவை மட்டுமே. அது என்னுடைய நேரடி அனுபவமல்ல என்பதை நீங்கள் புரிந்துகொள்ள வேண்டியது மிக மிக முக்கியமானது. ராவுல் போன்ற ஒரு கதாபாத்திரம் - படத்தில் சித்தரிக்கப்பட்டிருக்கும் அனைத்துக் குணவியல்புகளையும் கொண்ட - மனிதர்கள் அந்தக் காலகட்டத்தில் இருந்தார்களா என்றுகூட எனக்குத் தெரியாது. அந்தக் காலத்தில் காவல்துறையினர் பொதுவான குற்றங்கள் குறித்து அக்கறை காட்டவில்லை என்று கூற முயற்சிக்கிறேன். ஏனெனில் அவர்கள் இராணுவ அரசாங்கம் கட்டவிழ்த்து விடுகின்ற ஒடுக்குமுறையை அமலாக்கம் செய்யும் ஓர் அங்கத்தினராக இருந்தனர். இதனால் பொதுவான குற்றவாளிகள் எந்தவிதமான தண்டனையுமின்றி மிக எளிதாக வெளியில் நடமாட முடிந்தது. அவர்கள் திருடலாம், யாரையேனும் கொலை செய்யலாம். ஆனால், காவல்துறையினர் அவர்களின் விவகாரங்களில் தலையிட மாட்டார்கள். எல்லா வழக்குகளிலும் இவ்வாறு இல்லையென்றாலும், சில வழக்குகளைப் பொறுத்தவரையில் இதுதான் நடைமுறையாக இருந்தது. மற்றொரு விஷயம் என்னவென்றால் 1976இல் சிகாகோவில் கல்வி பயின்ற சிலேவின் மாணவர் கூட்டமொன்று புதிய பொருளாதாரத் திட்டங்களை முன்மொழிந்தார்கள். பினோசே அவர்களைப் பொருளாதார அமைச்சகத்தில் இடம்பெறச் செய்தார். அவர்கள் சிலேயின் பொருளாதாரத்தையும் கலாச்சாரத்தையும் மாற்றியமைப்பதில் வெற்றி கண்டார்கள். இறுதியில் பல விஷயங்களைச் சிலே இறக்குமதி செய்வதாக அமைந்துவிட்டது. இத்தகைய இறக்குமதி செயலாக்கம் எங்கள் ஆதி வேர்களின் பலவற்றையும் விழுங்கிவிட்டது. இந்த இணைப்பும் எனக்கு ஆர்வத்தை அளித்தது.

ராவுல் உண்மையில் ஒரு ஒழுக்கமற்ற மனிதர் என்பதை உங்களுடன் சேர்ந்து நானும் ஏற்கவே செய்கிறேன். அவருக்கு அறம் என்கின்ற ஒன்றே கிடையாது. அதனால்தான் எனது நாட்டில் பலருக்கும் எனது

திரைப்படம் பிடிக்கவில்லை. அவர்களைப் பொறுத்தவரையில் இறுதியில் ராவுல் மீட்சியைக் கண்டடைந்திருக்க வேண்டும். அவர்களுக்குக் கேள்வி கேட்கும் உரிமை இருக்கிறது. “ஏன் ராவுல் மாறவில்லை? ஏன் அவன் எப்போதும் இப்படியே இருக்கின்றான்? ஏன் எப்போதும் இந்தக் கதையை ஒருதலைபட்சமாகவே பார்க்கிறோம்? நமது வரலாற்றை ஒருதலைபட்சமாகவே ஏன் பார்க்கிறோம்?” குறிப்பாக இந்தத் திரைப்படம் இதைப் பற்றியதுதான். எல்லோரும் மாறிவிடுவார்கள் என்று நான் கருதவில்லை. எல்லோரும் மீட்சி அடைந்துவிடுவார்கள் என்பதையும் நான் நம்பவில்லை. அதுதான் உங்களுக்கு வேண்டுமெனில் ஹாலிவுட் திரைப்படங்களுக்குச் செல்லுங்கள். அவைகளில் இறுதியில் ஒரு எதிர்மறைக் கதாபாத்திரம் நல்லவனாக மாறிவிடும். நாம் சற்றே முன்னர் உரையாடியதைப்போல ராவுலிடம் நிலவும் அறமற்றதன்மை என்பது அரசாங்கத்திடம் நிலவும் அறமற்றதன்மையேதான். ராவுல் கதாபாத்திரம் 1928இல் பிறந்தது என்பதை நினைவில்கொள்ள வேண்டியது அவசியமானது. அந்தச் சமயத்தில் 30% சிலே மக்கள் ஷூக்களைக் கூட அணிவதில்லை. நான் என்ன சொல்கிறேன் என்பது புரிகிறதா? நான் கல்விக்கான சாத்தியமற்ற சூழலை விவரிக்கிறேன். நெறியுடன் வாழ்வதற்கான சூழலற்றதன்மை. ராவுல் அந்த 30% சதவீத மக்களுக்குள் ஒருவராக இருக்கலாமே? ஏன் அவரொரு பண்ணையில் வளர்ந்தவராக இருக்கக்கூடாது? அவர் நகரத்திற்கு வந்ததும், உலகத்தின் பிற பகுதிகளிலிருந்து இறக்குமதி செய்யப்பட்ட திரைப்படங்களில் இருந்து தகவல்களைப் பெற்றவராக அவர் இருந்திருக்கக்கூடும். குறிப்பாக அமெரிக்காவில் இருந்து இறக்குமதி செய்யப்பட்ட திரைப்படங்களில் இருந்து தகவல்களைப் பெற்றவராக இருக்கக்கூடும். ஏனெனில், அந்நாட்களில் சிலேயின் அரசாங்கம் அதிகளவிலான ஐரோப்பியத் திரைப்படங்களுக்குத் திரையிட அனுமதி வழங்கவில்லை. குறிப்பாக, அபாயகரமானது எனக் கருதத்தக்கக் கருப்பொருட்களைக் கொண்டிருக்கும் திரைப்படங்களை அரசு முற்றிலுமாகத் தடை செய்திருந்தது. அதனால் இறுதியில் அவன் இத்தகைய மனிதனாகத்தான் உருமாற முடியும். சமூகம் அவனை அவ்வகையில் வார்த்திருக்கிறது. *Saturday Night Fever* திரைப்படத்தைப் பார்க்கும்படி அவனை அரசு ஊக்குவிக்கிறது. அதில் வரும் நாயகனான *Tony Manero* ஓர் உழைக்கும் வர்க்கத்து நாயகன். அமெரிக்கக் கனவான நடனத்தின் மூலமாக அவனால் தனது வாழ்க்கையை மாற்றிக்கொள்ள முடிகிறது. எனக்கு ஆச்சரியமூட்டியதும் அதிகபட்ச வியப்பிலாழ்த்தியதும் என்னவென்றால் இந்த அமெரிக்கக் கனவு தனக்கு சீலேவிலேயே வாய்க்கும் என ராவுல்

நம்புகின்றான். அவன் Tony Maneroவைப் போல நடனமாடவில்லை என்றாலும், அவனைப்போன்ற தோற்றத்தில் இல்லையென்றாலும், சீலே தேசத்தவனாக இருந்தாலும், 30 வயதைக் கடந்தவனாக இருந்தாலும் Tony Maneroவின் கனவு ராவுலான தனக்கும் கைவசப்படும் என்று அவன் உறுதியாகக் கருதுகிறான். ராவுலுக்கு மக்களை எப்படி நடத்த வேண்டும் என்கிற புரிதலில்லை. அவன் அதீதக் கோபக்காரனாக இருக்கிறான். இந்த ஒருங்கிணைக்கப்பட்ட கூறுகளான நடனம், சட்டம், அரசியல் யாவும் அவனது ஆன்மாவை விடவும் பெரிதாகப் பிரதிபலிக்கின்றது. ராவுல் ஒரு நகலினுடைய நகலினுடைய நகல்.

ராவுலை இந்த வகையில் நீங்கள் விவரிப்பது அற்புதமாக இருக்கிறது. நான் திரைப்படத்தைப் பார்த்துக்கொண்டிருந்தபோது, பார்வையாளர்கள் இத்திரைப்படத்தை எவ்வாறு உணர்கிறார்கள் என்ற கண்ணோட்டதிலேயே பார்த்தேன். அவன் உண்மையாகவே சில அச்சுறுத்துகின்ற செயல்களைச் செய்யக்கூடியவனாக இருந்தாலும், மக்கள் இன்னமும் அவனை நேசிக்கவும் புரிந்துகொள்ளவும் ஆதரிக்கவும் விரும்புகிறார்கள். இளம் பெண்ணைத் தனது அறைக்கு அழைந்து வந்தபிறகு அவளுடன் கலவியில் ஈடுபடாமல் சுய இன்பத்தில் ஈடுபடும் காட்சியில் ராவுலின் மீது எந்தளவிற்குப் பரிதாபப்பட்டார்கள் என்பதை என்னால் கவனிக்க முடிந்தது. ராவுல் ஒரு இளம் பெண்ணின் காம உணர்வுகளைத் தூண்டியிருக்கிறான் என்று கருதாமல், அவனுக்காகப் பார்வையாளர்கள் வருத்தப்படவே செய்தார்கள். அதுவொரு நுட்பமான பரிமாற்றம். வெளிப்படையாகவே அவரொரு போக்கிரியைப்போல நடந்துகொண்டாலும் பெண்கள் அவர் மீது ஈர்க்கப்படுவதும் என்னை அதிக ஆர்வத்தில் ஆழ்த்துவதாக இருந்தது. அவரொரு நகலினுடைய நகலினுடைய நகலாக இருந்தாலும், அவருக்கென்று ஒரு பிரத்தியேகத் தனித்துவமும் ஆற்றலும் இருக்கவே செய்கிறது. அவரை இந்த அளவிற்குக் கொண்டுசெல்லும் ஏதோவொன்று அவரிடத்தில் இருக்கிறது. தொலைக்காட்சிப் போட்டியின்போது பார்வையாளர்கள் கைத்தட்டும்போது, ராவுலுக்காக நான் மன வேதனையுற்றேன். ராவுலுக்காகக் கைத்தட்டப்பட்ட ஓசைக்கும் பிற போட்டியாளருக்காகக் கைத்தட்டப்பட்ட ஓசைக்கும் என்னால் பெரியளவில் வித்தியாசத்தை உணர முடியவில்லை. இறுதி முடிவு நடுவர் தனது விருப்பத்தின்படியும் ஒரு இளையவர் வெற்றிபெறுவதே சிறந்தது எனும் நோக்கத்துடனும் தீர்மானிப்பதாகவே எனக்குப்பட்டது. உங்களுடைய நோக்கம் இதில் என்னவாக இருந்தது?

ஆமாம். இரண்டுமே ஒரே கைத்தட்டல் ஓசைதான். நாங்கள் நகலெடுத்துதான் பயன்படுத்தினோம். ஒலி வடிவமைப்பாளரிடம் ஒரே ஓசையையே இருமுறையும் பயன்படுத்துமாறுதான் நான் கூறினேன். என்னுடைய நோக்கமென்பது இறுதி முடிவு நடுவரின் கையில் இருப்பதை வெளிப்படையாகச் சொல்ல வேண்டும் என்பதாகவே இருந்தது. அவர்தான் வெற்றியாளரைத் தீர்மானிக்கின்றவர். ஆனால், நீங்கள் சொன்னவற்றிற்குத் திரும்பிவோம். அது எனக்கு ஆர்வமூட்டியது. ஒரு திரைப்படத்திலுள்ள கதாபாத்திரத்தை அனைத்துப் பார்வையாளர்களும் ஒன்று விரும்புகிறார்கள் அல்லது வெறுக்கிறார்கள் என்றே கருதுகிறேன். இது என்னை ஆச்சரியப்படுத்துகிறது. ஏனெனில், பொதுவாகச் சிக்கலில் மாட்டிக்கொண்டுள்ள ஒரு கதாபாத்திரத்தைத்தான் - ஒரு நாயகனைத்தான் - பார்வையாளர்கள் விரும்புவார்கள். ஆனால் சில நேரங்களில் - இந்தப் படத்தையே சான்றாக எடுத்துக்கொள்ளலாம் - பார்வையாளர்கள் ஒரு தோல்வியுற்றவனைத் தனக்கென்று எதுவுமே நடக்காத ஒருவனை விரும்புகிறார்கள். இது பார்வையாளர் தரப்பிலான ஒரு முடிவு. தனது வாழ்வாதாரத்துக்காகப் போராடுகின்ற, விறைப்புத்தன்மையைக்கூடப் பெற முடியாத ஒரு மூன்றாம் உலகத்தைச் சேர்ந்த முட்டாளுக்கான இரக்கமே பார்வையாளர்களிடத்தில் எழுகிறது. இறுதியில், இவ்வகையிலான இரக்கமே ராவுலை விரும்பவும் பார்வையாளர்களை அனுமதிக்கிறது. மனிதநேயம் பல விஷயங்களை அடிப்படையாகக்கொண்டிருக்கிறது என்றாலும் பெரும்பாலும் இரக்கவுணர்வே அதனைத் தீர்மானிக்கிறது.

உதாரணத்திற்கு, டொரொண்டோ சர்வதேசத் திரைப்பட விழாவில் 3,000க்கும் மேற்பட்ட தன்னார்வலர்கள் இருப்பதை அறிந்துவைத்திருக்கிறீர்களா? அந்தத் தன்னார்வலர்கள் இல்லையெனில், திரைப்பட விழா சிறப்பாக நடக்காது என்பதை அவர்கள் அறிந்திருக்கிறார்கள். அதனால் அவர்கள் உதவ முன் வருகின்றனர். இதுபோலவே, நீங்கள் அமெரிக்காவுக்குச் சென்றால், அங்குள்ள மக்கள் எய்ட்ஸ் ரிப்பன்களை அணிந்துகொண்டோ ஆப்பிரிக்காவில் உள்ள மக்களின் நிலை குறித்தோ கவலையில் ஆழ்ந்திருப்பார்கள். பிறருக்காக உண்டாகின்ற இந்த இரக்கவுணர்வு திரைப்படக் கலையில் ஓர் அபாரமான சாதனமாகும். உங்கள் கதாபாத்திரம் திருந்தி மீட்சியை அடையவில்லை என்றால், இந்த இரக்கவுணர்வைப் பார்வையாளர்களிடத்தில் தூண்டிவிட்டு அவர்களைக் கவரலாம். ஆனால், இதனை மிகக் கவனமாகச் செய்ய வேண்டும். பார்வையாளர்கள் இந்தப்

பொம்மலாட்டச் சரங்களைப் பார்த்துவிடக்கூடாது. வெறுத்துவிடக்கூடாது.

எனக்கும் ராவுல் மீது இவ்வகையிலான உணர்வு உண்டானது என்றாலும், அது குறிப்பாக இரக்கத்தினால் மட்டுமே அல்ல என்பதைத் தெளிவுப்படுத்த விரும்புகிறேன். அவருடைய செயல்களை எல்லாம் நான் ஏற்றுக்கொள்ளவில்லை என்றாலும், தனது கனவை அடைய முயலும் அவரது தீவிரத்தன்மையை நான் வெகுவாக விரும்பினேன். நீங்கள் குறிப்பிட்டதைப் போலச் சாத்தியமற்ற வகைகளில் உழைக்கும்வர்க்கத்து நாயகனான Tony Maneroவின் கனவு ராவுலின் கனவும்தான். காவல் நாய்களுக்காக எலும்புத் துண்டுகளைச் சேமிக்கும் அவரது புத்திக்கூர்மையை நினைத்து எனக்கு நானே சிரித்துக்கொண்டேன். இதன் மூலமாக அவரால் எளிதில் கண்ணாடித் துண்டுகளைத் திருட முடியும். தனது கனவினைச் செயலாக்குவதற்கு ஒவ்வொரு சிறு விஷயத்தையும் கவனத்துடன் ஆராய்ந்து திட்டமிடும் அவரது செயல்பாடுகளை மதிக்கவே செய்கிறேன். இதற்கு அவர் பிறரைக் கொலை செய்தாலும், பிறரைக் காயப்படுத்தினாலும், அவரை நான் போற்றவே செய்கிறேன். வேறு திரைப்படங்களில் இதுபோன்ற செயல்களை நான் வெறுத்திருக்கக்கூடும். ஆனால் Tony Maneroவில் இதனை அழகாகத் தீட்டியுள்ளீர்கள். அதனால் என்னால் ஏற்றுக்கொள்ள முடிந்திருக்கிறது. இங்குதான் ஒரு திரைப்படக்கலைஞராக உங்களை நினைத்து வியக்கிறேன். மிகச் சரியாகப் பார்வையாளர்களின் இரக்கவுணர்வைத் தூண்டிவிட்டிருக்கிறீர்கள். இதனை எப்படி முடிவு செய்தீர்கள்? திரைக்கதை எழுதும்போதே இவ்வெண்ணங்கள் எல்லாம் உருவாகிவிட்டதா?

அது படப்பிடிப்பின்போதுதான் உருவாகி வந்தது. ஆல்பிரெதோவுடன் நான் கலந்தாலோசித்தேன். அறையில் தனியே அவர் நடனமாடும் காட்சி நினைவிருக்கிறதா?

நிச்சயமாக.

முதலில் படத்தொகுப்பின்போது அக்காட்சியை நான் வெளியே எடுத்துவிட நினைத்தேன். ஆனால், பின்னர் அக்காட்சியின் முக்கியத்துவம் கருதி மீண்டும் திரைப்படத்துடன் இணைத்துவிட்டேன். அறையில் தனிமையில் இருக்கும்போது நாம் எவ்வாறு செயல்படுவோம் என்பதை அக்காட்சி விவரித்தது. நாமெல்லோருமே தனிமையில் இருக்கும்போது பைத்தியக்காரத்தனமாகவும் சமயங்களில் அபாயகரமாகவும் நடந்துகொள்வோம்.

நாம் எல்லோருமே இதனை அறிந்துதான் வைத்திருக்கிறோம் என்றாலும், இதைப் பற்றி நாம் உரையாட விரும்புவதில்லை.

தனிமையில் இருக்கும்போது நான் அப்படியெல்லாம் நடந்துகொள்வதில்லை.

(ஹா ஹா ஹா) அந்தத் தனிப்பட்ட தருணங்களை அணுகுவதற்கான சாத்தியமிருக்கிறது என்பதுதான் இதில் ஆர்வமூட்டக்கூடியது. மற்றவர்களுடைய தனிப்பட்ட பிரத்தியேகத் தருணங்களைப் பார்க்கும்போது ஏதோவொரு வகையில் அந்தத் தருணங்கள் உங்களுடனும் தொடர்புரையாடல் செய்வதை உணருவீர்கள். எல்லோருமே தனது வாழ்க்கையில் ஏதோவொரு தருணத்தில் மற்றொருவரைப்போல இருக்கவே விரும்புகிறார்கள். ஒருவேளை அதிக அழகான ஒருவரைப்போல இருக்க விரும்பலாம். ஒருவேளை அதிக வெற்றிகளைப் பெற்ற ஒருவரைப்போல இருக்க விரும்பலாம். நீங்கள் கூடைப்பந்தாட்டத்தில் இயங்குகிறீர்கள் என்றால், என்றேனும் ஒருநாள் மைக்கேல் ஜோர்டனைப்போல ஆக விரும்பலாம். எல்லோருமே மற்றொருவரைப்போல இருக்க விரும்புகிறார்கள். திரைப்படக் கதாபாத்திரங்களில் இதனைப் பார்க்கும் பார்வையாளர்கள் இந்தப் புள்ளியுடன் தொடர்பேற்படுத்திக்கொள்கிறார்கள் என்று நினைக்கிறேன். ஒருவேளை அந்த அதீத விழைவுகளைச் செயல்படுத்தும் ஆவேசம் நம்மிடம் இல்லாமல் போகலாம். ஒருவேளை அந்த விழைவுகளுக்காக மரணமுறவும் எது வேண்டுமானாலும் செய்யவும் நாம் தயாராக இல்லாமல் இருக்கலாம். ஆனால், சிலர் செய்கிறார்கள். குறைந்தபட்சம் ஒரு திரைப்படப் படைப்பாளியாக இந்தத் திரைப்படத்தை உருவாக்குவதற்கான வாய்ப்பும் அதிர்ஷ்டமும் என்னிடமிருந்தது. இது மிகச் சிறப்பானதுதான். எனினும், இதனை அடையும்வரையில் நான் பின்வாங்கியிருக்க மாட்டேன். ராவுலின் கதாபாத்திரமும் ஒருவகையில் இதே வகையிலானதுதான்.

தனது கனவுக்காக இறக்கும் மனவலிமை அவரிடத்தில் இருந்திருக்காது என்பதை எவ்வாறு முன்மொழிகிறீர்கள் என்பது எனக்குப் பிடித்திருக்கிறது.

அவனொரு கோழை.

ஆனால் நியாயமாகப் பேசவேண்டுமானால், தனது கனவுகளுக்காக வாழும் விருப்பம் அவனுக்கு இருக்கிறது. இதனை ரொம்பவும் தெளிவாகத் தெரிவிக்கும் காட்சி எதுவென்றால், காவலர்கள் பாருக்கு வந்திருக்கும்போது அவனுடன் தொடர்புடைய அனைவரும் அவர்களை

நோக்கித் தரைத்தளத்திற்குச் செல்கிறார்கள். அவர்களைக் காப்பாற்றுவதற்கு அவன் முயற்சித்திருந்தால், அவனொரு நாயகனாக உருவாகியிருப்பான். ஆனால், ஒரு நாயகனாக உருவெடுப்பதற்காக மரணமுறுவதை விடவும், தனது கனவுகளின் மீதிலான அதீத விழைவைத் துரத்தியபடியே உயிர் வாழ்வதையே அவன் தேர்வு செய்கிறான். அதுதான் இந்தத் திரைப்படத்தின் வெளிபாட்டை இவ்வளவு துயரமானதாக மாற்றுகிறது. அவன் தனது கனவுகளுக்காக அனைத்தையும் இழந்துவிட்டபிறகு, அதில் தோல்வியடைந்துவிடுகிறான்.

ராவுல் பெரால்தாவாக ஆல்பிரெடோ காஸ்ட்ரோவின் நடிப்பைப் பற்றிச் சிறிது பேசுவோம். திரைப்படம் முடிவடைந்த பிறகும் தொடர்ந்து நான் சிந்தித்துக்கொண்டே இருந்தேன், ராவுல் உண்மையில் யாரென்று. அவருடைய செயல்களுக்கு மட்டுமே நாம் சாட்சியாளர்களாக விளங்குகிறோம்.

அது உங்களுக்கு வேண்டுமா? மேலும் அவரைப் பற்றித் தெரிந்துகொள்ள விரும்புகிறீர்களா?

இல்லை. அவர் யாரென்பது அவ்வளவு அவசியமான கேள்வி அல்ல. வாழ்க்கை வரலாற்றுக் குறிப்புகளை அடிப்படையாகக் கொள்ளாமல், வேறொருவராக மாற விரும்பும் மனிதனொருவனின் நோக்கங்களின் அடிப்படையில் ஒரு கதாபாத்திர ஆய்வை நீங்கள் செய்துள்ளீர்கள் என்பதை நான் பெரிதும் விரும்புகிறேன். பார்வையாளர் குழுவிலிருந்து ஒருவனாக, அவன் ஏன் வேறு ஒருவராக மாற விரும்புகிறான் எனும் கேள்வியைச் சிந்திக்கும்படி நாம் தூண்டப்படுகிறோம். அது கலாச்சாரத்தையும் கேள்வியெழுப்பச் செய்கிறது. அவன் ஏன் வேறொருவராக மாற விரும்புகிறான் என்பதற்கு இலட்சக்கணக்கான காரணங்கள் இருக்கலாம் என்கிற புரிந்துணர்வை ஏற்படுத்தவும் செய்கின்றது. அவருக்கு வயதாகிக்கொண்டே போகிறது. ஒரு சர்வதிகாரியின் ஆட்சியின் கீழ் அவர் வாழ நேர்ந்திருக்கிறது. அவரொரு உழைக்கும் வர்க்கத்தைச் சேர்ந்த ஏழை. படிப்பறிவற்றவர். வெளிநாட்டு ஊடகத்தால் தாக்கம் பெற்றிருப்பவர்.

என்னைப் பொறுத்தவரையில் ஒரேயொரு துளியைக் காண்பித்து, அவரது முழுமையின் ஒரு பகுதியை உணரச் செய்வது மிக மிக முக்கியமானது. திரைப்படம் எல்லாவற்றையும் காண்பிப்பதை நான் வெறுக்கவே செய்கிறேன். நீங்கள் ஒரு பகுதியைக் காண்பிக்கும்போது, பார்வையாளர்கள் அதனை முழுமையாக்குகிறார்கள். இது என்னை

ஆர்வங்கொள்ளச் செய்கிறது. எங்கு சென்று அவன் நிறைவடையப் போகிறான்? அடுத்தது என்ன செய்யப் போகிறான்? வெற்றியாளரை அவன் பழிவாங்கப் போகிறானா? Tony Manero ராவுலின் வாழ்க்கையில் வெறும் நான்கே நாட்கள்தான். அந்த நான்கு நாட்களும் அவனது முழு வாழ்க்கையின் ஒரு சிறு பகுதி மட்டுமே. இந்தத் திரைப்படம் ஒரு அசைவில் துவங்கி, ஒரு அசைவிலேயே முடிவுபெறுகிறது. எந்தவொரு தீர்ப்பும் எழுதப்படவில்லை. எதுவுமில்லை. வெறும் நான்கே நாட்களை மட்டுமே நாம் எதிர்கொள்கிறோம்.

அதனை நானோர் திரைப்பட உலகின் மாஸ்டர்களில் ஒருவரால் உருவாக்கம்பெற்றது எனச் சொல்வேன்.

நன்றி. நான் அதனைப் பாராட்டுகிறேன்.

ஆதிக்க மனோபாவத்துக்கு எதிராகவே எனது திரைப்படங்கள் உருவாக்கப்படுகின்றன

◀ மசாகி கோபயாஷி

திரைப்பட அழகியலுக்கும் ஆக்ரோஷமாக வெளிப்படும் சமூக விழிப்புணர்வுத் திரைப்படங்களுக்கும் இடையில் ஒரு மெல்லிய இணைப்பைப் பின்னுவதாக மசாகி கோபயாஷியின் திரைப்படங்கள் கருதப்படுகின்றன. இவரது புகழ்பெற்ற திரைப்படமான ஒன்பது மணிநேரம் தொடர்ந்து ஓடக்கூடிய *The Human Condition* போருக்குப் பிந்தைய ஜப்பானில் நிலவும் முரண்களையும் பாசாங்குத்தனங்களையும் அடிக்கோடிட்டுக் காண்பித்தது. ஸ்டூடியோக்களில் நிலவும் மேட்டிமைத்தனத்துக்கு எதிராகவும் இயங்கியவர் கோபயாஷி. அவரது சமகாலத்திய இயக்குநரான அகிரா குரோசாவைப் போலவே சமகாலத்தியப் பிரச்சனைகளை வரலாற்றுப் பின்புலத்தில் கட்டமைத்துச் சாமுராய் பாணியிலான திரைப்படங்களாக உருவாக்கியிருக்கிறார். *Harakiri, Kwaidan* ஆகிய அவரது திரைப்படங்கள் மகத்தான படைப்பாக்கங்களாக இன்றளவும் போற்றப்படுகின்றன. நிறுவப்பட்ட ஆதிக்க மனோபாவத்துக்கு எதிராகவும் நிலப்பிரபுத்துவத்துக்கு எதிராகவும் இவரது திரைப்படங்கள் இயங்குகின்றன. அவற்றைக் கிட்டத்தட்ட வெளிபாட்டுத்தன்மை ஒன்றுகலந்த யதார்த்தப் பாணியில் உருவாக்கினார். மசாகி கோபயாஷியிடம் 1993ஆம் வருடத்தில் பீட்டர் கிரில்லியால் மேற்கொள்ளப்பட்ட நேர்காணலின் தமிழாக்கம் இது.

பொதுவாக, கதை ஓட்டத்துக்குத் துணை புரிவதாகவே திரைப்பட இசை பயன்படுத்தப்படுகிறது. ஆனால், சில நேரங்களில் கதையோடு மோதுவதாகவும் இசை செயல்படுகிறது. இவ்வகையில் பயன்படுத்தப்படும் இசை அதிக ஆற்றல்மிக்கதென்று கருதுகிறீர்களா?

நான் இசையைப் பயன்படுத்தும் முறை... படப்பிடிப்பையும் படத்தொகுப்பையும் நிறைவு செய்ததற்குப் பிறகு இறுதியாகவே இசையமைப்பாளரிடம் நமது காட்சிகளைத் திரையிட்டுக் காண்பிப்போம். நிச்சயமாக, திரைப்பட அரங்கத்திற்கு அவர் வருகை புரிந்திருப்பார், தயாரிப்புக் காலகட்டத்தில் படம் பற்றிய செய்திகளைத் தினசரிகளில் வாசித்தறிந்திருப்பார். ஆனால், திரைப்படம் காட்சிரீதியாக முழுமையுற்றதும் - இதனை நாம் *rough cut* என்று சொல்வோம் -இசையமைப்பாளரிடம் நாம் காண்பிப்போம். பாருங்கள், அதன்பிறகு இசையமைப்பாளருடன் மோதல், அதாவது இயக்குநருக்கும் இசையமைப்பாளருக்குமான யுத்தம் துவங்குகிறது. இந்தத் தருணத்தில் படத்தில் இசை சேர்க்கப்பட்டிருக்காது. வசனமும் கூட சேர்க்கப்பட்டிருக்காது. வெறும் ஒலிகள் - யதார்த்தச் சூழலில் பதிவாகியிருக்கும் ஒலிகள்தாம் படத்தில் நிறைந்திருக்கும். நானும் டாகிமிட்சூவும் (*Takemitsu*) அமர்ந்து, இந்தப் பிம்பங்களைப் பார்க்கும்போது, அவர் அந்தப் பிம்பங்களுக்குத் தனது எதிர்வினையைச் செய்கிறவர் போல உணருவார். இதுதான் டாகிமிட்சூ படைப்பின் கருப்பொருள் பற்றி ஆழமாகச் சிந்திக்கத் துவங்கும் நிலை, இசையை எப்படிப் படத்தில் சேர்க்க வேண்டும், எந்தவகையிலான இசை/ ஒலி வீரியமிக்கதாக இருக்கும், அல்லது எங்கு இசை சேர்க்கப்பட்டால் அது பிம்பங்களில் உள்ளிறங்கியிருக்கும் யதார்த்த உணர்நிலையைப் பாழ்படுத்தும்; இவை எல்லாம்தான் 'டாகிமிட்சூ' வியக்கத்தக்க வகையில் புரிந்துகொள்ளும் கூறுகள். இயக்குநரின் காட்சிப் பிம்பங்களுக்குள் நுழையும், அதனை ஆழமாகப் புரிந்துகொள்ளும் திறன் அவரிடத்தில் இருக்கிறது. அவர் ஓர் அற்புதமான மனிதர்.

Kwaidan திரைப்படத்தில், குறிப்பாக Kurokami (கறுப்பு மயிர்) பகுதியில் இசை சர்ரியலாகவும் ஹைப்பர் ரியலாகவும் தோன்றியது. குறைந்தபட்சம் என்னுடைய அனுபவம் அதுதான். உங்களுடைய நோக்கம் என்னவாக இருந்தது?

அது மிகவும் துல்லியமானதுதான். ஆமாம், ஏனெனில் அந்தத் திரைப் படத்தின் இயக்கமே அவ்வகையிலான விளைவை உண்டுபண்ணுவதைதான் நோக்கமாகக்கொண்டிருந்தது. அதனால் *rough cut*ஐ திரையிட்டபோது, உடனடியாக டாகிமிட்சூ இந்த அணுகுமுறைதான் நம்பகத்தன்மையை அளிக்கிறதென்று கருதி, அலசான சத்தங்களை எதிரொலிப்புச் செய்வதே சரியானது என்றும் தீர்மானித்தார். அந்தக் காட்சிக்குத் தேவையான ஒலி என்பது பச்சி ஒலிதான் (*Pachi Sound*), அதாவது மரம் வெட்டப்படும் ஓசைதான் என்று எனக்கு அவர் விளக்கமளித்தார். அந்த உண்மையான ஒலியைப் பதிவுசெய்த அவர், இறுதிக் கலவையில் மின்னணு முறையில் அந்த ஒலியை மாற்றியமைத்தார். உதாரணமாக, *Kurokam*வீல் வீட்டு நினைவு அழுத்தும் கதாநாயகன் மீண்டும் நிலத்துக்குத் திரும்பி, தனது மனைவி வசிக்கும் அறையை நோக்கி நீண்ட பாழடைந்த மண்டபத்தின் ஊடாகச் செல்கையில், அந்தத் தளம் அவனைக் கைவிட்டுவிடுகிறது. அந்தச் சமயத்தில் உபயோகப்படுத்தப்பட்டிருக்கும் ஒலி - மரத்தின் ஒரு பகுதியைக் கிழித்தெடுக்கும் அசலான **HHHy** ஒலி. ஆனால், டாகிமிட்சூ இந்த ஒலியைத் திரைப் பிம்பங்களுடன் பொருந்துமாறு ஒரே சமயத்தில் பயன்படுத்தவில்லை. ஒரு பீட்டை ஒலிக்கச் செய்துவிட்டு, பின் அமைதியை ஒரு நொடி நிலைக்கச் செய்துவிட்டு, அதன்பிறகே இசையை அறிமுகம் செய்கிறார். இவ்வகையில், பார்வையாளர்களின் எதிர்பார்ப்புக்கு மாறாக, இசையின் நேரத்தை லேசாக டாகிமிட்சூ மாற்றியமைத்துவிட்டார். விளைவு மிகவும் தெளிவாக அமைந்துவிட்டது. கதை மெல்ல அவிழ அவிழ, அவர் இந்த விளைவை மேலும் மேலும் உச்சத்துக்குக் கொண்டுசெல்வார் அல்லது அதற்கு மாறாக நுட்பமான இசையை இழையோடச் செய்வார், இசையை அவர் பிம்பங்களுடன் பொருத்துவது என்பது மிகவும் அறிவார்த்தமான தீர்ப்புகளை அடிப்படையாகக் கொண்டது.

இசையைக் காட்சியின் செயல்களுடன் பொருத்தமில்லாமல் அமைப்பதால் உண்டாகும் விளைவு என்ன?

விளைவுகளைப் பற்றி எனக்கு உறுதியாகத் தெரியவில்லை. ஆனால், இசையைத் தடுமாறச் செய்வதன் மூலமாகப் பார்வையாளர்கள் நிச்சயமாகத் தங்களைப் பாதுகாப்பற்றவர்களாக உணருகிறார்கள். டாகிமிட்சூ தொடர்ச்சியாக இதுபோன்ற ஒன்றைச் செய்துவிடுகிறார். உதாரணமாக, *Tokyo trails* இல் வெடிகுண்டு காட்சிக்குப் பிறகு, பல்வேறு நாடுகளைச் சேர்ந்த ஆயுதம் தாங்கிய படைவீரர்களை அந்தந்த நாடுகளின் சாலைகளில்

அணிவகுத்துச் செல்லும்போது, அவர் இசையைப் பயன்படுத்துகிறார் என்றாலும், அதனைச் சற்றே மாறுப்பட்ட விதத்தில் பயன்படுத்துகிறார். அவர் இசையை மிகச் சரியாகக் காட்சிகளுக்குள் பொருந்துவதாக உபயோகிக்கவில்லை, மாறாக அவர் காட்சிகளுடன் சிறிது விளையாடவே செய்கிறார். குறிப்பிட்ட மௌனத்தைக் காட்சியில் படரச் செய்துவிட்டு, அதன்பிறகே இசையுடன் பார்வையாளர்களை ஒன்றிணையச் செய்கிறார்.

இவ்விளைவு பார்வையாளர்களின் உணர்ச்சிகளைத் தூண்டுவதாக இல்லையா?

ஆமாம். ஆனால், எதிர்பார்க்கப்பட்ட வகையில் பார்வையாளர்களை நகர்த்திச் செல்வதற்குப் பதிலாக, அவர் ஒரு பீட்டைத் தவிர்த்துவிடும்போது, அதன் விளைவு அதற்கு நேரெதிராக, எதிர்பாரததாக, எதிர்பார்க்கப்பட்டதிலிருந்து சிறியளவில் விலகியதாகவும் இருக்கிறது.

உங்களுடைய திரைப்படங்களில் இந்த விளைவு மேலும் வலிமையுடையதாகவே இருக்கிறது. ஆனால் இவ்வகையில் டாகிமிட்சூவின் இசை கூடுதல் வலிமையானதாக இருப்பதாக நீங்கள் நினைக்கவில்லையா?

ஆமாம். ஆனால் எந்தத் தருணத்திலும் டாகிமிட்சூ கணித்துவிட முடிகின்ற நேரடித்தன்மை உடைய மனிதரல்ல. மேலும் மேலும் தீவிரமாக ஆராய்கின்ற, விளைவுகளை எப்படி மேலும் விஸ்தரிப்பது என்பதைக் கணக்கிடுகின்ற மனிதர் அவர்.

அதிக ஆர்வமில்லாத இசையமைப்பாளரிடம் இதுவொரு ஜிம்மிக் வேலை போல ஆகிவிடுகிறது. ஆனால், டாகிமிட்சூவின் ஆராயும் பண்பு வியப்பிற்குரியது. நீங்கள் என்ன நினைக்கிறீர்கள்?

ம்ம்ம். நீங்கள் இயக்குநருடைய கனவை வைத்திருக்கிறீர்கள், அதாவது பிம்பங்களின் தொகுப்பு உங்களிடம் இருக்கிறது. டாகிமிட்சூ அந்தப் பிம்பங்களின் பிரத்யேகமான கண்ணோட்டத்தில் இருந்தே தனது தீர்மானங்களை முடிவுசெய்கிறார்.

போர் நடைபெற்றகாலமும் போருக்கு முந்தைய காலமும் எப்படி இருந்தது? *Harakiri* போன்ற ஒரு திரைப்படத்தைப் போருக்கு முன்னால் உங்களால் இயக்கியிருக்க முடியுமா?

அதற்கு வாய்ப்பு இருந்திருக்காது. தணிக்கை உச்சபட்சக் கடுமையுடன் அனைத்தையும் அணுகியது. எனது குருவான கெய்சுகி கினோஷிட்டா 1944இல் Army என்ற திரைப்படத்தை இயக்கினார். அது தன்னளவிலேயே முழுமையான ஒரு போர் எதிர்ப்புத் திரைப்படம். சிறந்த திரைப்படமும்கூட. ஆனால், அதன்பிறகு திரைப்படங்கள் இயக்கும் பணியில் இருந்து ஒட்டுமொத்தமாக விலகிய அவர், ஏதோவொரு கிராமப்புறப் பகுதிக்குக் குடியேறிவிட்டார்.

நீங்களும் ஒரு இராணுவ வீரர்தான். நீங்கள் சீனாவிலா இருந்தீர்கள்?

மன்சூரியா, ஹார்பினின் புறநகர்ப் பகுதியில் ஏதோவோர் இடத்தில் இருந்தேன்.

நீங்கள் முன்னணிச் சண்டையில் பங்கெடுத்தீர்களா?

நான் முன்னணிப் போரில் ஒருபோதும் பங்கேற்கவில்லை. ஏனெனில், அங்கு அதிகளவில் சண்டை நடைபெறவில்லை. சோவியத் யூனின் ஒரு எதிரிப் பிரதேசமாகக் கருதப்பட்டதால் மன்சூரியாவில் பாதுகாப்பு பலப்படுத்தப்பட்டிருந்தது. கண்டோவின் இராணுவம் முக மூர்க்கமாக இருந்தது. உடனடியாக நிகழலாம் என்று கருதப்பட்ட சோவியத் யூனியனின் தாக்குதலை எதிர்கொள்வதற்காக ஜப்பான் இராணுவத்தின் மிகச் சிறந்த மற்றும் கூருணர்வுமிக்கவர்கள் பிரபலமற்ற கண்டோவின் இராணுவத்தில் குவிக்கப்பட்டிருந்தார்கள். அதனால்தான் எங்களது போர் விளையாட்டு மூர்க்கமானதாகவும் வன்முறை நிறைந்ததாகவும் இருந்தது. மிக மோசமான விளைவுகளை உண்டுபண்ணிய பெரிய இயந்திரத் துப்பாக்கிகளின் பின்னால் நான் நிலைநிறுத்தப்பட்டிருந்தேன்.

அந்தச் சமயத்தில் போருக்கு எதிரான மனப்பான்மை உங்களிடம் இருந்ததா?

ஆமாம். மாணவப் பருவத்திலேயே இருந்தது. எனது குடும்பத்தினர் எப்போதுமே தனிநபர் சுதந்திரங்களில் ஈடுபாடு உடையவர்களாக இருந்தார்கள். அவர்கள் இந்த நம்பிக்கையில் மிகுந்த அர்ப்பணிப்புடன் இருந்தனர். அதனால், போர் வெடித்தபோதும், அதற்குள் நான் இழுக்கப்பட்டபோதும் இராணுவ அமைப்பை ஒருபோதும் நான் விரும்பியதில்லை. பட்டம் பெறுவதற்கு என்னால் தேர்ச்சி பெற முடியாமல் இருந்த ஒரே விஷயம் என்றால் அது இராணுவப் பயிற்சிதான்.

அந்த வகுப்புகளை முழுமையாக வெறுத்த நான், வகுப்புகளைப் புறக்கணித்துவிட்டு ஹாக்கி விளையாடிக்கொண்டிருப்பேன். அவர்கள் நான் தேர்ச்சி பெறுவதை விரும்பவில்லை. ஆனால், வகுப்புத் தலைவன் ஆசிரியரிடம் என் சார்பாக முறையிட்டதால், இறுதியில் எனக்குத் தேர்ச்சி வழங்கப்பட்டது. அந்த அளவிற்கு இராணுவப் பயிற்சியை நான் வெறுத்தேன். அதனால் நான் இராணுவத்தில் நுழைந்தபோது என்னைப் போன்ற ஒருவனுக்கு என்ன நேரும் என்பது குறித்து எனது நண்பர்கள் அனைவரும் மிகுந்த அக்கறையுடன் இருந்தனர்.

பிறகு என்ன நடந்தது?

ம்ம்ம். *The Human Condition*ல் ஹாஜி எதிர்கொள்ளும் அனைத்துவிதமான சூழல்களையும் நானும் எதிர்கொண்டேன். அங்கிருந்து உயிர்த் தப்ப வேண்டுமென்றால், எனது உடலை ஒழுங்குப்படுத்த வேண்டும் என்பதையும், இல்லையெனில் அங்கிருந்து உயிருடன் தப்ப முடியாது என்பதையும் உணர்ந்தேன். நான் மிகத் தீவிரமாக முயற்சித்தேன். எனது உடல் வலுவுடையதாக மாறியது. நான் முழு நினைவுடனேயே எதுவும் என்னை வீழ்த்திவிட முடியாத வகையில் பயிற்சிகளை மேற்கொண்டேன். இராணுவத்தில் அதிகாரிக்கான பதவிக்கு வேட்பாளராக - கல்லூரி அல்லது நடுநிலைப் பள்ளியில் பட்டம் பெற்ற எவரும் அதிகாரி பதவிக்கான வேட்பாளருக்குத் தகுதியுடையவரே - நான் நுழைந்தபோது என்னை அதிர்ச்சியடையச் செய்தது என்னவென்றால், மற்ற அனைவருமே கல்வியறிவு இல்லாதவரே. சொற்ப எண்ணிக்கையிலானவர்களாலேயே நடுநிலைப் பள்ளியைத் தாண்டிச் செல்ல முடிந்திருக்கிறது. ஜப்பானியக் கல்விமுறையால் மிகுந்த ஏமாற்றமடைந்தேன். ஒரு சராசரியான கல்வியைப் பெற்றிருந்தால் அவர்களில் பலரும் தங்களைத் தனித்துவம் மிகுந்தவர்களாக அடையாளப்படுத்திக்கொண்டிருக்க முடியும். அத்தகைய மனிதர்களால் தாக்கப்படுவதிலிருந்து தற்காத்துக்கொள்ள எனது உடலை நான் ஒழுங்குபடுத்த வேண்டும் என்பதை உணர்ந்தேன். அல்லது இதுபோன்ற சூழலில் இருந்து என்னால் தப்பிக்க முடியாது. வியக்கத்தக்க வகையில் எனது திசையை நான் மாற்றிவிட்டேன். 1936ஆம் ஆண்டு பிப்ரவரி 26 சம்பவத்தைத் தூண்டிய அசாபுவின் மூன்றாவது படைப்பிரிவில் நானிருந்தேன். அந்தச் சம்பவம் முடிந்த உடனேயே, படைப்பிரிவின் முக்கிய அமைப்பு மஞ்சூரியாவுக்குக் கப்பலேறிவிட்டது. மூன்று மாதப் பயிற்சிக் காலத்திற்குப் பிறகு, இந்த அசாபுவின் மூன்றாவது படைப்பிரிவில் சேருவதற்கு நாங்கள்

அனுப்பப்பட்டோம். மூன்று மாதப் பயிற்சிக் காலத்தின் மதிப்பெண்கள் அறிவிக்கப்பட்டபோது, நான்தான் அதில் முதல் இடத்தைப் பெற்றிருந்தேன். இப்படித்தான் மஞ்சூரியாவில் உள்ள ஹார்பின் அருகில் ஒரு பகுதியில் மூவாயிரம் ஆண்களுடன் நானும் சேர்ந்திருக்கும் நிலை ஏற்பட்டது. அதுவொரு மகத்தான மாற்றமாகும்.

ம... சூரியாவுக்கு அனுப்பப்பட்ட நீங்கள், கடைசிவரையில் அங்கேயே இருந்தீர்களா?

யுத்தத்தின் காரணமாக, தெற்கே நிலமை ரொம்பவும் மோசமடைந்திருந்ததால், காண்டோ இராணுவத்தின் மிகச் சிறந்த படை வீரர்கள் அங்கு அனுப்பப்பட்டனர். அது ஷோவாவின் பத்தொன்பதாவது ஆண்டு (1944) என்று கருதுகிறேன். நாங்கள் பிலிபைன்ஸுக்குச் செல்ல வேண்டியிருந்தது. ஆனால், அப்போது அமெரிக்க நீர்மூழ்கிக் கப்பல்கள் எல்லா இடங்களிலும் இருந்தன. அதனால் எங்களால் பிலிபைன்ஸுக்குச் செல்ல முடியவில்லை. விளைவாக, நாங்கள் ஒகினாவாவை நோக்கிச் சென்றோம். ஆனால், எங்களால் அங்கும் செல்ல முடியவில்லை என்பதால், ஒகினாவாவிலிருந்து சிறிது தொலைவில் இருந்த மியாக்கோஜிமாவுக்குச் சென்று நிலைபெற்றோம். ஒருவேளை ஒகினாவாவிலோ அல்லது பிலிபைன்ஸிலோ அல்லது லெய்டே தீவிலோ தரையிறங்கியிருந்தால், நான் பிழைத்திருப்பேனா என்று சந்தேகமாக இருக்கிறது. தற்செயலாக மியாக்கோஜிமாவில் நாங்கள் தங்கிவிட்டதால், இப்போது உங்கள் முன் நான் உயிருடன் இருக்கிறேன்.

உங்கள் திரைப்படங்களுக்கு மீண்டும் திரும்புவோம். முதல் திரைப்படமான Harakiri குறித்துக் கேட்க விரும்புகிறேன். இந்தத் திரைப்படத்தை எடுத்ததன் நோக்கமென்ன?

தற்கொலைச் சடங்குதான் டிராமாவின் முக்கியப் புள்ளியாக இருந்தது. மூங்கில் கத்தியால் தனது வயிற்றைக் கிழிக்கும் தருணம், அதுதான் இந்தத் திரைப்படத்தை இயக்குவதற்கான முடிவை எடுக்கும்படிச் செய்தது. அதனால்தான் அக்காட்சி அவ்வளவு தீவிரமாக இருக்கிறது. உண்மையில், மூங்கில் கத்தியால் வயிற்றைக் கிழிப்பது சாத்தியமில்லாதது. திரைக்கதையில், அந்தக் கதாபாத்திரம் மூங்கில் கத்தியால் வயிற்றைக் கிழிக்கிறது என்று மட்டுமே எழுதப்பட்டிருந்தது. ஆனால், பிம்பங்களால் இதனை நிகழ்த்தித் தொகுப்பது சிரமம் மிக்கதொரு செயலாகும். ரொம்பவும்

கடினமானது. அதனால் அந்தக் காட்சியைப் படம் பிடிப்பதற்கு முந்தைய தினத்தில், இன்னமும் அந்தக் காட்சி எவ்வாறு அமைய வேண்டும் என்று ஸ்டோரிபோர்டில் தீர்மானத்தை எட்டியிருக்காத சமயத்தில், நான் மதுவருந்தச் சென்றேன். உங்களுக்கே தெரியும், ஸ்டோரிபோர்டுகளைக் கற்பனை செய்வது என்பது செறிவூட்டுவது மற்றும் கவனம் செலுத்துவதோடு தொடர்புடையது என்பதோடு விடை கிடைத்திராத ஒரு கேள்வியை மீண்டும் மீண்டும் ஆராய்ந்துகொண்டிருக்கும்போது, திடீரென உங்களுக்கு ஒரு பார்வையைக் கொடுப்பதாகவும் இருக்கிறது. கிட்டத்தட்ட இசை செய்யும் அதேவகையிலான பணிதான் இதுவும். எப்படியிருந்தாலும், மூங்கில் கத்தியால் வயிற்றைக் கிழிக்க வேண்டுமென்றால், அந்தக் கத்தி ரொம்பவும் உறுதியாக இருக்க வேண்டும். மேலும், நீங்களாக வலிந்து உங்களது உடலை அதற்குள் செலுத்தி, கத்தி உங்களது உடலில் துளையிடுவதற்கு அனுமதிக்க வேண்டும். அதுதான் எனது நோக்கமாக இருந்தது. அதனை கற்பனை செய்துவிட்ட உடனேயே, அதனது தொடர்ச்சியான பிம்பங்கள் எளிதாகவே கிளைத்துவிட்டன. நிச்சயமாக, இக்காட்சி குறித்து யோசிக்கும்போது நான் மது அருந்திக் கொண்டிருந்தேன், அதனால்தான் இவ்வளவு குரூரமான திசையில் எனது மனமும் கற்பனையும் சென்றிருக்கிறது என யூகிக்கிறேன். நிதானமாக நான் செய்திருந்த ஸ்டோரிபோர்டுகளில் இருந்து குடிபோதையில் செய்திருந்த ஸ்டோரிபோர்டுகள் வேறுபட்டிருந்தன. அதனால் கேமிராமேனான யோஷியோ மியாஜிமாவிடம் இந்த இரண்டில் எது சிறந்தது என்று கேட்டேன். "நீங்கள் குடிபோதையில் வரைந்ததுதான் சிறப்பானது" என்று அவரும் பதில் கொடுத்ததால்தான், அந்தக் காட்சி அவ்வளவு குரூரமாக இருக்கிறது. அந்தக் காட்சி திட்டமிடலுக்கு நான் அவ்வளவு தூரம் சென்றதற்குக் காரணம், அக்காட்சி அப்படிக் குரூரமாக வெளிவர வேண்டும் என்று கருதியதால்தான். டாகிமிட்சூவின் இசை அக்காட்சியில் அற்புதமாக இருந்தது. அவர் பிவாவைப் (**Biwa**) பயன்படுத்தினார். பிவா இசைக்கருவியில் இயல்பாகவே இழையோடியிருக்கும் சோகவுணர்ச்சி, காட்சிக்குள் துக்கத்தின் சின்னமாக நுழைந்துவிட்டிருந்தது. அதனால்தான், அக்காட்சியின் குரூரத்தன்மை குறைக்கப்பட்டிருக்கிறது. டாகிமிட்சூவின் இசைக்கு நன்றி. நான் அந்த இசையைப் பெரிதும் விரும்பினேன்.

நிலப்பிரபுத்துவத்தைப் பற்றி என்ன கருத்தை நீங்கள் உருவாக்குகிறீர்கள்? எந்தச் செய்தியை நீங்கள் வெளிப்படுத்த விரும்புனீர்கள்?

ம்ம்ம். நிறைய இருக்கும் என்று நினைக்கிறேன். எனது திரைப்படங்கள் வெளியாகும் போதெல்லாம், இதே வகையிலான கேள்வியை எதிர்கொள்கிறேன். செய்தித்தாள்கள் ஒரு பத்திரிகையாளர் சந்திப்பை நடத்த விரும்புகின்றன. எனது திரைப்படத்தின் பேசுபொருள் அல்லது நான் வலியுறுத்தும் கருத்து என்ன என்பது பற்றியெல்லாம் கேள்விகள் கேட்கப்படுகின்றன. ஆனால், திரைப்படங்களை அவ்வகையில் நான் உருவாக்குவதில்லை. குறிப்பிட்ட ஒரு கருத்தில் இருந்து துவங்குவதற்குப் பதிலாக, திரைப்படத்தை உருவாக்கும் செயல்பாட்டில் கதையை நான் வளர்த்தெடுக்கையில் கருத்துகள் தாமாகவே அதில் பிரதிபலித்துவிடுகின்றன. இதுதான் எனது வகையிலான திரைப்பட உருவாக்கம். அதனால், பத்திரிகையாளர்கள் "உங்கள் படத்தின் கருத்து என்ன?" என்பது போன்ற கேள்விகளை எழுப்பும்போது, நான் அதற்குப் பதில் சொல்வதில்லை. அடுக்கடுக்காகக் கருத்துகளை அள்ளித் தெளிப்பதில்லை.

சமூகவியலாளர்களும் வரலாற்றாசிரியர்களும் அனைத்து விதமான கோட்பாடுகளையும் ஆராய்ந்து பார்ப்பார்கள். ஆனால் திரைக்கதையை ஷினோபு ஹாஷிமோடோவுடன் இணைந்து எழுதியவராக இந்தத் திரைப்படத்தை உருவாக்க உங்களுக்கு இருந்த நோக்கமென்ன?

ம்ம்ம். நிச்சயமாக நிலப்பிரபுத்துவத்துக்கான எங்களது எதிர்ப்பை வெளிப்படுத்த விரும்பினோம். அதுதான் முக்கிய நோக்கமாக இருந்தது. ஆனால், அதோடு வரலாற்றை ஏமாற்றுவது தொடர்பான கேள்வியும் இருந்தது. உறுதிசெய்யப்பட்ட வரலாற்றில், பதிவு செய்யப்படாமல் இருக்கும் ஒரு முக்கியத்துவம் வாய்ந்த சம்பவத்தை விவரிப்பதும் நோக்கமாக இருந்தது. அப்படியொரு சம்பவம் நடந்தது குறித்து எந்தப் பதிவுமில்லை. எதுவும் நடக்காததைப்போல மௌனமே மிஞ்சுகிறது. இதுவே ஒரு வரலாற்று மோசடிதான். உண்மையில், படத்தில் நான் வெளிப்படுத்த விரும்பிய மையக் கருத்து இதுவாகவும் இருக்கலாம்.

போர் மற்றும் போருக்குப் பிந்தைய வரலாறு காரணமாக ஜப்பான் மேற்கத்தியமயமாக்கப்பட்டுள்ளது என்று ஜப்பானின் மேற்கத்திய அறிஞர்கள் பலரும் வலியுறுத்துகிறார்கள். ஜப்பான் எப்படி அமெரிக்கமயமாக்கப்பட்ட ஜப்பானாக மாறியது என்று அமெரிக்கர்கள் பெருமை பேசுகிறார்கள். உங்களுடைய கருத்து என்ன? போர் மற்றும் போருக்குப் பிந்தைய சூழல்களால் ஜப்பானின் அடிப்படை மாறிவிட்டதா?

நிச்சயமாக, சில விஷயங்கள் மாறியிருக்கின்றன. தெருவில் நடக்கையில், பெரும்பாலான குறியீடல்கள் ஆங்கிலத்தில்தான் உள்ளன. கிட்டத்தட்ட ஜாப்பானியக் குறியீடுகளை நம்மால் பார்க்கவே முடியவில்லை என்றுதான் நினைக்கிறேன். பெரும்பாலானவை ஆங்கிலத்திலோ அல்லது பிற ஐரோப்பிய மொழிகளிலோதான் இருக்கின்றன. இந்த வகையில் பார்த்தால், மிக மிக அதிகமாக அமெரிக்கமயமாக்கப்பட்டிருக்கிறது. ஜப்பானிய மொழியே பெரிதும் ஆங்கிலத்தால் பாதிக்கப்பட்டிருக்கிறது. நமது தினசரி உரையாடல்களும் கூட மாறியிருக்கிறது. இதனைக் கவனிக்கும்போது, ஜப்பானின் கலாச்சாரத்தையும் அதன் பாரம்பரியத்தையும் சிலர் பாதுகாக்க விரும்புகிறார்கள் என்பது இயல்பானதாகத்தான் தெரிகிறது. அமெரிக்கமயமாக்கப்பட்ட ஜப்பான் எப்படி மாறிவருகிறது என்பதைப் பார்ப்பது எனக்கு அசௌகர்யத்தையே கொடுக்கிறது. அமெரிக்கக் கலாச்சாரத்தை இறக்குமதி செய்வது தொடர்பாகச் சிந்திக்க நாம் பழக வேண்டும். உங்களால் ஒன்றும் செய்ய முடியவில்லை என்றாலும், ஜப்பான் மேலோட்டமாக எப்படி மெல்ல மெல்ல அமெரிக்காவாக மாறிவருகிறது என்பதைக் கவனிக்காமல் இருக்க முடியாது. அமெரிக்காவை உண்மையிலேயே புரிந்துகொள்வதற்கும், அதனது நல்ல அம்சங்களை நமது கலாச்சாரத்துடன் இணைப்பதற்கும் எந்தவொரு முயற்சியும் மேற்கொள்ளப்படவில்லை. நாமெல்லாம் அமெரிக்காவைச் சிறந்த நாடாகக் கருதிய காலம் ஒன்று இருக்கிறது. அது நான் மாணவனாக இருந்த காலம். அமெரிக்காவில் தயாரிக்கப்பட்ட அற்புதமான திரைப்படங்களை அப்போது பார்த்துக்கொண்டிருந்தோம். எனது இளம் பருவத்தில், உலகத்தை அறிந்துகொள்வதற்கு எங்களுக்கு இருந்த ஒரே வாய்ப்பு திரைப்படங்கள் மட்டும்தான்; அது ஒரு வகையிலான திரைப்படத்துறையின் பொற்காலம் என்றும் சொல்லலாம். பிரான்க் காப்ரா, ஜான் போர்ட் எனப் பல அறிவார்த்த திரைப்பட இயக்குநர்கள் இருந்தார்கள். இந்த இயக்குநர்கள் உருவாக்கிய திரைப்படங்களால் நான் பெரிதும் கவரப்பட்டிருந்தேன். அதோடு, அவர்களுடைய அனைத்துத் திரைப்படங்களிலும் அமெரிக்காவின் சராசரி மனிதர்களைப் பற்றியதாகவே இருந்தது - நடுத்தர வர்க்கத்தின் சிறப்பம்சம் என்ன என்ற கேள்வியே அவைகளில் தொடர்ச்சியாக இருந்தது. அமெரிக்கத் திரைப்படங்களால் ஆழமாக ஈர்க்கப்பட்டிருந்தோம். அத்தகைய பிரகாசமான கட்டுப்பாடுகள் இல்லாத உலகத்தைக் கண்டு ஆச்சர்யப்பட்டோம். ஆனால், அந்த ஆண்டுகளில் உலகம் முழுவதிலுமே திரைப்படங்கள் மிகச் சிறப்பாக இருந்தன. இளம் பருவத்தில் இத்தகைய திரைப்படங்களால் நாங்கள் பெரிதும் தூண்டப்பட்டிருந்தோம்.

பிரான்க் காப்ரா மற்றும் ஜான் போர்ட் ஆகியோரின் திரைப்படங்களில் நீங்கள் பார்த்த அமெரிக்காதான் உண்மையான அமெரிக்கா என்று நீங்கள் நம்பினீர்களா?

ஆமாம். எனது அனுபவம் அப்படித்தான் இருந்தது. ஜான் போர்டைப் பொறுத்தவரையில், The Grapes of Wrath போன்ற சமூக நோக்குடைய திரைப்படங்களும் இருக்கின்றன. அப்போது தயாரிக்கப்பட்ட திரைப்படங்களில் நிச்சயமாக இவை அதிகம் ஆழம் கொண்டவையாக இருந்தன.

இதேபோல, ஜப்பானியர்களைப் பற்றிய அறிமுகமில்லாத அமெரிக்கர்கள் ஹராகிரி அல்லது யூத் ஆஃப் ஜப்பான் போன்ற திரைப்படங்களைப் பார்ப்பது எப்படிப்பட்டது? அந்தத் திரைப்படங்கள் அசலான ஜப்பானையே பிரதிபலிக்கின்றன என்று அவர்கள் நம்ப வேண்டும் என விரும்புகிறீர்களா?

ஆமாம். இரண்டு திரைப்படங்களுமே வரலாற்று முன்னோக்கைப் பெறுவதற்கு முற்றிலுமாகப் பொருத்தமானவை என்பதே எனது கருத்து. சமகால அல்லது போருக்குப் பிந்தைய ஜப்பானைப் புரிந்துகொள்வதற்கும் கூட அவை உதவுகின்றன. ஆனால், அந்தத் திரைப்படங்களைப் பார்க்கும்போது, இயக்குநரின் நோக்கங்கள் குறித்த விழிப்பைப் பெற்றிருக்க வேண்டியது மிக அவசியமானது. இல்லையெனில் தவறாகப் புரிந்துகொள்ளப்படலாம். பார்வையாளர்கள், "என்னவொரு காட்டுமிராண்டித்தனமான நாடு" என்று நினைத்து விலகிச் செல்லவும் வாய்ப்பிருக்கிறது. கதாநாயகனின் மனிதநேயத்தின் அகலத்தை வெளிப்படுத்துவதில் சடங்குத்தன்மையிலான தற்கொலைக் காட்சி பெரிதும் துணைபுரிகிறது என்று கருதியே அக்காட்சியை நான் வைத்தேன். கான்ஸில் ஹராகிரியைத் திரையிட்டபோது, மூங்கில் கத்தியால் வயிற்றைக் கிழிக்கும் காட்சியில் எல்லோரும் அதிருப்தியில் குரலெழுப்ப ஆரம்பித்துவிட்டார்கள். அவர்கள் மெல்ல மெல்ல காட்சிகள் வளர்ந்து செல்லும்போதுதான் - மிகுனி மற்றும் நகாடாய் ஒருவரையொருவர் எதிர்கொள்ளும் காட்சி, கடந்த காலத்தின் ஃபிளாஷ்பேக்குகளுக்குப் பின் - அமைதியானார்கள். இந்தக் கூறுகள் திரைக்கதையில் தாமதமாகவே வருகின்றன. அப்போதுதான் பார்வையாளர்கள் நகாடாயியின் மனிதநேயம் மலர்ந்து வருவதை உணருவார்கள். இந்த உணர்வுகள் பார்வையாளர்களின் மனதில் நுழைந்ததுமே அவர்கள் கைத்தட்டி ஆரவாரம் செய்தார்கள். அதனால், அவர்களால் படத்தைத் துல்லியமாகப் புரிந்துகொள்ள முடிந்திருக்கிறது என்றே நான் நம்புகிறேன்.

சர்வதேசத் திரைப்பட விழாக்களில், திரையிடலுக்குப் பிறகு எப்போதும் ஒரு பத்திரிகையாளர் சந்திப்பை ஏற்பாடு செய்திருப்பார்கள். அங்கு பெரிய பிரச்சனையாக மூங்கில் கத்தியால் வயிற்றைக் கிழிக்கும் காட்சியே விவாதிக்கப்பட்டது. ஏனெனில், ஐரோப்பியப் பத்திரிகையாளர்கள் அக்காட்சியை அதீதமான மிருகத்தனம் நிரம்பியது என்று கருதினார்கள். உங்களிடம் இப்போது விவரித்ததைப்போலவே அவர்களிடமும் அக்காட்சியின் நோக்கம் குறித்து விவரித்தேன். அதன்பிறகு, பத்திரிகையாளர்கள் அவர்களுக்குள் விவாதிக்கத் துவங்கிவிட்டார்கள். இறுதியில், இயக்குநரின் பார்வையும் அவர் சொல்வதும் சரிதான் என்கிற முடிவுக்கு வந்துவிட்டார்கள். ஆனால், அந்த விவாதத்தில் என்னை வெகுவாகக் கவர்ந்தது என்னவென்றால், அது மிகவும் வெளிப்படையாகவும் நேரடியாகவும் இருந்தது என்பதுதான்.

Rabbit Proof Fence
திரைப்பட உருவாக்கம் குறித்து
◀ பிலிப் நோய்ஸ்

ஆஸ்திரேலியாவில் 1970கள் வரை மனதைக் கனக்கச் செய்யக் கூடிய இன அழிப்பு முறை ஒன்று வழக்கத்தில் இருந்துள்ளது. வெள்ளையின ஆண்களுக்கும் பழங்குடியினப் பெண்களுக்கும் பிறக்கும் பெண் குழந்தைகள், தாயிடமிருந்து பிரித்துச் செல்லப் பட்டுத் தனியே ஒரு பயிற்சிப் பள்ளியில் வைத்து வளர்க்கப் பட்டிருக்கிறார்கள். வரலாறு இவர்களுக்குத் "திருடப்பட்ட தலைமுறைகள்" எனப் பெயரிட்டிருக்கிறது. இவ்வாறு வளர்க்கப் படும் பெண்கள் பிற்காலங்களில் குழந்தைகளை உற்பத்தி செய்யும் மனித இயந்திரங்களாக வெள்ளையின ஆண்களால் பயன்படுத்தப் பட்டுள்ளனர். கொஞ்சம் கொஞ்சமாகப் பழங்குடியினத்தன்மையை அவர்களிடமிருந்து அகற்றி வெள்ளையினத்தவராகவே நாள்போக்கில் மாற்றும் முயற்சியாக இது இருந்துள்ளது. இதன்மூலம் ஒருகாலத்தில் பழங்குடி என்கிற இனமே இல்லாதுபோகும், ஆஸ்திரேலியா முழுவதும் வெள்ளையினத்தவரே நிலத்தின் குடிகளாக இருப்பார்கள் என்று ஆக்கிரமிப்பாளர்கள் திட்டமிட்டிருக்கிறார்கள். மனித உறவுகளுக்கும் உயிர்களுக்கும் துளியும் மதிப்பளிக்காத இந்த நாசகார இன அழிப்புச் செயல்பாடு, இம்முறையினால் பாதிக்கப்பட்ட பெண்களின் நினைவுத் தொகுப்பாக 'Follow the Rabbit Proof Fence' எனும் புத்தகமாக எழுதப்பட்டிருக்கிறது. வெள்ளையினத்தவரின் பயிற்சிப் பள்ளியிலிருந்து தப்பி 1200 மைல் தூரம் நடந்தே தமது பூர்வக்குடி நிலத்துக்குத் திரும்பிய சிறுமிகளைப் பற்றிய உண்மைப் பதிவு அப்புத்தகம். அதனடிப்படையில் 2002ஆம் ஆண்டு சர்வதேச அளவில் புகழ்பெற்ற ஆஸ்திரேலிய இயக்குநரான பிலிப் நோய்ஸ் Rabbit Proof Fence திரைப்படத்தை இயக்கினார். நொடிதோறும் பதைபதைப்பைக் கடத்திச் செல்கின்ற திரைப்படமாக அது

அமைந்திருக்கிறது. *We are cult, The Baltimore Sun* ஆகிய இதழ்களில் வெவ்வேறு தருணத்தில் இந்தத் திரைப்பட உருவாக்கம் குறித்து பிலிப் நோய்ஸ் பகிர்ந்துகொண்ட குறிப்புகளே இங்குத் தமிழாக்கம் செய்யப்பட்டுள்ளன.

லாஸ் ஏஞ்சல்ஸ் நகரத்தில் நானிருந்தபோது ஒரு நாள் அதிகாலை 2 மணியளவில் பெண்ணொருவர் என்னைத் தொலைப்பேசியில் அழைத்தார். அவருக்கு என்னுடைய தொடர்பு எண் எவ்வாறு கிடைத்தது எனத் தெரியவில்லை. மேலும் அவர் ஆஸ்திரேலியாவில் இருந்து அழைத்திருந்ததால், லாஸ் ஏஞ்சல்ஸுக்கும் ஆஸ்திரேலியாவுக்கும் இடையிலான நேர வேறுபாட்டை அவர் அறிந்திருக்கவில்லை. அரைத் தூக்கத்துடனேயே தொலைபேசியைக் கையில் எடுக்கையில், “எந்தத் திரைப்படத்தை நீங்கள் இயக்கியாக வேண்டுமோ அந்தத் திரைக்கதை என்னிடம் உள்ளது” என்றார். “நல்லது. அது சரிதான். ஆனால், இங்கு இப்போது அதிகாலை 2 மணியாகிறது. நீங்கள் ஏன் நாளை எனது அலுவலகத்துக்குத் தொலைப்பேசியில் அழைக்கக்கூடாது? நாம் ஏதேனும் செய்ய முயற்சிக்கலாம்” என்றேன். அந்தப் பெண்தான் *Rabbit Proof Fence* இன் திரைக்கதையாசிரியர் கிரிஸ்டியன் ஒல்சென். சொன்னபடியே மறுநாள் என்னைத் தொலைபேசியில் அழைத்த ஒல்சென், தனது திரைக்கதையை லாஸ் ஏஞ்சல்ஸுக்கு அனுப்பி வைத்தார். அந்தத் திரைக்கதையைப் படித்த எனது உதவி இயக்குநர்கள் என்னுடைய பிற வேலைகள் அனைத்தையும் நிறுத்திவிட்டு, இந்தத் திரைக்கதையை உடனடியாகப் படிக்க வேண்டும் எனத் தெரிவித்தார்கள்.

உடனடியாக, அப்போது இயக்குவதாக இருந்த திரைப்படத்தை நிறுத்திவிட்டு இதனைக் கையிலெடுப்பது என முடிவுசெய்தேன். எனது வேர்களை இறுகப் பற்றுவதற்கு எனக்கு விடுக்கப்பட்டிருந்த அழைப்பு அது. எனக்கிருந்த மிகப் பெரிய சவாலென்பது என்னுடைய படைப்பாக்கப் பாணியில் இருந்து “ஹாலிவுட்தன்மையை” அகற்ற வேண்டியதே ஆகும். இந்தப் படத்துக்குப் பெரியளவிலான பொருளாதார உதவி எனக்குக் கிடைக்காது என்பதையும் தீவிர முனைப்பும் எவ்விதத் தேக்கமுமில்லாமல் இந்தக் கருவை முன்கடத்திச் செல்வதும் மட்டுமே இத்திரைப்படத்தை உருவாக்கத் தேவையானது என்பதையும் உணர்ந்தேன்.

இது நாங்கள் சொல்லியே ஆகவேண்டிய கதை. பணக் கணக்குகள் இதில் இரண்டாம்பட்சம்தான். மிகுந்த போராட்டங்களுக்குப் பிறகு, எங்களால் படம் உருவாக்கத்திற்கு 6 மில்லியன் தொகையைத் திரட்ட முடிந்தது. இந்த நேரத்தில் மற்றொன்றையும் சொல்ல விரும்புகிறேன். எவ்வளவு பணம் செலவு செய்தோம், அது எவ்வளவு தொகையாகத் திருப்பி வருகிறது என்கிற கணக்கீட்டின்படி பார்த்தால், எனது வாழ்நாளில் நான் இயக்கியத் திரைப்படங்களிலேயே அதிக இலாபம் ஈட்டியது *'Rabbit Proof Fence'*-தான்.

முன்னதாக, இந்தப் படத்துக்கான திரைக்கதை டோரீஸ் பில்கிங்டன் எழுதிய புத்தகத்தை அடிப்படையாகக்கொண்டது. இந்தக் கதை எளிமையானது என்பதால் டோரீஸ் பில்கிங்டனின் புத்தகத்தைக் காத்திரமான திரைப்படமாக உருவாக்க நாங்கள் மேற்கொண்ட கடும் சிரத்தைகளைப் பார்வையாளர்கள் உணராமல் போவதற்கு வாய்ப்பு இருக்கிறது. தாயிடமிருந்து சிறுமிகளைப் பிரித்துக்கொண்டு செல்லும் தருணம் புத்தகத்தில் அத்தனை உணர்வுப்பூர்வமாக எழுதப்பட்டிருக்கவில்லை. சிறுமிகளின் பெற்றோர் ஏற்கெனவே என்றேனும் ஒருநாள் தங்கள் பிள்ளைகளைப் பறிகொடுக்கத்தான் போகிறோம் என்பதை நன்கு உணர்ந்திருந்தனர். சட்டத்தின் முன்னால் பூர்வக்குடியினர் எந்தளவிற்கு வலிமை அற்றவர்களாக இருந்தார்கள் என்பதை அழுத்தந்திருத்தமாக மக்களுக்கு விவரிப்பதே புத்தகத்தை எழுதிய டோரீஸின் எண்ணமாக இருந்தது. அதிகாரிகள் பூர்வக்குடியினரின் மீது முழுமையான கட்டுப்பாட்டைக் கொண்டிருந்தார்கள். உணவுப் பொருட்களும் போதையூட்டக்கூடிய சர்க்கரை, கோதுமை, தேயிலை, புகையிலை போன்றவைகளும் வெள்ளையின அதிகாரிகளின் வாயிலாகவே பூர்வக்குடியினர் பெற்றுவந்தார்கள். அதனால் அவர்களுடன் இணக்கமாகச் செல்லவில்லையெனில் அவர்களுடைய வாழ்வாதாரத்திற்கு உத்தரவாதம் இல்லாத சூழலே அப்போது நிலவிவந்தது.

ஆனால், திரைப்படமாக உருவாக்கும்போது பிள்ளைகளைப் பெற்றோரிடமிருந்து பிரித்துச் செல்லும் காட்சி பார்வையாளர்களின் ஞாபகத்தில் நிறுத்தப்பட வேண்டிய மையப் புள்ளியாகத் திரைக்கதை ஆசிரியரான கிரிஸ்டியன் ஒல்சென் கருதினார். அதனால் தனது கள ஆய்வில் அவருக்குக் கிடைத்திருந்த அனுபவப் பகிர்வுகளிலிருந்து இந்தக் காட்சியை வீரியத்துடன் மறுகட்டமைப்புச் செய்தார். அதேபோல கதையோட்டத்தில் பார்வையாளர்களுக்கு எதிரான ஒரு தரப்பை முன்னிலைப்படுத்தவும்

ஒட்டுமொத்த அதிகார அமைப்பைப் பிரதிநிதித்துவப்படுத்தவும் மேற்கு ஆஸ்திரேலியப் பழங்குடியின முதன்மைப் பாதுகாவலரான ஏ.ஓ.நெல்வில்லையும் படத்தில் ஒரு கதாபாத்திரமாக உருவகப்படுத்த வேண்டுமெனக் கருதினார்.

கலப்பினக் குழந்தைகளை அவர்களுடைய பெற்றோரிடமிருந்து பிரித்தெடுத்து மூர் ஆற்றங்கரையில் அமைந்துள்ள பயிற்சிப் பள்ளியில் அடைத்து வைப்பது குறித்தோ, அவர்களை ஆங்கிலோ- சாக்சன் கலாச்சாரப் பின்புலத்துடன் வளர்ப்பது குறித்தோ, பிற்காலங்களில் அவர்களைக் கறுப்பினத்தவரோடு இனக் கலப்பு ஏற்பட்டிராதபடி திருமணம் முடித்துக் கொடுப்பது அல்லது பெரும் செல்வந்தர்களின் வீட்டில் பராமரிப்புப் பணிகளில் அமர்த்துவது குறித்தோ நெல்விலுக்கு இருக்கும் மனப்பதிவையோ அவரது கொள்கையையோ புத்தகம் தெளிவுபட விவரிக்கவில்லை. தமது ஆதிக் கலாச்சார உணர்வுகளை அவர்களிலிருந்து முற்றிலுமாகத் துடைத்தழிப்பதில் நெல்வின் கொண்டிருந்த தீவிரம் குறித்தும் விரிவான பதிவுகளில்லை.

புத்தகத்தில் இல்லாத, திரைக்கதை ஆசிரியரான கிரிஸ்டியனால் திரைப்படத்தில் சேர்க்கப்பட்ட மற்றொரு கதாபாத்திரம் ஒரு பழங்குடியின வேலைக்காரி. இந்தப் பெண்ணைச் சிறுவர்கள் பண்ணை வீடொன்றில் சந்திக்கிறார்கள். மோலியும் டெய்ஸியும் நிஜத்தில் அதுபோன்றதொரு பெண்ணைப் பார்த்திருப்பார்களா என்று எங்களால் உறுதியாகச் சொல்ல முடியாது. எனினும் பயிற்சிப் பள்ளியில் மோலி இருந்த காலகட்டத்தில் 90% பழங்குடியினப் பெண்கள் பண்ணை அடிமைகளாக அனுப்பப்பட்டார்கள் என்பதையும் அவர்கள் அங்கிருந்து திரும்பும்போது அவர்களுடைய முதலாளிகளால் கர்ப்பமாக்கப்பட்டிருந்தார்கள் என்பதையும் பதிவுசெய்ய நாங்கள் விரும்பினோம்.

பழங்குடியின ரத்தத்தைத் தூய்மைப்படுத்தும் நெல்வில்லின் திட்டத்தின் காரணமாகவே இத்தகைய வெள்ளையின முதலாளிகள் இந்தப் பெண்களைப் பாலியல் வன்புணர்வு செய்திருப்பார்கள் எனக் கருதுவதும் நியாயமானதுதான்.

கெனித் பிரனஹ் நடித்திருந்த நெல்வில் கதாபாத்திரம் விமர்சிக்கப் பட்டிருந்தாலும், தவறான சிந்தனைகொண்ட அறிவற்ற அதிகாரத்துவத்தின் சுவாரஸ்யமான சித்தரிப்பு அவருடையது. நெல்வில் அந்த மாநிலத்திலுள்ள ஒவ்வொரு பழங்குடியினர் குறித்த தகவல்களையும் சேகரித்து வைத்துள்ளான்.

அவனுடைய குறிப்புகளையும் புத்தகங்களை வாசித்தறியும்போது அவனது திட்டங்கள் மகா பெரும் பேரழிவுகளைச் செய்திருந்தாலும் அவனொரு தீய ஆத்மாவைக் கொண்டவனில்லை என்பதை என்னால் உணர முடிந்தது. தான் செய்வது சரியென்பதை முழுமையாகவே அவன் நம்பியிருக்கிறான். இவ்வகையிலான குணவியல்பு நம்பமுடியாததாகத் தோன்றிலும், அவனைப் பற்றிய ஓர் உண்மையான சித்தரிப்பைத் திரைப்படத்தில் வழங்கியிருக்கிறோம் என்றே கருதுகிறேன். அதீதமான தந்தை மனப்போக்குடைய, முற்றிலுமாகத் தவறாக வழிநடத்தப்பட்ட, தன்னை ஒருவகையிலான பாதுகாவலர் எனக் கருதிய மனிதரவர்.

இந்தத் திரைப்படம் இத்தனை அழுத்தமானதாகக் கருதப்படுவதற்குச் சிறுமிகளின் உணர்வு வெளிப்பாடுகளும் மிக முக்கியமான காரணம். கதாபாத்திரத்திற்குப் பொருத்தமான அந்தச் சிறுமிகளை எப்படிக் கண்டறிந்தீர்கள்?

உலகத்திலுள்ள ஏனைய அனைத்துச் சிறுவர்களையும் போலவே ஆஸ்திரேலிய நகர்ப்புறச் சிறுவர்களும் நவீனக் கலாச்சார மாற்றங்களால் தாக்கத்திற்கு உள்ளாக்கப்பட்டு இருக்கிறார்கள் என்பதை நடிகர் தேர்வின் துவக்கத்திலேயே உணர்ந்துவிட்டேன். அதனால் 180 ஆண்டுகளுக்கு முன்னால் எந்த இடத்தில் முதல் முதலாக வெள்ளையினத்தவருக்கும் பூர்வக்குடியினருக்கும் இடையில இனக் கலப்பு ஏற்படத் துவங்கியதோ அந்த ஆஸ்திரேலியாவின் வடக்கு மற்றும் வட மேற்குப் பகுதிகளிலுள்ள கிராமங்களில் எங்கள் கவனத்தைக் குவிக்கத் துவங்கினோம். மேற்குக் கடற்கரைப் பகுதியில் 1970களின் பிற்பகுதியில்தான் இனக் கலப்புகள் ஏற்பட்டிருக்கின்றன.

அப்பகுதியைச் சேர்ந்த எவர்லின் சம்பி-தான் மோலி கதாபாத்திரத்திற்குத் தேர்வுசெய்யப்பட்டார். அவளிடம் நேர்மையும் பெருமையுணர்வும் மனவுறுதியும் அதோடு அதிகார வர்க்கத்தின் மீதான எதிர்ப்புணர்வும் இருந்தது. நிஜமான மோலியை எனக்கு இப்பெண் நினைவுப்படுத்தினாள். மோலி உண்மையில் தனது தாயிடம் திரும்ப வேண்டுமென்கிற மனப்பீடிப்பால் மட்டுமே பயிற்சிப் பள்ளியிலிருந்து தப்பி வரவில்லை. மாறாக, என்ன செய்ய வேண்டுமென்று ஒருவர் தெரிவிக்கும் கட்டளைகளை ஏற்று நடப்பதன் மீதான வெறுப்பாலுமே அவள் அங்கிருந்து தப்பிச் செல்லத் தீர்மானித்தாள். எவர்லின் ஒருபோதும் திரைப்படங்களில் நடித்ததில்லை. மற்ற இரு சிறுவர்களும்கூட இதற்கு முன்பு நடித்ததில்லை என்றாலும்

எவர்லினிடம் இயல்பிலேயே ஒரு நடிகைக்கான ஆற்றலும் திறனும் இருந்தது. கதாபாத்திரத்திற்காக உருமாறும் தன்மை அவளிடமிருந்தது. ஒவ்வொரு காட்சியிலும் அவள் மோலியாகவே வாழ்ந்துகொண்டிருந்தாள். பெரும்பாலான குழந்தைகளைப் பொறுத்தவரை படத்தொகுப்பு அறையில்தான் அவர்களுடைய கதாபாத்திரத்தை நம்பும்படியாக மறு உருவாக்கம் செய்ய வேண்டியிருக்கும். ஆனால் எவர்லின்னைப் பொறுத்தவரையில், "நடிகர்களின் குறையை ஈடுசெய்ய வேறொன்றைக் காட்சிக்குள் புகுத்திப் பார்வையாளர்களுக்கு இக்காட்சியின் அர்த்தத்தை உணரச் செய்வோம்" என்கிற வழக்கிற்கே இடமிருக்கவில்லை.

தாங்கள் நடிக்கும் கதாபாத்திரங்களைப் போல இயல்பாகவே நடந்துகொள்ளக்கூடிய சிறுவர்களையே நடிக்க வைத்திருக்கிறோம். கதையின்போக்கில் தங்களையே அந்த நிஜ மனிதர்களாக உணரச் செய்யும் முறைமையைக் கண்டடைவதே எங்களுடைய திட்டமாக இருந்தது. அவர்களுடைய குடியிருப்புப் பகுதியிலிருந்து வெகு தொலைவில் (ஆனால் அதேபோன்ற) திரைப்படத்துக்கான கிராமத்தை உருவாக்கப் பெரும் பணம் செலவு செய்ய வேண்டியிருந்தது. அவர்கள் எவ்வகையிலும் தமது சூழலிலிருந்து தங்களை அந்நியமாக உணரக்கூடாது என்பதில் பெரும் கவனத்துடன் செயல்பட்டோம். சிறுவர்கள் தனிமையை உணரக்கூடாது என்பதற்காக அவர்களுடைய உறவினர்களையும் எங்களுடனேயே படப்பிடிப்புத் தளத்திற்கு அழைத்து வந்தோம். சிறுமிகளுடைய அத்தைகளுக்கும் மாமாக்களுக்கும் சகோதர சகோதரிகளுக்கும் பிற உறவினர்களுக்கும் சிறியளவில் காட்சிகளில் தோன்றும் வாய்ப்பையும் வழங்கினோம். மேலும் திரைக்கதையை வாசிக்கக் கொடுப்பதோடு வாய்வழியாகவே சிறுமிகளிடம் விவரித்துச் சொன்னோம். இதன்மூலம் அவர்களாலும் தங்களுக்குள் இக்கதையைப் பேசிப் பகிர்ந்துகொள்ள முடிந்தது.

சிறுமிகளின் உடல்-மனநிலையின் அடிப்படையிலேயே தினசரிச் செயல்பாடுகளை வடிவமைத்தோம். அதிகளவிலான ஒளியமைப்புகளோ கருவிகளோ இல்லாமல் கையடக்க கேமிராவால்தான் எங்கள் படப்பிடிப்பு நிகழ்ந்தது. இதனால் சிறுமிகள் நடிக்கத் தயாராகும்போதெல்லாம் பெரியவர்களும் தயாராகவே இருந்தார்கள். சிறுமிகள் 'நடிக்கவில்லை' என்பதால் அவர்களுடைய ஆற்றலும் சோர்வுறாத்தன்மையும் தன்னிச்சையாகச் செயல்படும் விதமும் மிக மிக முக்கியமானதாக இருந்தது. அதாவது, அவர்கள் நடித்தார்கள், ஆனால் அது வேறொரு வகையிலான நடிப்பு

வடிவம்: கதைக்காக நடிப்பதாக இல்லாமல், கதையில் தங்களைப் பொருத்துவதாக, நிஜ மனிதர்களாகத் தங்களைத் தகவமைத்துக்கொள்வதாக இருந்தது.

திரைப்படத்தின் மற்றொரு மிகச் சிறந்த கதாபாத்திரம் டேவிட் குல்பில்லுடையது. பயிற்சிப் பள்ளியிலிருந்து தப்பும் சிறுமிகள் பயணிக்கும் பாதையின் தடத்தைக் கண்டறியும் பழங்குடியினக் காவலாளியாக அவர் நடித்திருந்தார். தனது *Walkabout* என்கிற திரைப்படத்துக்காக முதல் முறையாக டேவிட்டை 14 வயதில் கண்டுபிடித்தவர் நிக்கோல் ரோயிக்-தான். வடக்கு ஆஸ்திரேலியாவிலுள்ள ஆர்ன்ஹெம் (இங்கு பழங்குடியினர் அல்லாத மனிதர்களால் அனுமதியின்றி நுழைய முடியாது) பகுதியில் இருந்து தனது பாரம்பரியக் கலாச்சார நிலவெளிக்கும் திரையுலகத்திற்கும் இடையிலான மாயத் தடத்தில் டேவிட் நடக்க வேண்டியிருந்தது. ஒன்றுகலக்க முடியாத இருவிதக் கலாச்சாரப் போக்குகளுக்கிடையிலும் அதன் இருவிதமான சமூகக் கடைமைகளுக்கும் இடையிலும் யாரும் உரிமை கொண்டாடவியலாத ஓரிடத்தில் டேவிட் நிற்கிறார். அதனால் தப்பிச் செல்லும் சிறுமிகளின் தடத்தைக் கண்டறியும் மூடு (*Moodoo*) கதாபாத்திரத்திற்கு மிகப் பொருத்தமானவராக டேவிட்டைக் கருதினோம். மேலும், நான் திரைப்படக் கல்லூரியில் இருந்தபோது, அங்கு அவர் இயக்குநர் பயிற்சிக்காகச் சிறிது காலம் வந்திருக்கிறார். இதன்மூலம் முன்னதாகவே எனக்கும் அவருக்குமிடையில் அறிமுகம் நிகழ்ந்திருக்கிறது. கூடுதலாக, எவரொருவரும் அவரிடமிருந்து தப்புவது சாத்தியமில்லை என்பதையும் நான் அறிந்துவைத்திருக்கிறேன்!

அவர் தேர்வுசெய்யப்பட்டதன் முக்கியக் காரணிகளில் ஒன்று அதுதான். ஆற்றங்கரையில் நடைபெறும் காட்சித் தருணங்களே முதல் முறையாக டேவிட் படப்பிடிப்பில் கலந்துகொண்டது. சிறுமிகள் எவ்வாறு அவரிடமிருந்து தப்புகிறார் என அவரிடத்தில் நான் விவரித்துக்கொண்டிருந்தேன். நீரில் இறங்கிச் செல்வதன் மூலம் எப்படிக் கண்காணிப்பாளரின் பார்வையிலிருந்து சிறுமிகள் தப்பிக்கிறார்கள் என்ற எனது விவரணையை மிகப் பொறுமையுடன் டேவிட் கவனித்தார். அதன்பிறகு, 'இல்லை, நீரில் இறங்குவதால் மட்டுமே கண்காணிப்பாளரிடமிருந்து தப்பிவிட முடியாது. நீர் தரையில் கற்கள் கலைக்கப்பட்டிருப்பதை அவர் பார்த்துவிடுவார். மணல் தடத்தில் எப்படிக் காலடிகளை அவரால் பார்க்க முடிகிறதோ அதுபோலவே நீரிலும் அவரால் காலடிகளைப் பார்க்க முடியும்' என்றார். 'உண்மைதான் டேவிட். ஆனால் அந்த வகையிலும் நீ அவர்களைப்

பிடித்துவிட்டால் பிறகு கதை நகரவே நகராது' என நான் பதிலுரைத்ததும், 'அப்படியானால் நல்லது, இது உங்கள் திரைப்படம்' என்றார்.

தயாரிப்பு காலகட்டம் முழுவதிலும் என்னுடைய அனைத்துக் கோட்பாடுகளையும் அவர் நொறுக்கியபடி இருந்ததால், என்னை மிகவும் சிறுமையாக உணர்ந்தேன். ஆனால், படத்தில் அவர் பங்குகொள்ளும் கடைசிக் காட்சியை எடுக்கும்போது டேவிட் சொன்னவை அனைத்தும் ஏற்கக்கூடியதே என்பதைப் புரிந்துகொள்ள முடிந்தது. கண்காணிப்பாளரால் சிறுமிகளைப் பிடிக்க முடியவில்லை என்றால், அவர் சிறுமிகளைப் பிடிக்கவில்லை என்பதுதான் அர்த்தம். அவருடைய விருப்பமில்லாமல் (அல்லது) அவருடைய பங்களிப்பு இல்லாமல் சிறுமிகளால் ஒருபோதும் தப்பியிருக்கவே முடியாது. டேவிட் என்னிடம் இதை வெளிப்படையாகத் தெரிவிக்கவில்லை. வெவ்வேறு வகைகளில் எனக்கு இதனை உணர்த்த பல்வேறு உத்திகளைக் கையாண்டார். நானாகப் புரிந்துகொள்ள வேண்டுமெனவும் காத்திருந்தார். இறுதியில் நானும் இந்த உண்மையைப் புரிந்துகொண்டேன்.

அதனால், அவரைப் படம்பிடித்துக்கொண்டிருக்கும்போது அந்தச் சிறுமிகள் அங்குதான் உள்ளனர் என்பது உனக்குத் தெரியும் டேவிட் என்றேன். அந்தத் தருணத்தில் மிக அழகான அடக்கமான சிரிப்பை வெளிப்படுத்தினார். சிறுமிகளை மீண்டும் பிடிப்பதற்கு முயற்சிப்பதாகக் கூறப்படும் அந்த மனிதர் குறித்த முழுமையான புரிதலை அந்தச் சிரிப்பு ஒட்டுமொத்தமாக மாற்றியது. படத்தொகுப்பில் காட்சிகளைத் தொகுத்து முழுமையாக்கியபோது டேவிட் இந்தத் தெளிவற்ற புதிர்மை உணர்வுடன் காட்சிகளில் விளையாடியிருக்கிறார் என்பதைப் புரிந்துகொண்டேன். டேவிட் அந்தச் சிறுமிகளைப் பிடிக்கப் போகிறவரைப் போலத் தோன்றினாலும் உண்மையில் அவர் அந்தச் சிறுமிகளைத் தன்னிடமிருந்து நீண்ட தூரம் தப்பிச் செல்வதற்கு உதவிகளையே செய்திருக்கிறார்.

நானொரு அமெச்சூர் திரைப்பட இயக்குநர்
◀ ஜிம் ஜார்முர்ஷ்

கிட்டத்தட்ட 40 வருடங்களுக்கும் மேலாகத் தொடர்ந்து திரைப்படங்களை இயக்கிவரும் அமெரிக்க இயக்குநரான ஜிம் ஜார்முர்ஷ் வெகுஜனப் பார்வை அனுபவத்தைக் கட்டமைக்கும் கமர்ஷியல் படங்களுக்கும் கலைத் திரைப்படங்களும் இடையில் மெல்லியதோர் இணைப்பை உருவாக்கக்கூடியவராக இருக்கிறார். Dead Man, Night on Earth, Coffee and Cigarettes, Patterson என அவர் இயக்கிய திரைப்படங்கள் அனைத்தும் சுயதீனத் திரைப்பட உலகின் முன்னோடியாக அவரை அடையாளப்படுத்தும் குறிப்பிடத்தகுந்த பரிசோதனை முயற்சிகளாகவே இருக்கின்றன. ஒரே இரவில் உலகின் வெவ்வேறு பகுதிகளில் இருக்கும் கார் ஓட்டுநர்களுக்கு நேரும் அனுபவங்களைத் தொகுப்பதன் மூலம் மனித மனவுலகங்களின் வெவ்வேறு உணர்வுச் சுழல்களை Night on Earthல் காட்சிப்படுத்தியிருப்பார். இவரது திரைப்படங்களின் ஒரு பொது குணமாக நிதானமும் அவசரமற்ற போக்கும் தொடர்ந்து இருந்துகொண்டிருக்கிறது. அது சாமுராய் வகைத் திரைப்படமாக இருந்தாலும் சரி அமானுஷ்யக் கதையாடல்களாக இருந்தாலும் சரி, ஒருபோதும் அவருடைய கதாபாத்திரங்கள் புற உலக நிர்பந்தங்களால் பெரியளவில் தொந்திரவுக்கு உள்ளாவதில்லை. இந்த உலகமே ஒருகாலத்தில் அழிவுற்று இயற்கை மீண்டும் தனது

ராஜ்ஜியத்தை இந்த நிலத்தின் மீது கட்டமைக்கும் என்பது அவருடைய பிரபலக் கூற்றுகளில் ஒன்று. ஜிம் ஜார்முர்ஷின் தனிப்பட்ட இயல்புங்கூட இதுவேதான். கையடக்கக் கேமராக்களிலும் ஒரே இடத்தில் நிகழும் சம்பவங்களின் கோர்வையாகவும் கவிதையின் வரிகளைப்போலக் காட்சிகளை அடுக்குவதிலும் தேர்ந்தவரான ஜிம் ஜார்முர்ஷ் இசைக் கலைஞராகவும் தமது திறன்களை வெளிப்படுத்தியிருக்கிறார். பல இசைக் குழுக்களைப் பற்றி ஆவணப்படங்களையும் இயக்கியிருக்கிறார். சமீபக் காலங்களில் சுயதீனத் திரைப்பட உருவாக்கத்தின் போக்கு எவ்வாறு உள்ளது, நகரங்களின் மீதான தனது காதல், அவரது இசைமமைப்புக் குறித்து அனுபவப் பகிர்வு என வெவ்வேறு சூழல்களில் அவரிடம் மேற்கொள்ளப்பட்ட சமீபக் கால நேர்காணல்களிலிருந்து தேர்வுசெய்யப்பட்ட கேள்விகளின் தமிழாக்கமே மேலே கொடுக்கப்பட்டிருக்கிறது.

மிஸ்டர். ஜார்முர்ஷ், நியூ யார்க் நகரத்தில் 40 ஆண்டுகாலம் வாழ்ந்திருக்கிறீர்கள். உங்களை ஒரு நியூ யார்க்கைச் சேர்ந்தவராகக் கருதுகிறீர்களா?

நான் அங்கு பல ஆண்டுகளாக வாழ்ந்திருக்கிறேன். எனினும், நான் நியூ யார்க்கைச் சேர்ந்தவனல்ல. மிச்சிகன் எல்லையிலுள்ள ஒஹியோ, அக்ரோன்தான் நான் பிறந்த இடம். யாரேனுமொருவர் என்னை நியூ யார்க்கர் என்று அடையாளப்படுத்தும்போதெல்லாம் அச்சவுணர்வே எனக்குள் எழுகிறது. நான் பெர்லினிலும் வாழ்ந்திருக்கிறேன். டோக்கியோவையும் நான் நேசிக்கிறேன். விநோதமானதும் அழகானதுமான நிலப்பரப்பு அது. வசந்த காலத்தில் பாரீஸில் இருப்பதை விரும்புகிறேன். ரோம் எனக்கு விருப்பமான நகரம். நகரங்களை நான் நேசிக்கின்றேன். எனது காதலிகளே நகரங்கள்தானோ என்னவோ.

நகரங்கள் உங்கள் காதலிகளா?

ஆமாம். எனக்கு மிக அற்புதமான சில காதலிகள் இருந்தனர், இப்போதும் உள்ளனர். ஆனால் எனக்குக் குடும்பமோ நண்பர்களோ இல்லையென்றால், இந்த உலகத்திடமிருந்து வெகு தூரம் விலகிச் செல்ல விரும்புகிறேன். மொரோக்கோவில் உள்ள டேஞ்சியருக்குச் செல்வேன்.

மதுவகைகளிலோ கஞ்சா போதையிலோ ஆழ்ந்திருக்கும் கலாச்சாரத்தில் இருக்க நான் விரும்புவதில்லை. டேஞ்சியர் நகரம் கொண்டாட்ட மனநிலையுடைய இசையையும் கலாச்சாரத்தையும் உடையதாக இருக்கிறது. அந்த நகரத்தில் இருப்பது ஒரு அலாதியான அனுபவம். எங்கேனும் தொலைந்து போவதற்கான வாய்ப்பு வழங்கப்பட்டால் டேஞ் சியரில்தான் தொலைந்து போவேன். ஆனால், இந்த வருடத்தின் இறுதியில் மெக்சிக்கோ நகரத்துக்குச் செல்ல விருக்கிறேன். இதற்கு முன்னர் நான் அங்கு சென்றதில்லை. அங்கிருக்கும் எனது நண்பர்கள் தொடர்ச்சியாக, "மெக்சிகோவுக்குச் சென்றால் பின்னர் திரும்பி வேறெங்கும் செல்ல மாட்டோம், அந்தளவிற்கு அந்த நகரம் உன்னை வசீகரித்துவிடும் என அஞ்சுகிறாயா?" எனக் கேட்கிறார்கள் (சிரிக்கிறார்). அங்குச் செல்வதற்கு ஆர்வமாகவே இருக்கிறேன்.

அக்ரோனில் நீங்கள் வளர்ந்தபோது சினிமா எந்தவிதமான பாதிப்பை உங்களில் நிகழ்த்தியது?

ஒஹியோவில் *'Attack of the Giant Crab Monsters'* போன்ற திரைப்படங்களைப் பார்த்தேன். சிறுவயதில் அவற்றை நான் விரும்பவே செய்தேன். ஆனால், எனது 20 வயதில் பாரீஸில் வசிக்க நேர்ந்தபோதுதான் திரைப்படங்களின் மீதிலான எனது நேசிப்பில் பெரும் மாற்றங்கள் நிகழ்ந்தன. நான் அங்கு எக்ஸ்சேச் மாணவனாக 9 மாதங்கள் இருந்தேன். ஆனால் என்னுடைய எந்தப் பாடத்தையும் என்னால் நிறைவு செய்யமுடியவில்லை. ஏனெனில் கிட்டத்தட்ட அனைத்துத் தினங்களிலுமே பாரீஸின் திரையரங்குகளில் எனது நேரத்தைச் செலவிட்டேன்! இந்தியாவில் உருவாக்கப்பட்ட திரைப்படங்கள், ஜப்பானில் உருவாக்கப்பட்ட திரைப்படங்கள், ஹாலிவுட் திரைப்படங்கள் எனத் தொடர்ச்சியாகப் பார்த்தபடியே திரையிடல்களுக்கு இடையிலான நேரங்களில் கூட திரையரங்குகளிலேயே எனது நேரத்தைச் செலவிட்டேன். இப்படியான திரைப்படங்களெல்லாம் உருவாக்கப்பட்டிருக்கின்றன என்கிற விவரம் அப்போது எனக்குத் தெரிந்திருக்கவில்லை. எட்வர்டு டிமிட்ரிக்ஸ், ஓஸு, மிஸோகுச்சி, பிரேசிலியன் புதிய அலை.. ஆஹா! சினிமாவில் இவ்வளவு விஷயங்கள் அடங்கியிருக்கின்றன என்பதை நான் அறிந்திருக்கவில்லை. எனது மனம் திரைப்பிரதிகளைத் தேடி அலைபாயத் துவங்கியது. இன்று வரையிலும் அதன் மீதான போதைமை தெளியவே இல்லை.

நவீன சினிமாவும் ஒஸூவிடனுடைய டோக்கியோ ஸ்டோரியைப் போலக் கவித்துவத்துடன் உருவாக்கப்படலாம் என்கிற நம்பிக்கை உங்களுக்கு இருக்கிறதா?

அதி அற்புதமான பல கவித்துவத் திரைப்படங்களைப் பாத்திருக்கிறேன்! நான் பார்க்கக்கூடிய திரைப்பட வகை என்பதில் பல தேசத்துப் படங்களும் வெவ்வேறு ஜானர்களில் இயக்கப்படும் படங்களும் அடங்கும். ஆனால், நான் மைய நீரோட்டத் திரைப்பட விரும்பி அல்ல. ஹாலிவுட் ஸ்டூடியோக்களிடம் உள்ள சிக்கலென்னவென்றால், அவர்கள் பெரும் கோழைகள்.

எப்படி அவ்வாறு சொல்கிறீர்கள்?

தங்களால் ஜன எண்ணிக்கையைக் கருத்தில்கொள்ள முடியாத எது குறித்தும் அவர்கள் அஞ்சுகிறார்கள். இது எவ்வாறெனில், "இது படிப்பதற்கு *The Graduate* போல இருக்கிறது, ஆனால் இது *Love Story*யைப் போல இருந்திருக்க வேண்டும்" என்று சொல்வதைப் போன்றது. ஏன் அது அசலானதாக இருக்கக்கூடாது? ஏன் அவர்கள் இந்தளவுக்குப் பயப்படுகிறார்கள்? எந்தவிதமான புதிய முறையியலும் தோன்றாத வரையில் ஹாலிவுட் தனது கல்லறையைத் தானே தோண்டிக்கொண்டிருப்பதாகத்தான் அர்த்தம். ஸ்டூடியோ அமைப்பிலிருந்து ஏதேனும் புதிய முறையியல் தோன்றினால் அதுவும் அதிசயத்தக்கதுதான். ஏனெனில் எப்படி விநியோகம் செய்வது என்று யோசிக்க முடியாத எது குறித்தும் அவர்கள் அஞ்சுகிறார்கள். கலைப்பூர்வமாகச் செய்ய முயற்சிக்கும் எது குறித்தும் அவர்கள் பயப்படுகிறார்கள். இது வணிகம் என்பதால், ஒருவேளை அவர்கள் அப்படித்தான் இருக்க வேண்டுமோ என்னமோ. அது குறித்து எனக்கு மிக, மிக, மிக ஆழமான சந்தேகங்கள் இருக்கின்றன.

ஆனால் அமேசான் ஸ்டூடியோஸ்? அவைதான் உங்களுடைய கடைசி இரண்டு திரைப்படங்களை விநியோகித்தன, அதுவும் வணிகம்தானே?

உண்மை, அனைத்தும் வணிகம்தான். என்னுடைய பிரெஞ்சு விநியோகிஸ்தரும் வணிகர்தான், ஆனால் அவரொரு திரைப்படக் காதலரும் கூட. அவரிடத்தில் ஸிகா வெர்தோவைக் குறிப்பிட்டுப் பேசினால், நான் யாரைப் பற்றிப் பேசுகிறேன் என்பதை அவரால் உறுதியாகவே புரிந்துகொள்ள முடியும். ஹாலிவுட்டில் யாரிடமாவது ஸிகா வெர்தோவைப் பற்றிப் பேசினால்,

"யார் அவள்? ரஷ்ய மாடலா?" எனக் கேட்பார்கள். அவர்களுக்குத் திரைப்படங்கள் என்றால் என்னவென்றே தெரியாது. சாம் ஃபுல்லர் ஒருமுறை, "லாஸ் ஏஞ்சல்ஸில் இருக்கும் இவர்கள் உள்ளாடை தயாரிப்பு நிறுவனங்களை நடத்தி வந்தவர்கள், இன்று எப்படித் திரைப்படம் எடுக்க வேண்டுமென நமக்குக் கற்றுக்கொடுக்கிறார்கள்" என என்னிடம் தெரிவித்தார். இது என்ன மாதிரியான விஷயம்? ஆனால் அமேசான் ஸ்டூடியோவுடனான எனது உறவு நல்ல விதமாக நீடித்துக்கொண்டிருக்கிறது.

நீங்கள் சொல்வதைப் பார்க்கும்போது உங்களிடம் தயக்கம் இருப்பதாகத் தெரிகிறது.

துவக்கத்தில் தியேட்டரில்தான் திரையிடப்பட வேண்டுமென நினைத்தேன். வேற சில நிறுவனங்கள் நேரடியாகவே இணையவழித் திரையிடல் என்பதை நோக்கிச் செல்கிறார்கள். அப்படி இணையத்தில் அதிகளவில் தேடப்படும் ஒரு திரைப்படத்தை உருவாக்க நான் விரும்பவில்லை. இதனால் எங்களுக்குள் முடிவற்ற நீண்ட விவாதங்கள் தொடர்ந்து நடைபெற்றபடியே இருந்தன. அமேசான் பெரியளவில் விரிவடைந்துள்ளது. பல பல மாற்றங்கள் நிகழ்வதால் எங்கள் வணிகரீதியிலான உறவும் முன்பெப்போதும் இல்லாத அளவுக்கு மாறியுள்ளது. நான் வழமையாகச் செய்யக்கூடிய விஷயங்களில் பங்கெடுத்துக்கொள்ளவில்லை என்றாலும் என்னிடம் முழுமையான கலைரீதியிலான கட்டுப்பாடு இருந்தது.

கலைப் பார்வையை உணருவது இப்போது கடினமாகி உள்ளதா?

ம்ம்ம். படத்துக்கான நிதி வழங்குநரைக் கண்டடைவது மிக மிகச் சிரமமானதாகவே இருக்கிறது. ஒரு நியாயமான 'டீலை' செய்து முடிப்பது பெரும் சிரமமாக இருக்கிறது. எனக்குச் சிறிய அளவில் பிசினஸ் இருக்கிறது. நானொரு சுயாதீனத் திரைப்பட இயக்குநர். அதோடு அனைத்து விஷயங்களிலும் தலையிடக்கூடியவன். கடந்த காலங்களில் கொஞ்சம் பணத்தை என்னால் சேமிக்க முடிந்தது. எனினும், இப்போது எனது திரைப்படங்களுக்கு நானே தயாரிப்பாளராகவும் இருப்பதால் அந்தப் பணம் மெல்ல கரைந்துகொண்டே வருகிறது. இதற்காக யாரும் பொருளுதவி செய்ய முன்வரப் போவதில்லை.

அதனால்தான் சில திரைப்பட இயக்குநர்களுக்கு நீங்கள் உதவி செய்கிறீர்களா? உங்கள் பெயரை அவர்களுடன் திரைப்படத்துடன்

இணைத்து வெளியிடுவதன் மூலம் முடிந்த அளவிலான ஆதரவைத் தரலாம் எனக் கருதுகிறீர்களா?

என்னைப் பொறுத்தவரையில், அவர்கள் ஆர்வமூட்டக்கூடிய திரைப்படத்தை உருவாக்கியிருந்தால், எனது பெயர் அவர்களுக்காக ஆதரவைக் கொடுக்கும் என்றால், நான் சந்தோஷமடையவே செய்வேன். ஆனால் எப்போதும் அவர்களிடம், "உங்கள் திரைப்படத்துக்கு ஆலோசனை கேட்டு என்னிடம் வராதீர்கள். நான் உங்களுக்குக் குறிப்புகளை வழங்கப் போவதோ உங்கள் படத்தொகுப்பாக்கப் பணியில் ஈடுபடப்போவதோ இல்லை. உங்கள் திரைப்படத்துக்கு எனது பெயர் தேவைப்பட்டால் அதைப் பயன்படுத்திக்கொள்ள மனமுவந்து உங்களுக்கு அனுமதி தருகிறேன்" என்பேன். சில திரைப்படங்களுக்கு நான் இவ்வாறு செய்துள்ளேன். தங்களுடைய திரைப்படத்தை இயக்குவதற்கு ஒரு உந்துதலாக மட்டுமே நானிருக்க வேண்டுமே தவிர, எனது ஆலோசனைகளை வறட்டுத்தனமாக அவர்களுடைய படைப்பாக்க முயற்சியில் புகுத்தி எரிச்சலடையச் செய்யக்கூடாது. அதே சமயத்தில், பொருளாதார ரீதியில் இது எனக்கு ரொம்பவே கடினமானதுதான். ஏனெனில், எனது சொந்தத் திரைப்படங்களுக்கே என்னால் நிதியுதவியைப் பெற முடிவதில்லை. ஆனால், இப்படி இளம் இயக்குநர்களுடன் ஏதோவொரு வகையில் பயணிப்பது மகிழ்ச்சியானதோர் உணர்வாகவே இருக்கிறது.

ஒரு திரைப்பட உருவாக்கப் பணி, இசைக்குழுவொன்றில் இணைந்து செயல்படுவது உட்பட ஒரே நேரத்தில் ஏராளமான பணிகளில் ஈடுபடுகிறீர்கள். எப்போதும் பிசியாகவே இருப்பதில் தீவிர விழைவுகொண்ட மனிதர்களில் ஒருவராக நீங்கள்?

நான் அப்படியானவனல்ல. பொதுவாக, ஒரு நேரத்தில் ஒரு வேலையில் ஈடுபடுவது மட்டுமே என்னுடைய இயல்பாய் இருந்துவந்திருக்கிறது. ஆனால், கடந்த 10 வருடங்களில் என்னுள் அபரிமிதமான பல மாற்றங்கள் நிகழ்ந்திருக்கின்றன, நான் பல வேலைகளில் ஒரே நேரத்தில் ஈடுபடத் துவங்கியிருக்கிறேன். என்னில் எதுவோ மாறியிருக்கிறது, அது என்னவென்பதை நான் அறிந்திருக்கவில்லை. ஒருவேளை வாழ்க்கை மிக வேகமாகக் கடந்துகொண்டிருக்கிறது என்கின்ற புரிதலை நான் அடைந்திருக்கலாம். குறிப்பிட்ட ஒரு திட்டம் சார்ந்த தீவிரப் பிணைப்பு ஏற்படாதபோது வெவ்வேறு வேலைகளைச் செய்யத் தலைபடுகிறேன்.

திட்டமொன்று மனதில் உருதிரளும்போது வேறு பணிகளைப் பற்றிச் சிந்திப்பது அச்சுறுத்துவதாக இருக்கும். எனது திரைப்படங்களுக்கு நானும் சேர்ந்து பணம் செலவழிக்க வேண்டிய கொடுமையான காலகட்டத்தில் சிக்குண்டிருக்கிறேன். இது அற்புதமானதாக இருப்பதில்லை. அதேபோல நிறைவுசெய்துவிட்ட பின் அந்தத் திரைப்படத்தை விளம்பரப்படுத்தும் செயலாக்கத்திலும் எனக்கு விருப்பமில்லை. அடுத்தடுத்து புதிய விஷயங்களைக் கண்டறிந்து, என்னுடைய கற்பனையை ஈர்க்கக்கூடிய வேலைகளில் இயங்கவே விரும்புகிறேன். நேரத்தை வீணடிக்க நான் விரும்புவதில்லை.

உங்கள் திரைப்படங்களில் பல இசைக் கலைஞர்களுடன் பணியாற்றியிருக்கிறீர்கள். ஆனால் நீங்களும் தனியே இசை உருவாக்கத்தில் ஈடுபட்டிருக்கிறீர்களா? சிறுவயதிலேயே இசையமைக்கக்கூடிய விருப்பமும் ஆற்றலும் உங்களிடம் இருந்ததா?

இல்லை. சிறுவனாக இருந்தபோது டிரான்போனை வாசிக்கக் கற்றுக்கொள்ள முயற்சித்திருக்கிறேன் என்றாலும், என்னால் முழுமையாக அதைக் கற்றுக்கொள்ள முடியவில்லை. எங்கள் வீட்டில் ஒரு சிறிய பியானோ சில காலத்திற்கு இருந்தது. அதைச் சுற்றி விளையாடிக்கொண்டிருப்பேன் என்றாலும், அதன் வழியே இசைக் கற்கும் யோசனை எதுவும் அப்போது தோன்றவில்லை. என்னுடைய 20வது வயதில் இசையமைக்கத் துவங்கிய சமயத்தில் கிட்டத்தட்ட எல்லோரும் இசையமைக்கத் துவங்கியிருந்தனர். 70களின் பிற்பகுதியில் குறிப்பிட்ட ஒரு காலத்தில் கிழக்குப்புறக் கிராமத்தில், "இங்குள்ள எல்லோருமே இசைக்குழுவினர்தான்" என்று சொல்லுமளவுக்கு இசையமைப்பத்தில் பேரார்வம் எல்லோரிடத்திலும் நிரம்பியிருந்தது. இது உண்மைதான். இந்தக் காலகட்டத்தில் நானும் ஏராளமாக இசை அமைத்திருக்கிறேன். ஆனால், ஒரு குறிப்பிட்ட கட்டத்திற்குப் பிறகு அடுத்த 20 ஆண்டு காலத்திற்கு இசை அமைக்கும் எண்ணமே எனக்கு எழவில்லை. இது ஏன் என்று எனக்குத் தெரியவில்லை. ஒரு 10, 12 வருடங்களுக்கு முன்னால் மீண்டும் இசைத் தயாரிப்புகளில் ஈடுபட வேண்டுமென்கிற எண்ணம் எனக்குள் முளைவிட்டது. அதிலிருந்து ஏராளமான இசையமைப்பாக்கப் பணிகளில் ஆர்வத்துடன் ஈடுபடுகிறேன். இதுவொரு நல்ல மாற்றமாகவே கருதுகிறேன். திரைப்பட உருவாக்கத்திலும், படப்பிடிப்பு நாட்களிலும், உங்களுடன் இணைந்து பணிசெய்யும் அற்புதமான மனிதர்களுக்கு மத்தியில் இருக்கும்போது, ஏராளமான மனிதர்களை ஏற்றிச்செல்லும் ஒரு

தனிப்பட்ட கப்பலில் பயணிப்பது போன்ற உணர்வு மனதில் எழுகிறது. அதுவே இசையமைப்பில் ஈடுபடும்போது வெகு சொற்ப மனிதர்களுடன் நீரின் மீது வரிசைவரிசையாகச் செல்லும் சிறிய படகொன்றில் நீங்களும் துடிப்பிசைப்பதாக உணர்வளிக்கிறது. இது மிகவும் எளிமையானது.

ஏன் இசையமைப்பை மீறித் திரைப்பட உருவாக்கம் உங்களை அதிகம் இழுக்கும் விசையாக உள்ளது?

திரைப்படங்களை உருவாக்குதல் என்பது என்னை வெகு ஆழமாக உள்ளிழுத்துச் செல்லக்கூடிய, என்னை முழுமையாகத் தழுவி நிற்கும் ஒரு செயலாக மாறிவிட்டது. பல தசாப்தங்களாக எனது முழுமையான ஆற்றலை அதில் நான் செலவழித்திருக்கிறேன். அதே சமயத்தில் எழுத்துப் பணிகளிலும், புகைப்படக் கலையிலும் இன்னொரு பக்கம் தொடர்ச்சியாக இயங்கியே வந்திருக்கிறேன். இப்போது என் பணித் திட்டத்தில் பலபல விஷயங்கள் திரண்டு நீள்கின்றன. இசைத் தயாரிப்புகள், சிறியளவில் கலைச் செயல்பாடு, எழுத்துப் பணிகள் என எனது நாட்கள் சுவாரஸ்யமாகவே நகருகின்றன.

திரைப்படக் கலையை நான் ஏன் இவ்வளவு நேசிக்கிறேன் என்றால், இக்கலையில் அனைத்துமே உள்ளடங்கி இருக்கின்றன. அனைத்துமே! இசை, புகைப்படக் கலை, காட்சிக் கட்டமைப்பு, நடிப்பு, எழுத்து, பாணி மற்றும் வடிவம். கிட்டத்தட்ட மனிதனுடைய அனைத்து வெளிப்பாட்டுப் பாணிகளுடனும் அது தொடர்புடையதாக இருக்கிறது. கட்டமைத்தலும்கூட ஒரு குறிப்பிட்ட கோணத்தில் இருக்கவே செய்கிறது. திரைப்பட இயக்குநர்களுக்குப் பல்வேறுப்பட்ட ஆர்வங்கள் இருக்க வேண்டியது மிக முக்கியமானது. ஆர்வமூட்டும் இயக்குநர்கள் அனைவருமே தேவைக்கேற்ப ஒருவகையிலான டிலேட்டான்ட்களாகவே (குறிப்பிட்ட ஒன்றின் மீது மிகத் தீவிரமான புரிதலோ அல்லது அதை மிகுதி ஒழுங்குடன் அணுகாமலோ அதன் மீது ஆர்வத்துடன் இருப்பது) இருப்பார்கள். என்னை நானொரு ‘டிலேட்டான்ட்’டாகவே உணர்கிறேன். எதிர்மறையான அர்த்தத்தில் இதைச் சொல்லவில்லை. எனக்கு ஏராளமான விஷயங்களின் மீது ஆர்வமிருக்கிறது. ஒருவகையில் அவற்றைச் செய்ய முயலவே செய்கிறேன். ஆனால், நான் எதுவொன்றிலும் மாஸ்டரல்ல.

மக்கள் உங்களை முதன்மையாகத் திரைப்படப் படைப்பாளியாகக் கருதுவதால், இசையமையாளராக உங்களைக் கருதுவதில் சிக்கல் ஏற்படுவதாக நினைக்கிறீர்களா?

ஆமாம். ஏனெனில், பிறர் உங்களை எப்படிப் பார்க்கிறார்கள் என்பதை நீங்கள் கையாளுகிறீர்கள். இது ரொம்பவும் வரையறுக்கப்பட்டது. வெகுஜனம் மூடுண்ட மனநிலையைக் 'கொண்டவர்களாக இருக்கலாம். உதாரணத்திற்கு, ஜானி டெப் முதலில் ஒரு இசைக் கலைஞர் என்பதையும், அதன்பிறகே நடிகர் என்பதையும் அறிவதில் அவர்களுக்கு ஆச்சரியமே உருவாகும். அவர் இசையமைப்பதைப் பார்க்கும்போது, "ஓ, ஒரு நடிகர் இசையமைக்கிறார்" என்றே சொல்வார்கள். ஆனால், உண்மையில், அவர் நடிக்கும்போது, ஒரு இசைக் கலைஞர் நடிக்கிறார் என்றே சொல்லப்பட வேண்டும். என்னுடைய மனதைக் குறுகியதாக வைத்துக்கொண்டு, மக்களால் ஒன்றை மட்டுமே செய்ய முடியும் என்கிற முன்முடிவுகளை அண்டவிடாமல் தற்காத்துக்கொள்ள வேண்டும்.

காட்சிவடிவக் கலையிலிலோ திரைப்படங்களிலோ வேலை செய்வதை விடவும் இசையமைப்பது உங்கள் மூளையின் வேறொரு பகுதியை ஆக்கிரமித்துக்கொள்வதாகக் கருதுகிறீர்களா?

ஆமாம். அது உடனடியானது. அதற்கெனத் தனியான மொழியைக் கொண்டிருப்பது. உரையாடுவதற்கும் தொடர்பு கொள்வதற்குமான முழுமையான உடனடி வடிவத்தைப்போல அது எனக்குத் தோன்றுகிறது. நான் இசையைப் படிக்கவில்லை என்பதால், ஏற்கெனவே ஒரு இறுக்கமான வடிவத்தில் எழுதிநிறைவுசெய்யப்பட்ட செவ்வியல் இசைத் துணுக்குகளில் குறுக்கீடுகளை நிகழ்த்துவதில்லை. எனினும், அதிலும்கூட குறிப்பிட்ட ஒரு இசைத் துணுக்கை இசைப்பதென்பது ஒவ்வொரு வயலினிஸ்ட்டுக்கும் மாறுபடவே செய்யும்.

தங்களுடைய வெளிப்பாட்டுத் திறனில் அவர்களுடைய ஒரு பகுதி இயைந்துகொள்கிறது. இசைக் கலைஞர்களைப் பார்த்துப் பொறாமைப்படுகிறேன். 20 வருடங்களுக்கு முன்னால், ஒரு திரைப்படத்தில் இரண்டு வருடங்கள் வேலை செய்து முடித்ததும் டாம் வெயிட்ஸ் போன்ற ஒரு நபருடன் சில தினங்களைச் செலவிடுவேன். தனது பியானோவின் அருகில் அமர்ந்து அற்புதமான இசையை அமைத்துக் காற்றின் மீது அதனை மேவிவிடுவார். சில கணங்களுக்கு அது உயிர்ப்பித்திருக்கும் அதன்பிறகு மறைந்துவிடும். வாவ்! இது அற்புதமானது என்பதாக அவ்வுணர்வு இருக்கும். அது அந்தக் கணத்தில் நிகழும் ஓர் அதிசயம்.

அதேசமயத்தில், ஒரு படத்துக்காக மாதக் கணக்கில் ஊழியம் பார்த்துக்கொண்டும் இருப்பேன். அந்தப் படத்தின் பணிகளை நிறைவுசெய்ததும் அதற்கான விளம்பரப்படுத்துதல் வேலைகளில் ஈடுபடுவேன். இப்போது அந்தப் படத்தைத் துவங்கியபோது இருந்த நபரிலிருந்து வெகு தூரம் விலகி வந்திருப்பேன். "இந்தப் படம் எதைப் பற்றியது? என்ன சொல்ல வருகிறது?" என்றெல்லாம் கேட்பார்கள். எனக்குத் துளியும் அதைப் பற்றித் தெரியாது. ஞாபகம் இருக்காது. ஏற்கெனவே புதிதான ஒன்றைப் பற்றி நான் சிந்திக்கத் துவங்கியிருப்பேன். இசையைப் பொறுத்தவரை அது முற்றிலும் மாயாஜாலமானது. தங்களால் பேசவோ புரிந்துகொள்ளவோ முடியாத மொழியின் பாடல்களைக் கூட மக்கள் பாடகர்களுடன் சேர்ந்து பாடுவதை நான் பார்த்திருக்கிறேன். ஹிப் ஹாப் போன்ற வடிவங்களை மக்கள் பாட முயலும்போது அது எனக்கு வேடிக்கையாகவே இருக்கிறது. குறிப்பாக, ரோம் மக்கள் எரிக் பி மற்றும் ரக்கிமின் பாடல்களை உடன் சேர்ந்து பாடுவதைப் பார்த்தபோது அது எனக்கு வேடிக்கையாகவே இருந்தது. தாம் என்ன சொல்லச் சொல்கிறோம் என்று அவர்களுக்குத் தெரியுமா? இன்னொரு வகையில் பார்க்கும்போது, அதை அவர்கள் தெரிந்திருக்க வேண்டிய அவசியமில்லை, இசையிலிருந்து கிளர்ந்துவரும் உணர்வை மிக ஆழமாக அவர்கள் பெறுகிறார்கள். வார்த்தைகளின் அர்த்தம் துலங்கவில்லை எனும்போது, உணர்வு அவர்களிடம் உரையாடத் துவங்கிவிடுகிறது. இசையால் இவ்வதிசயத்தைச் செய்ய முடியும்.

உங்களுடைய சமீபக் காலத் திரைப்படங்களுக்கு நீங்களே இசையமைத்துள்ளீர்கள். உங்கள் திரைப்படத்தின் மீது முழுமையான கட்டுப்பாட்டைக்கொண்டிருப்பதற்கு இது உங்களுக்கு உதவியிருக்கக்கூடும். சரியா?

ம்ம்ம். இது தற்செயலாக நிகழ்ந்ததுதான். *'The Limits of Control'* எனும் திரைப்படத்தின் உருவாக்கத்தில் இருந்தபோது, அதில் அருங்காட்சியத்துக்கு ஒருவர் செல்வதும், அங்குள்ள ஓவியங்களைப் பார்ப்பதும், பின் அங்கிருந்து கிளம்பிச் செல்வதுமான காட்சிக்கு ஏற்கெனவே அமைக்கப்பட்டிருந்த இசை பொருந்தவில்லை என்று எனக்குத் தோன்றியது. அந்தச் சமயத்தில் நான் அமைத்திருந்த சில இசைத் துணுக்குகளும் என்னிடம் இருந்தன. *'Blue Orchid'* எனும் பாடலை ரீமிக்ஸ் செய்யும்படி ஜாக் வொய்ட் என்னிடம் தெரிவித்திருந்தார். மேலும், எனது படத்தொகுப்பாளரும், "இந்தக் குறிப்பிட்ட காட்சிகளுக்கு நீங்களே ஏன் இசையமைக்கக்கூடாது?" எனக்

கேட்டார். எங்களிடம் இழப்பதற்கு எதுவுமில்லை. அதனால் முயற்சித்துப் பார்த்தோம். விளைவு சாதகமாகவே வந்திருந்தது. பல அதியற்புதமான இசைக் கலைஞர்களை எனக்குத் தெரியும் என்பதாலும், *RZA*, நீய்ல் யங் மற்றும் டாம் வெயிட்ஸ் போன்றோருடன் சேர்ந்து பணியாற்றியிருக்கிறேன் என்பதாலும் இது கேட்பதற்கு அச்சுறுத்துவதாகத்தான் இருக்கும் என எனக்குத் தெரியும். துவக்கத்தில், "இவ்வளவு அற்புதமாகக் கலைஞர்களை அறிந்திருந்தும் நானே ஏன் இசையமைக்க வேண்டுமென நினைக்கிறேன்?" எனும் எண்ணமே எனக்குள் எழுந்தது. ஆனால் சூழலின் காரணமாக, அது அத்தகைய திரைப்படங்களுக்கு அவசியமானதாக அமைந்துவிட்டது. இப்போது நாங்கள் அதைத் தொடருகிறோம்.

திரைப்பட உலகைத் தொந்தரவு செய்யாமல், இதுபோன்ற வெவ்வேறு படைப்புத் திட்டங்களைக்கொண்டிருப்பது அற்புதமானதுதான்.

ஆமாம். உண்மையாகவே! அது ரொம்பவே விநோதமாக மாறிக் கொண்டிருக்கிறது. அதாவது திரையுலகம். குறிப்பாக, திரைப்பட உருவாக்கத் திற்கான நிதியுதவி பெறும் விஷயத்தில். முன்காலங்களில் இருந்ததை விட இப்போது முற்றிலுமாக வேறுபட்டிருக்கிறது. எனது திரைப்படங்களை உருவாக்குவதில் பல பெரிய மனிதர்களுடைய உதவிகள் இருக்கின்றன, அவர்களை நான் விமர்சிக்க விரும்பவில்லை. அதே நேரத்தில், படங்களை உருவாக்க உதவுகிறார்கள் என்பதற்காகவே விநியோகஸ்தர்களின் முன்னால் முழங்காலிட்டு நன்றி தெரிவிக்க வேண்டுமோ என்கிற எண்ணமும் எழாமலில்லை. இது எப்படியான உணர்வென்றால், ஒரு நிமிடம் பொறுங்கள்... நானே தான் இந்தத் திரைக்கதையை எழுதியிருக்கிறேன், இந்த நடிகர்களை ஒருங்கிணைத்திருக்கிறேன். அதற்காக எனக்குச் சம்பளம் எதுவுமே வழங்கப்படாதா? படத்துக்கு நிதியுதவி செய்வதையே பெருந்தன்மை மிக்கச் செயலாகக் கருதி முழங்காலிட்டு நன்றி தெரிவிக்க வேண்டுமா? இது அவ்வளவு மோசமான பாதிப்புகளை ஏற்படுத்தவில்லையென்றாலும், விஷயங்கள் மாறிவிட்டன. நான் நண்பர்களுடன் கூட்டாகச் சேர்ந்து ஒரு ஆவணப்படத்தை உருவாக்கினேன். நிறைவுசெய்யப்பட்ட அப்படத்தை விநியோகஸ்தரிடம் காட்டியபோது, அதன் பட்ஜெட்டைப் பார்த்துவிட்டு, "நீங்கள்தான் இதன் இயக்குநர், உங்களுக்குமா நான் பணம் தர வேண்டும்?" என்றார். உங்களுடைய நான்காண்டு காலம் அந்த ஆவணப்படத்திற்காகச் செலவழிக்கப்பட்டிருந்தாலும், கேட்கப்படும் தொகை மிகச் சொற்பமானதுதான் என்றாலும், "அடடா, அப்படியா?" என்பதாகவே அவர்களுடைய

எதிர்வினை இருக்கிறது. ஆமாம். இதுபோன்ற முட்டாள்தனத்திடமிருந்து சிறிது விலகி இருப்பது நல்லதுதான்.

டென்னிஸ் ஹோப்பர் ஒருமுறை ஒரு நேர்காணலில், "ஒரு திரைப்படத்தை உருவாக்குவதென்பது மிக மிகச் சிரமமிக்கதொரு பணி, ஒரு நல்ல படத்தை உருவாக்குவது எவ்வளவு கடினமாதோ, அதே அளவு மோசமான படத்தை உருவாக்குவதும் கடினமானதுதான், இது ரொம்பவே சிரமமானது" என்பதுபோல ஏதோ தெரிவித்தார். இது முற்றிலுமாக ஏற்கக்கூடியதே. திரைப்படத்தை உருவாக்குவதென்பது கடினமானதுதான். அது எளிய விஷயமே இல்லை. உங்களுடைய ஆற்றலை எல்லாம் அது உறிஞ்சிவிடும். நீங்கள் வலிமையானவராக உங்களை அமைத்துக்கொள்ள வேண்டும். "உடல்ரீதியாக நீங்கள் தடகள விளையாட்டாளரைப்போல இருக்க வேண்டும்" என வெர்னர் ஹெர்சாக் அவ்வப்போது குறிப்பிடுவதுண்டு. இதுவும் உண்மையானதே. ஒவ்வொருவருக்கும் ஒவ்வொரு விதமான அணுகுமுறை இருக்கும். ஆனால், திரைப்படம் உருவாக்குதல் என்பதற்கு ஏராளமான ஆற்றலும் கவனமும், கூர்நோக்கும் இருக்க வேண்டும். இது எளிதான காரியமல்ல, ஆனால் என் விஷயத்தில் எனக்கு இக்கலை முழு நிறைவைத் தருகிறது. ஏனெனில் இதில் பிற அனைத்துக் கலை வடிவங்களும் சங்கமித்துள்ளன. இது உற்சாகமூட்டக்கூடிய ஒரு வடிவமாகும். நானிதை மிக ஆழமாக நேசிக்கிறேன். திரைப்படங்களின் கன்றுக்குட்டி நான். சிறுவயது முதலே திரைப்படங்களை நான் வெறிப்பிடித்தவனைப்போல உட்கிரகித்து வருகிறேன். இசையையும் புத்தகங்களையும் வேறு பல விஷயங்களையும் வெறிப்பிடித்தவனைப்போலத்தான் உட்கிரகித்து வருகிறேன். எனினும், திரைப்படங்களின் மீதான எனது நேசிப்பு மிகத் தீவிரமானது. இறுதியில் அதற்குதானே மீண்டும் மீண்டும் வந்து சேருகிறேன்!

பல கலைஞர்கள் ஒரேயொரு கலை வடிவத்தில் ஈடுபடுவதிலேயே கவனம் செலுத்துகிறார்கள். ஆனால் பல வடிவங்களிலான படைப்புச் செயல்பாடுகளில் ஈடுபதுவதும் ஆரோக்கியமானதாகவே தெரிகிறது. மன அழுத்தத்திலிருந்து விடுவிக்க அது நமக்கு உதவுகிறது.

அது உண்மைதான் என்றே நினைக்கிறேன். ஒவ்வொருவரும் வெவ்வேறு விதமான குணவியல்புகளைக் கொண்டவர்கள், தமக்கேற்ற இயங்கு முறையை ஒவ்வொருவரும் கண்டடைய வேண்டும். ஆனால், இவ்வாறு பல படைப்புச் செயல்பாடுகளில் ஈடுபடுவதும் நல்லதென்றே கருதுகிறேன்.

நானொரு தொழில்முறைத் திரைப்படக் கலைஞனல்ல. என்னைவொரு அமெச்சூர் திரைப்படக் கலைஞன் என்று சொல்வதில் நான் விடாப்பிடியாக இருக்கிறேன். ஏனெனில் அமெச்சூர் என்பதன் மூலப் பொருள், "ஒன்றின் மீதான காதல்", தொழில்முறையில் அணுகுதல் என்பதன் அர்த்தம், "நானிதைப் பணத்திற்காகச் செய்கிறேன்" என்பதாகும். நான் இந்தக் கலை வடிவத்தைக் காதலிப்பதால் நானொரு அமெச்சூர் திரைப்பட இயக்குநர்தான். "கலைஞன்" என்று என்னை அடையாளப்படுத்திக்கொள்ள நான் விரும்புவதில்லை. அதற்குப் பதிலாக, என்னைக் கவருகின்ற அல்லது என் மீது பாதிப்புகளை நிகழ்த்துகின்ற பல விஷயங்களை உள்ளிழுத்து என்னைச் செறிவுப்படுத்திக்கொண்டு என்னில் எது உருவாகிறதோ அதன்மூலம் ஒரு வெளிப்பாட்டு வடிவத்தை அடையவதே எனது இயல்பாகும். நான் அவ்வகையிலான மனிதன்தான். இதே போன்ற உணர்வு பலருக்கும் உண்டு என்பதை நான் அறிவேன். டேவிட் லிஞ்ச்சையே உதாரணமாக எடுத்துக்கொள்வோம். அவர் இசையமைக்கிறார், ஓவியம் வரைகிறார். பிற ஏராளமான வேலைகளில் ஈடுபடுகிறார். வெவ்வேறு வெளிப்பாட்டுக் கலை வடிவங்களில் ஈடுபடக்கூடிய நிறையத் திரைப்பட இயக்குநர்கள் உள்ளார்கள். சிலருக்குப் பல வகையிலான வெளிப்பாட்டு வடிவங்களும் சிலருக்கு ஒரேயொரு வெளிப்பாட்டு வடிவமும் போதுமானதாக இருக்கிறது. அவர் ஒற்றைச் செல் உயிரி - படைப்பாளியைப் போன்றவர்கள். செய்வதற்கு அவர்களுக்கு ஒரேயொரு வேலை மட்டுமே இருக்கும். நானதை மதிக்கிறேன். நானும் சில காலம் அப்படித்தான் திரைப்பட உருவாக்கத்தில் மட்டுமே ஈடுபட்டு வந்தேன். பிறகுதான் எனது எல்லை இவ்வளவு குறுகியதல்ல என்கிற புரிதல் எனக்கு உண்டானது.

வயது ஏற ஏற விஷயங்களை விரைவாகச் செய்வதற்கான ஓர் உந்துதலும் பரப்பரப்பும் ஏற்படுவதாகக் குறிப்பிட்டிருந்தீர்கள். அதைப் பற்றி என்ன நினைக்கிறீர்கள்?

நான் அதை உண்மையாகவே உணருகிறேன். அதைப் பற்றி ஆய்வுசெய்து பார்க்கவில்லை என்றாலும், வயது ஏற ஏற காலம் மிக விரைவாக உங்களிடமிருந்து பிடிநழுவிச் செல்வதை நம்மால் உணர முடியும். செய்து முடிக்க வேண்டும் என நான் நினைக்கும் ஏராளமான விஷயங்கள் இன்னமும் மீதமுள்ளன. நான் முயற்சிக்க விரும்பும் விஷயங்கள். இரண்டு புத்தகப் பணிகளும் உள்ளன. அதைப் பற்றி விளக்கங்களைக் கொடுத்துக்கொண்டிருக்க

விரும்பவில்லை என்றாலும், இரண்டு புத்தகங்களுக்கான பணிகள் உள்ளன. 1970களிலிருந்து கவிதைகளும் எழுதி வருகிறேன். பெரிதாக எவரிடமும் அதை நான் பகிர்ந்ததில்லை என்றாலும், அவற்றில் பிரசுரிக்க வேண்டும் என நான் நினைக்கும் கணிசமான எண்ணிக்கையிலான கவிதைகளும் இருக்கின்றன. எனக்கு உறுதியாய்த் தெரியவில்லை. செய்தித்தாள்களிலிருந்து கத்தரித்த படங்களை வைத்தும் ஒரு கோலாஜ் உருவாக்கியிருக்கிறேன். அதில் கிட்டத்தட்ட 300 படங்கள் இருக்கின்றன. அவற்றையும் எங்கேனும் காட்சிப்படுத்த விரும்புகிறேன். அவற்றில் சிலவற்றை முன்பே பிறரிடம் காண்பித்திருக்கிறேன். எனினும், இன்னும் அதிகளவில் அதைப் பிறரிடம் காட்ட விரும்புகிறேன். ஆக, இத்தகைய பணிகளையும் சில இசைப் படைப்புகளிலும் ஈடுபட வேண்டியிருக்கிறது. நான் மிகக் கடினமாக உழைத்து 'கேட்ஸ்கில்ஸில்' சிறிய படைப்பாக்க ஆய்வகத்தை அமைத்திருக்கிறேன். இப்போது எனது வீட்டில் படைப்புச் செயல்பாடுகளுக்கெனத் தனியே சில பகுதிகளை என்னால் ஒதுக்க முடிந்திருக்கிறது. ஒன்று கலை/இசை போன்றவற்றுக்கானது மற்றொன்று ஒருவகையில் வாசிப்பறையைப் போன்றது. தனியாகவோ பிறருடன் சேர்ந்தோ எனது கலைச் செயல் புரிய, எழுத, வாசிக்க, திரைப்படங்களை உருவாக்க, இசை அமைக்க இவ்வறைகளை நான் பயன்படுத்துவேன். "நீ திடமாகவே இருக்கிறாய், இன்னும் நீண்ட தூரம் ஓட வேண்டியிருக்கிறது" என்பதே என்னுடைய உணர்வாக இருக்கிறது. இசையமைக்கவும் வேறு பல செயல்கள் புரியவும் இது ஏற்ற நேரம் என்று மனதில் உணருகிறேன். இது அற்புதமான உணர்வு. இது குறித்த மிகுதியான மகிழ்ச்சி எனக்குள் உருவாகியிருக்கிறது. காத்திருக்காதே. நேரத்தை வீணடிக்காதே. செயலில் ஈடுபடு.

தாழ்மையாக நடந்துகொள்வதில் மக்களுக்கு விருப்பமில்லை!

◀ கேஸ்பர் நோவா

தனது ஒவ்வொரு திரைப்படத்தையும் போதைமையுடன் உருவாக்கக்கூடியவர் கேஸ்பர் நோவா. பல்வேறு உத்திகளைத் தனது திரைப்படங்களில் அவர் பிரயோகித்திருக்கிறார். கடைசிக் காட்சியில் இருந்து முதல் காட்சிக்கு நகரும் வகையில் திரைக்கதை அமைத்தல், டோப் இழுத்தவனின் திரிந்த மனநிலையைப் பார்வையாளர்கள் உணரும்வகையில் காட்சியமைத்தல் எனத் திரைக் கலையின் சாத்தியங்களைக் கூடுமானவரையில் வீரியத்துடன் முயற்சித்துப் பார்த்திருக்கிறார். இவரது அண்மைக்காலத் திரைப்படங்களில் திரைப் பிரிப்பு உத்தி பயன்படுத்தப்பட்டிருக்கிறது. அதாவது, திரை இரண்டாகப் பிரிக்கப்பட்டு வலதுபுறத்தில் ஒரு கதாபாத்திரத்தின் செயல்பாடுகளும், இடதுபுறத்தில் ஒரு கதாபாத்திரத்தின் செயல்பாடுகளும் இத்திரைப்படங்களில் காட்டப்படுகின்றன. மரணத்தின் விளிம்பில் நின்றிருக்கும் ஒரு முதிய தம்பதியரின் இறுதி ஓரிரு தினங்களின் செயல்களை *'Vortex'* திரைப்படம் பதிவாக்கியிருக்கிறது. ஒரே வீட்டிற்குள் வாழ்ந்துகொண்டிருந்தாலும் ஒரு ஆணும் பெண்ணும் எப்படி அவரவர் உலகத்தில் தனித்திருக்கிறார்கள் என்பது இந்த உத்தியின் மூலம் வெளிப்படுத்தப்படுகிறது. மேலும், இத்திரைப்படத்தில் வயோதிகமும் நினைவிழப்பும் நோய் உபாதைகளும் மரணத் தருணமும் மிகைப்படுத்தப்படாமலேயே நம்மை ஆழ்ந்த துயரத்திற்குள் ஆட்படுத்துகின்றன. இவ்விரு திரைப்படங்கள் குறித்தும், தமது தனிப்பட்ட வாழ்க்கை குறித்தும், திரைப்பட விமர்சகர் 'கார்லோஸ்' மேற்கொண்ட இந்த நேர்காணலில் 'கேஸ்பர் நோவா' பகிர்ந்தளித்திருக்கிறார்.

திரைப் பிரிப்பு (Split Screen) உத்தியை 2019இல் வெளியான உங்கள் "Lux Eterna" திரைப்படத்தில் பயன்படுத்தியிருந்தீர்கள். இந்த உத்தியில் வெளியான திரைப்படமோ அல்லது வேறு ஏதேனும் கலைப் படைப்போ உங்களை எப்போது கவர்ந்தது என்று சொல்ல முடியுமா? அல்லது இந்த உத்தி பிரத்தியேகமாக இந்தத் திரைப்படத்திற்கென்று உருவாகியதா?

பலரையும் போலவே, இந்தத் திரைப் பிரிப்பு உத்தியில் வெளிவந்திருக்கும் பல திரைப்படங்களை நானும் பார்த்திருக்கிறேன். *''The Boston Strangler"* போன்ற எழுபதுகளில் வெளியான திரைப்படங்கள், பிரையன் டி பால்மாவின் திரைப்படங்கள் ஆகியவற்றைப் பார்த்திருக்கிறேன். ஆனால், இந்த உத்தியில் உருவான, என் மீது அழுத்தமான பாதிப்பை ஏற்படுத்திய திரைப்படமென்றால், *''New York 42nd Street"* திரைப்படத்தைத் தான் சொல்வேன். இது அமெரிக்காவில் உருவாக்கப்பட்ட திரைப்படம் என்றாலும், அங்கு அது வெளியிடப்படவில்லை. பிரான்ஸில்தான் வெளியானது. அமெரிக்காவில் இத்திரைப்படத்தை *"Forty Deuse"* என்று அழைக்கிறார்கள். அதுவொரு மேடை நாடகத்தைத் தழுவி இயக்கப்பட்ட திரைப்படம். இரண்டு கேமராக்களைப் பயன்படுத்தி பால் மோரீஸ் அதைத் திரைப்படமாக உருவாக்கியிருந்தார். காப்புரிமை தொடர்பான சட்டரீதியான சிக்கலால் அத்திரைப்படம் அமெரிக்காவில் வெளியாகவில்லை என்று நினைக்கிறேன். பிரெஞ்சு சப் டைட்டில்களுடன் அத்திரைப்படத்தை ஏதேனுமோர் இணையவெளியில் உங்களால் பார்க்க முடியும்.

அந்தத் திரைப்படத்தைப் பார்த்தபோது, நான் திரைப்பட மாணவனாக இருந்தேன். துவக்கத்திலிருந்து இறுதி வரையிலும் அத்திரைப்படம் திரைப் பிரிப்பு உத்தியாலேயே உருவாக்கப்பட்டிருந்தது. "இது அற்புதமானது. இதுவோர் அற்புதமான யோசனை" என்பதே அந்தத் திரைப்படத்தைப் பார்த்தபோது எனக்குள் திரண்ட உணர்வாக இருந்தது. ஆனால், துரதிர்ஷ்டவசமாக, அவர்களுக்கு இந்த உத்தியை எப்படி இன்னும் வீரியமிக்கதாக உருவாக்குவது என்று தெரிந்திருக்கவில்லை. ஆனாலும்கூட, எனது வாழ்நாள் முழுக்க அந்தத் திரைப்படத்தை நான் என் நினைவில் சுமந்துகொண்டிருக்கிறேன். எனது முந்தைய திரைப்படமான *"Climax"*-ஐ இயக்கிக்கொண்டிருந்தபோது செயிண்ட் லாரண்ட் *(Saint Laurent)* எனும் ஆடை வடிவமைப்பு நிறுவனம் ஒரு குறும்படத்தைத் தயாரிக்க முன்வந்தார்கள். அவர்கள் என்னிடம் "அது ஏழு நிமிடமாகவும் இருக்கலாம்,

எழுபது நிமிடமாகவும் இருக்கலாம். ஆனால், எங்கள் நிறுவனத்தை விளம்பரப்படுத்தக்கூடிய தலைசிறந்த நடிகர்களையும் எங்கள் நிறுவனம் வடிவமைத்திருக்கும் ஆடைகளையும் பயன்படுத்தியதாக அந்தக் குறும்படம் இருக்க வேண்டும்" என்றார்கள்.

பெட்ரைஸ் டால் (Beatrice Dalle) மற்றும் சார்லோட் கெய்ன்ஸ்பெர்க் (Charlotte Gainsbourg) ஆகியோரை வைத்து அந்தக் குறும்படத்தை இயக்கலாம் என நினைத்தேன். ஆனால், எங்களிடம் மிகக் குறைந்த அளவிலான பட்ஜெட் தொகையே இருந்ததால், வெறும் ஐந்தே தினங்களில் படப்பிடிப்பை நிறைவுசெய்வது என்று முடிவுசெய்தேன். முதல் நாள் படப்பிடிப்பைத் துவங்கியபோது, முந்தைய திரைப்படமான Climax-ஐ உருவாக்கிய அதே பாணியில் இந்தத் திரைப்படத்தையும் உருவாக்க நினைத்தேன். அதாவது, நீண்ட காட்சிப் பதிவுகளாக இயக்கலாம் என்பது என் எண்ணமாக இருந்தது. ஆனால், துளியும் முன்திட்டமிடல் எதுவும் செய்யாதிருந்ததால், அன்றைய நாளின் இறுதியில் வெறும் ஆறு நிமிடக் காட்சிப் பதிவு மட்டுமே எடுக்க முடிந்தது. அதுவும்கூட சரியாகக் கைக்கூடி வந்திருக்கவில்லை. அதனால், "பரவாயில்லை. இன்னும் நம்மிடம் நான்கு நாட்கள் இருக்கின்றன. நான் இதேபோலத் தொடர்ந்து செயல்பட முடியாது. ஏனெனில் நான் துளியும் தயாராகாமல் இருக்கிறேன். மேலும் என்னைச் சுற்றிப் பலர் இந்த உருவாக்கத்தில் ஈடுபட்டிருக்கிறார்கள். அவர்களுடைய உழைப்பையும் வீணடிக்க முடியாது" என்று எனக்குள்ளாகச் சொல்லிக்கொண்டேன். அதனால், படப்பிடிப்பின் இரண்டாவது நாளில் இருந்து பல கேமராக்களைப் பயன்படுத்திக் காட்சிகளைப் படம்பிடிப்பது எனும் தீர்மானத்திற்கு வந்துசேர்ந்தேன்.

படப்பிடிப்புத் தளத்தில் இரண்டு கேமராக்கள் எங்களிடம் இருந்தன. மேலும், அந்தத் திரைப்படத்தின் உருவாக்க வீடியோவைப் பதிவுசெய்யும் நபரிடமும் ஒரு சிறிய கேமரா இருந்தது. "ஒவ்வொரு ஷாட்டையும் இரண்டு அல்லது மூன்று கேமராக்களில் படம் பிடிப்போம். அதன்பிறகு, படத்தொகுப்புப் பணியின்போது என்ன செய்யலாம் என்பதைப் பார்த்துக்கொள்வோம். ஆனால், கண்டிப்பாக இந்தத் திரைப்படம் நீளமான மாஸ்டர் ஷாட்களைக் கொண்டதாக மட்டும் இருக்காது" என எனது குழுவிடம் தெரிவித்தேன். படத்தொகுப்பின்போதுதான் திரைப் பிரிப்புப் பாணியில் இரண்டு திரைகளாகவோ மூன்று திரைகளாகவோ பயன்படுத்தலாம் எனும் எண்ணம் எனக்கு உருவாகியது. ஒரே திரையை

இரண்டாகவோ மூன்றாகவோ தோன்றும்படியாகப் படத்தொகுப்பு செய்து பார்ப்பது உண்மையாகவே மிகவும் சுவாரஸ்யமான பணி அனுபவமாக இருந்தது. இந்தக் குறும்படம் 52 நிமிடத் திரைப்படமாகவே இறுதியில் உருவாகியிருந்தது. இந்தத் திரைப்படம் திரையரங்கில் வெளியிடப்பட்ட ஒரு வருடத்திற்குப் பிறகு மீண்டும் அதே உத்தியில் ஆதே ஆடை வடிவமைப்பு நிறுவனத்திற்காக் *"Summer of 21"* என்று மற்றுமொரு குறும்படத்தை இயக்கினேன். அது *YouTube*-இல் காணக் கிடைக்கிறது. இந்தத் திரைப் பிரிப்பு உத்தியைக் கையாண்டதில் உண்மையாகவே பெருமையாக உணர்கிறேன்.

ஆடை வடிவமைப்பு நிறுவனத்திற்காக இரண்டு படங்களை இயக்கிய பிறகு, மீண்டும் அதே உத்தியை "Vortex" திரைப்படத்திலும் பயன்படுத்தலாம் என எப்போது தீர்மானித்தீர்கள்?

கடந்த ஆண்டின் ஜனவரி மாதத்தில், அர்ஜெண்டினாவில் இருக்கும் எனது தந்தையைப் பார்த்துவிட்டு பிரான்ஸ் திரும்பியபோது, பிரான்ஸ் நாட்டுத் தயாரிப்பாளர்கள் ஒரு சிறிய வெளிக்குள் சிக்கிக்கொண்டிருக்கும் மனிதர்களைப் பற்றிய திரைப்படத்தை உருவாக்குமாறு என்னை அணுகினார்கள். இவ்வகையிலான திரைப்படங்களைப் பொதுவாக ஒன்று அல்லது இரண்டு நபர்கள் ஒரு அப்பார்ட்மெண்டில் வசிப்பதைப்போல உருவாக்க வேண்டும். வீதிகளை இதில் பதிவுசெய்ய வேண்டிய தேவையிருக்காது. அதனால், "என்னிடம் ஒரு யோசனை இருக்கிறது. அதுவொரு முதிய தம்பதியைப் பற்றிய திரைப்படம். திரைப் பிரிப்பு உத்தியில் அந்தத் திரைப்படத்தை நாம் உருவாக்கலாம். தம்பதியாக வாழும் இரண்டு மனிதர்களை அதில் நாம் பார்க்கலாம். இரண்டு கேமராக்களைப் பயன்படுத்தித் திரைப்படத்தை உருவாக்கலாம்" என அவர்களிடம் தெரிவித்தேன். ஏற்கெனவே இந்த உத்தியில் திரைப்படம் உருவாக்கியிருப்பதால், எனது தலைக்குள் இந்த உத்தியில் நான் உருவாக்கியிருக்கும் இரண்டு குறும்படங்களை விடவும் இந்தத் திரைப்படம்தான் அதிக அர்த்தப்பூர்வமானதாக இருக்கும் எனத் தோன்றியது.

தொழில்நுட்பக் கண்ணோட்டத்தில் இருந்து பார்க்கும்போது, திரைப் பிரிப்பு உத்தியில் படமாக்குவது எந்தளவிற்குச் சிக்கலானதாக இருந்தது? இது உங்கள் படமாக்கல் பாணியில் ஏதேனும் தீவிர மாற்றத்தை ஏற்படுத்தியிருக்கிறதா? ஏற்படுத்தியிருக்கிறது என்றால், அந்த மாற்றங்கள் என்னென்ன?

எனது ஒளிப்பதிவாளரான பெனாய்ட் டெபியுடன் (Benoit Debie) எனக்குச் சகோதரப்பூர்வமான உறவு இருக்கிறது. சில திரைப்படங்களில் நானும் அவரும் மாற்றி மாற்றி கேமராவைக் கையாண்டிருக்கிறோம். சில காட்சிகளை அவரும் சில காட்சிகளை நானுமாகச் சேர்ந்து ஒரு கூட்டுழைப்பில் கேமராவை இயக்கியிருக்கோம். **Climax** திரைப்படத்தில், கேமராவை முழுக்க முழுக்க நானே கையாள, அவர் காட்சிக்குத் தேவையான ஒளியமைப்பை அமைத்துக்கொண்டிருந்தார். இந்தத் திரைப்படத்தைப் பொறுத்தவரையில், இரண்டு கேமராக்களைப் பயன்படுத்தி இயக்கப் போகிறோம் என்பது எனக்குத் தெரியுமாததால் அவரிடத்தில், "நீங்கள் ஒரு கேமராவைக் கையாளுங்கள், நான் ஒரு கேமராவைக் கையாளுகிறேன்" என்றேன். இது ரொம்பவும் சுவாரஸ்யமாக இருந்தது. ஏனெனில், செயற்கை ஒளியமைப்பை இத்திரைப்படத்தில் நாங்கள் பயன்படுத்தவே இல்லை. பகல் பொழுதுகளில் ஜன்னல் திரைகளை மூடியும் திறந்துமே அக்காட்சிகளை நாங்கள் படமாக்கினோம். இரவுகளில் அந்த வீட்டில் இருந்த லைட்டுகளையே பயன்படுத்திக் காட்சிகளைப் பதிவுசெய்தோம். அவர் ஒரு கோணத்தில் இருந்தும், நான் ஒரு கோணத்தில் இருந்தும் காட்சிகளைப் பதிவுசெய்தோம். அவருடைய காட்சிப் பதிவில் நானும், என்னுடைய காட்சிப் பதிவில் அவரும் இடம்பெற்றுவிடக்கூடாது என்பதில் மட்டும் கவனத்துடன் இருந்தோம்.

கதாபாத்திரங்கள் ஒரே அறையில் இருக்கும் காட்சிகளைப் பதிவுசெய்வது கொஞ்சம் சிக்கலானதாகவே இருந்தது. இந்த மாதிரியான தருணங்களில், முதலில் ஒரு கதாபாத்திரத்தைப் படமாக்கிவிட்டு மறுநாள் காலையில் அதன் படத்தொகுப்பை நான் நிறைவுசெய்துவிடுவேன். உதாரணமாக, பிரான்கோ தனது படுக்கையறைக்குச் செல்வதும் மீண்டும் வசிப்பறைக்குத் திரும்பி வருவதுமாக இருக்கும் காட்சி. படத்தொகுப்பை நிறைவுசெய்துவிட்டதால், திரையின் மற்றொரு பகுதியில், பிரான்கோ அந்தக் காட்சியில் எவ்வளவு நேரம் இருக்க வேண்டும் என்பது துல்லியமாகத் எனக்குத் தெரியும். மறுநாள் காலையில், அவளுடைய கணவர் அதே நேரத்தில் என்ன செய்துகொண்டிருந்தார் என்பதைக் காட்சிப் பதிவாக்கினோம். அதாவது, அவர் வசிப்பறைக்குத் திரும்பித் தனது மனைவியுடன் உரையாடலைத் தொடங்குவதற்கு முன்பாக, ஒரு நிமிடம் 43 வினாடிகள் அவர் அந்த வீட்டிற்குள் இருக்கும் காட்சியைப் பதிவாக்கினோம்.

உணர்வுத் தளத்தில், இந்த முதிய தம்பதியின் உலகிற்குள் நாம் நுழையும்போது, அவர்களுக்கிடையிலான உறவு நிலைகளை அறிய, இந்தப் பல கண்ணோட்டக் கதைச் சொல்லல் பாணி எப்படி உதவும் என்று கருதுகிறீர்கள்?

அந்த இரண்டு கதாபாத்திரங்களும் ஒரு குமிழிக்குள் இருக்கிறார்கள். உணர்வுப்பூர்வமாகச் சொல்ல வேண்டுமெனால், என்ன நடந்துகொண்டிருக்கிறது என்பது தெளிவாகவும், வெளிப்படையாகவும் புரிந்துவிடும் என்றே நினைக்கிறேன். அவர்கள் இருவரும் ஒரே கூரையில் வாழ்ந்தாலும், இருவரும் தனியர்களாகவே இருக்கிறார்கள். அவர்கள் ஒரு வெளியை, சில செயல்களை, சில உரையாடல்களைப் பகிர்ந்துகொள்கிறார்கள் என்றாலும், இருவருமே தமக்கெனத் தனித்தனிக் குமிழ்களைக் கொண்டவர்களாக இருக்கிறார்கள். மேலும் அந்தக் குமிழ் என்பது இங்குச் சதுரமாகவே இருக்கிறது. அந்தச் சதுரத்தின் விகிதம் 1:20:1 எனும் அளவீட்டில் இருக்கிறது. ஒன்றுக்கொன்று தொடர்புடைய ஆனால் முற்றிலும் தனித்தனியாக இருக்கக்கூடிய வாழ்க்கையை அவர்கள் வாழ்ந்துகொண்டிருக்கிறார்கள். நிஜ வாழ்க்கையும் அப்படித்தானே இருக்கிறது. நீங்கள் ஒரு நண்பருடன் இருக்கும்போதும் இது நிகழக்கூடியதுதான். உங்கள் நண்பர் திடீரென ஒரு போன் உரையாடலில் பங்கேற்றாலும், மது அருந்தத் தொடங்கிவிட்டாலும், கஞ்சா புகைத்துக்கொண்டிருந்தாலும், தானாகவே சிரித்துக்கொண்டும், பைத்தியக்காரத்தனமாக ஏதாவது உளறிக்கொண்டிருந்தாலும், அவர்களுடைய தலைக்குள் என்ன நிகழ்கிறது என்பதை உங்களால் புரிந்துகொள்ள முடியாது. உங்களுடன் ஒரே வீட்டில் வாழ்ந்துகொண்டிருக்கும் மனிதருக்கு மனநிலை பாதிக்கப்பட்டாலும் இந்த அந்நியத்தன்மையை உங்களால் உணர முடியும். எனக்கு இதுபோன்ற சூழல்களை நன்கு தெரியும் என்பதால், தொடர்பற்றுப் போகுதல் அல்லது ஒருவர் பேசுவதை மற்றவர் புரிந்துகொள்ள முடியாத நிலை பற்றிய ஒரு நேரடிச் சித்தரிப்பை இதில் வழங்கியிருக்கிறேன்.

2020இன் தொடக்கத்தில் உங்களுடைய உடல்நிலை மிகவும் பாதிக்கப்பட்டிருந்தது. Vortex திரைப்படத்திற்கு அந்தத் தருணங்கள் ஓர் உந்துதலாக இருந்ததா? மரணம் குறித்தோ மரணப் பயம் குறித்தோ உங்களுடைய கருத்தில் ஏதேனும் மாற்றத்தை அந்தத் தருணங்கள் ஏற்படுத்தியிருக்கின்றனவா?

அது திடீரெனத் தோன்றிக் குறுகிய காலம் மட்டுமே இருந்த ஒரு பாதிப்பு. மூளையில் எனக்கு இரத்தக் கதிவு ஏற்பட்டது. அதை நான் துளியும் எதிர்பார்த்திருக்கவே இல்லை. ஒரே மாதத்தில் அபாயகரமான கட்டத்தில் இருந்து நான் விடுபட்டு விட்டேன் என்றாலும், அந்த ஒரு மாதத்திற்குள் நான் இறந்திருக்கவும் வாய்ப்பிருந்தது. எனது மூளை சிதைந்திருக்க வாய்ப்பிருந்தது. ஆனால், எனது இந்த மூளைக் கோளாறுக்குப் பிறகு என்ன நிகழ்ந்தது என்றால் கோவிட் இவ்வுலகை முழுமையாக ஆக்கிரமிக்கத் துவங்கி, ஒவ்வொரு மனிதர்களையும் தனிமைப்படுத்த ஆரம்பித்துவிட்டது. அந்த ஒரு வருடக் காலமும் தொடர்ந்து நான் திரைப்படங்களைப் பார்த்துக்கொண்டே இருந்தேன். மிகப் பெரிய களிப்பாக அந்த நாட்கள் எனக்கு அமைந்துவிட்டன. மிகியோ நருசே *(Mikio Naruse)*, கெஞ்சி மிஸோகுச்சி *(Kenji Mizoguchi)*, கெய்சுகே கினோஷிட்டோ *(Keisuke Kinoshita)* போன்றோர் *50*களில், *60*களில், *70*களில் இயக்கிய திரைப்படங்களை அலாதியான ஆர்வத்துடன் பார்த்த நாட்கள் மீண்டும் எனக்குள் ஆக்கிரமிக்கத் துவங்கின.

ஓராண்டு காலம் இதுபோன்ற ஜாப்பானியத் திரைப்படங்களைப் பார்த்ததற்குப் பிறகு, இதே வகைமையில் இருக்கும் *Vortex* திரைப்படத்தைத் துவங்கினேன். அவ்வகையிலான திரைப்படங்கள் ரொம்பவும் முதிர்ந்த தன்மையுடனும், கொடூரமானதாகவும் அதே நேரத்தில் பெருந்துயரத்திற்குள் நம்மை ஆழ்த்துவதாகவும் இருக்கின்றன. அவ்வகையிலான திரைப்படங்களை உருவாக்கும் மனநிலையில்தான் நானும் இருந்தேன். இது எல்லாவற்றையும் விட, எனது தந்தையைப் போன்றிருந்த மூன்று பேரை நான் இழந்துவிட்டேன். எனது பெண் தோழியின் தந்தை, எனது முதல் முழு நீளத் திரைப்படத்தில் நடித்த ஃபிலிப் நஹோான் (அவர் கோவிட் காரணமாக உயிரிழந்தார்), நான் உதவி இயக்குநராகப் பணியாற்றிய ஃபெர்னாண்டோ சொலானஸ். இவர் எனது தந்தையின் மிக நெருக்கமான நண்பரும் கூட. மரணம் என்னைச் சுற்றி எங்கெங்கும் நிகழ்ந்துகொண்டிருந்தது. மேலும் மனச்சிதைவு குறித்தும் எனக்கு அனுபவமிருக்கிறது. எனது தாயார் மரணமடைவதற்கு முன்னதான எட்டு ஆண்டுகள் மனச்சிதைவால் பாதிக்கப்பட்டிருந்தார்.

'Lux Eterna' திரைப்படத்திற்குள் வருகின்ற மற்றொரு திரைப்படமான 'Suspiria', திரைப்படத்தின் கருப்பொருளுடன் தொடர்புடையதைப் போலத் தெரிகிறது. இதற்கும் 'Vortex' திரைப்படத்தில் கணவர் கதாபாத்திரத்தில் டேரியோ அர்ஜெண்டோவை (Dario Argento) நடிக்க வைத்ததற்கும் ஏதேனும்

தொடர்பு இருக்கிறதா? அல்லது இந்தத் திரைப்படத்தில் இணைவதற்கு முன்பாகவே டேரியோவுடன் உங்களுக்குப் பரிச்சயம் இருந்ததா?

திரைப்படங்களின் மீதான எனது ஆர்வத்திற்கும் அவரை நடிக்க வைத்ததற்கும் எந்தச் சம்பந்தமுமில்லை. நான் அவரை மூன்று வருடங்களுக்கு முன்பாகச் சந்தித்திருக்கிறேன். அவரை ஒரு இயக்குநராக எனக்குப் பிடித்திருந்ததை விடவும், ஒரு தனிமனிதராக அவர் என்னை மிகவும் கவர்ந்துவிட்டார். அதோடு, நான் சந்தித்ததிலேயே மிகவும் கவர்ச்சிகரமான இயக்குநர்களில் அவரும் ஒருவர் என்றே நினைக்கிறேன். அவர் ரொம்பவும் வேடிக்கையானவராகவும் விளையாட்டுத்தனம் நிரம்பியவராகவும் இருந்தார். எனக்கு 58 வயது பூர்த்தியாகிவிட்டது என்றாலும் இன்னமும் சிலர் என்னைப் பற்றி எழுதும்போது சினிமாவில் இருக்கும் "பயங்கரமானதொரு குழந்தை" என்கிறார்கள். ஆனால், 81 வயதாகிவிட்ட டேரியோ அர்ஜெண்டோவுக்குத்தான் பயங்கரமான குழந்தை எனும் பதம் இன்னும் பொருத்தமானதாக இருக்கும் என்று கருதுகிறேன். இந்த வயதிலும் ஒரு இளைஞனைப் போல இரட்டை அர்த்த நகைச்சுவைகளை அவர்கள் பகிர்ந்துகொள்கிறார். எப்போதும் சிரித்தபடியே உற்சாகமாகவும் இருக்கிறார். அவரிடம் இருக்கும் இந்த ஆற்றல் எனக்கு மிகவும் பிடித்திருக்கிறது. திரைப்பட விழாக்களிலோ வேறு திரையிடல்களின்போதோ தனது திரைப்படத்தைத் திரையிடும்போது கிட்டத்தட்ட ஒரு மணிநேரத்திற்கு மேலாக அந்தத் திரைப்படம் குறித்து அவர் பேசிக்கொண்டிருக்கிறார். எவ்வித இடையூறுகளோ கேள்விகளோ இல்லாமல் மக்கள் அவருடைய உரையாடலை ஆர்ப்பரித்துக் கைத்தட்டி ரசித்துச் சிரிக்கிறார்கள். என்னைப் பொறுத்தவரையில், அவரொரு பிறவி நகைச்சுவையாளர் என்றே கருதுகிறேன்.

80வது வயதில் இருக்கும் இரண்டு மையக் கதாபாத்திரங்களையும் பார்வையாளர்கள் கட்டி அணைத்துக்கொள்ள நினைக்க வேண்டும் எனக் கருதினேன். ஃபிரான்கோ லெப்ரன்னையும் (Francoise Lebrun) சில வருடங்களுக்கு முன்பாகச் சந்தித்திருக்கிறேன். "The Mother and the Whore" எனும் பிரெஞ்சு மாஸ்டர் பீஸ் திரைப்படத்தில் அவருடைய நடிப்பு என் மீது பெரும் தாக்கத்தை ஏற்படுத்தியிருக்கிறது. திரைப்பட வரலாற்றின் மிக நீண்ட நேரம் தனியொருவராக வசனம் பேசும் காட்சிகளில் ஒன்றில் அவர் நடித்திருக்கிறார். பிரெஞ்சு சினிமாவின் தலைசிறந்த காட்சிகளில் ஒன்று அது. அந்தத் திரைப்படத்தில் அவர் நடித்து 45 வருடங்கள்

கடந்ததற்குப் பிறகு அவரைச் சந்திக்கும் வாய்ப்பு எனக்குக் கிடைத்திருக்கிறது. அவருடைய வயதின் காரணமாக, பல வழிகளிலும் எனது அம்மாவை நினைவூட்டுபவராக அவர் இருந்தார். மூளை சம்பந்தப்பட்ட பிரச்சனை எதையும் அவர் எதிர்கொண்டதில்லை என்றாலும், அவரால் இந்தக் கதாபாத்திரத்தைச் சிறப்பாகவே நடிக்க முடியும் என்கிற நம்பிக்கை எனக்கு இருந்தது. அவரொரு மிகச் சிறந்த நடிகை. மேலும் அவரைப் பார்க்கும்போது கட்டியணைத்துக்கொள்ளத் தூண்டும் அற்புதமான உள்ளம் கொண்டவர். இந்தத் திரைப்படம் மென்மையானதாக இருக்க வேண்டும் என்பதே எனது விருப்பமாகவும் இருந்தது.

Vortex திரைப்படத்தில் இருந்து நாம் அறிந்துகொள்ளக்கூடியது என்னவென்றால், இதில் தம்பதியினராக இருக்கக்கூடிய இரண்டு கதாபாத்திரங்களுமே நிறைவான வாழ்க்கையை வாழ்ந்த அறிவுஜீவிகளாக இருக்கின்றனர். ஆனால், இறுதியில் அவர்களுடைய முடிவு மிகவும் துன்பகரமானதாக இருக்கிறது. இதில் என்ன புரிகிறது என்றால் முதுமையை எய்துவதும் மரணமடைவதும் கிட்டத்தட்ட எல்லோருக்கும் ஒன்றே போலவேதான் இருக்கும். நாம் யார் என்பதெல்லாம் ஒருபொருட்டே இல்லை. நாம் எல்லோரும் மரணத்தையும் முதுமையையும் நோக்கிதான் நகர்ந்துகொண்டிருக்கிறோம்.

இதே கருப்பொருளை மையமாகக்கொண்ட மிக வீரியமான ஒரு திரைப்படமும் அண்மையில் வந்தது. ஸ்கார்ஸஸி இயக்கிய *"The Irishman."* அதில் குற்ற உலகைச் சேர்ந்த இரண்டு முதியவர்களை நாம் சந்திக்கிறோம். தங்களுடைய இளம் வயதில் இருவருமே மிக மிகக் கொடூரமானவர்களாக இருந்திருக்கிறார்கள். எனினும், முதிய வயதில் ஒரே மருத்துவமனையில் அருகருகே கட்டில்களைப் பகிர்ந்துகொண்டபடி ஒருவருக்கு மற்றவர் நல்லவிதமாகக் காட்சியளிக்கிறார்கள். அவர்களுக்கான சிகிச்சையும் ஒன்றைப்போலவே இருக்கிறது. அவர்கள் தமது நினைவுகளையும் உயிரையும் ஒரே விதத்தில்தான் இழக்கிறார்கள். வயதாகுதல் அனைத்து அனுபவங்களையும் சமமாக்கிவிடுகிறது. மற்றொருபுறம், எனது தாயாருக்கும் இறுதிக் காலத்தில் மனநிலை பாதிக்கப்பட்டிருந்தது என்றாலும் இதுவொரு சுயசரிதைத்தன்மையிலான திரைப்படமல்ல. தாயாருக்கு எதிர்மறையாக, தற்போது 89வது வயதில் இருக்கும் எனது தந்தை முன்னெப்போதும் இல்லாத அளவில் பெரும் படைப்பாற்றலுடன் இருக்கிறார். அவர் எழுதுகிறார், ஓவியம் வரைகிறார். சில மனிதர்கள் தங்களுடைய 89, 90,

91, 92, 93 ஆகிய வயதுகளில் மிக சுவாரஸ்யமான வாழ்க்கையை நடத்திச் செல்கிறார்கள். விதி எல்லோரையும் ஒரே மாதிரியாக நடத்துவதில்லை. சிலர் மிக இளம் வயதிலேயே இறந்துவிடுகிறார்கள். சிலர் இளம் வயதிலேயே மனநிலை பாதிக்கப்படுகிறார்கள். ஆனால் சிலரோ 90 வயதிலும்கூட உற்சாகமாக வாழ்கிறார்கள்.

இருவருமே மனதில் நிலைத்துவிடக்கூடிய நடிப்பை வழங்கியிருக்கிறார்கள். தங்கள் வாழ்க்கையின் இறுதி சில தினங்களிலும் துயரார்ந்த வலி மிகுந்த சூழலிலும் இருக்கக்கூடிய கதாபாத்திரங்களாக நடிப்பது அவர்களுக்குச் சிரமமானதாக இருந்திருக்குமா எனச் சந்தேகிக்கிறேன்.

இது கடினமானதாக இருந்திருக்கும் என நான் நினைக்கவில்லை. தங்களால் இயன்ற அளவில் அவர்கள் மிகச் சிறப்பாக நடித்திருக்கிறார்கள். அவர்களுடைய நடிப்பு எல்லோருக்கும் பிடித்திருப்பது இன்னும் சிறப்பானது. ஆனால், அவர்கள் இருவருமே மிகச் சிறிய வயதிலிருந்து இந்தத் துறையில் இருப்பவர்கள். வாழ்க்கையின் சிறந்த தருணங்களையும் மோசமான சூழல்களையும் முடிந்த வரையில் யதார்த்தமாகப் பிரதியெடுக்க முயலும் ஒரு விளையாட்டே திரைப்படம் என்பது அவர்களுக்கு நன்றாகவே தெரியும். வாழ்க்கையில் ஏற்படக்கூடிய ஒரு துன்பகரமான விஷயம் இந்தத் திரைப்படத்தில் இருக்கிறது. தனது வாழ்நாளில் பல திகில் திரைப்படங்களை இயக்கியிருக்கும் டேரியோவுக்கு இதுவோர் உளவியல்ரீதியிலான திகில் படத்தில் பணியாற்றுவதைப்போலவே இருந்திருக்கும். ஃபிரான்கோவைப் பொறுத்தவரையில், அவர் பல பிரெஞ்சு ஆட்டியர் இயக்குநர்களுடன் சேர்ந்து பணியாற்றியிருக்கிறார். அதில் இதுவும் ஒன்று என்பதாகவே இத்திரைப்படம் அனுபவம் இருக்கும். படப்பிடிப்புத் தினங்களில் நாங்கள் சந்தோஷத்துடன்தான் இருந்தோம். எங்கள் எல்லோருக்கும் - திரைப்படத்தில் இந்தத் தம்பதியரின் மகனாக நடித்திருக்கின்ற நகைச்சுவை நடிகரான அலெக்ஸ் - முதற்கொண்டு எல்லோருக்கும் நாங்கள் ஒரு துயரார்ந்த திரைப்படத்தை இயக்கிக்கொண்டிருக்கிறோம், இதை இந்த வகையில்தான் செய்ய வேண்டும் என்பது தெளிவாகவே தெரியும் என்றாலும் படப்பிடிப்புச் சூழல் மகிழ்ச்சிகரமானதாகத்தான் இருந்தது. இது ரொம்பவும் வெளிப்படையானது. அதிர்ச்சியூட்டக்கூடிய திரைப்படத்தையோ நகைச்சுவை திரைப்படத்தையோ நாங்கள் உருவாக்கவில்லை என்பது எங்களுக்கு நன்றாகவே தெரியும். வயதான பெற்றோர் இருக்கும் பெரும்பாலானவர்கள் எதிர்கொள்ளும் இந்த அனுபவங்களைக் கூடுமானவரையில் நெருங்கிச் செல்ல வேண்டும் என விரும்பினோம்.

படத்தில் ஓர் அற்புதமான ஸ்பானிஷ் பாடல் (“Gracias a la vida”) வருகிறது. ஆனால் அது பர்ரா பாடிய பாடலா அல்லது சோசா பாடியதாக என்று எனக்குத் தெரியவில்லை. அந்தப் பாடல் இந்தத் திரைப்படத்திற்கு மிகக் கச்சிதமாகப் பொருந்துகிறது.

நான் அர்ஜெண்டினாவைச் சேர்ந்தவன் என்பதால், எனக்கு இவ்விருவர் பாடிய பதிப்புகளையும் தெரியும். இந்தப் பாடலின் அசல் வடிவத்தைச் சிலே தேசத்தைச் சேர்ந்த வைலோட்டா பர்ராதான் *(Violetta Parra)* பாடினார். சோசாவும் *(Sosa)* இதைப் பாடியிருக்கிறார் என்றாலும் படத்தில் நீங்கள் கேட்பது அசல் வடிவத்தையே. என்னைப் பொறுத்தவரையில் மிக மிகத் துயரார்ந்த பாடல் அது. அந்தப் பாடலை ஒவ்வொரு முறை கேட்கும்போதும் என்னை அறியாமல் அழுதுவிடுவேன். படத்தில் வருகின்ற சிறுவன் தனது சிறிய கார்களை ஒன்றுடன் ஒன்றை மோத, ஃபிரான்கோ அதைப் பார்த்து அழும்போதே அந்தக் காட்சி ஒரு நிறைவை எட்டிவிடுகிறது என்றாலும், அதனுடன் ஏதேனுமோர் இசையைச் சேர்த்தால் அக்காட்சி இன்னும் தீவிரமானதாக இருக்கும் என்று எனக்குத் தோன்றியது. “அந்தக் காட்சி ஏற்கெனவே சோகமானதாக இருக்கிறது, அதனுடன் *Gracias a la vida* பாடலையும் ஒலிக்க விட்டால் பார்வையாளர்கள் நிச்சயமாக அழுதுவிடுவார்கள்” என நினைத்தேன். ஸ்பானிஷ் மொழி அறிந்த எவரும் இப்பாடலைக் கேட்கும்போது அழுதுவிடுவார்கள். ஏனெனில் மகிழ்ச்சியையும் துயரத்தையும் தங்களுக்கு வழங்கிய வாழ்க்கைக்கு நன்றி சொல்லும் பாடல் அது.

திரைப் பிரிப்பு உத்தியைத் தொடர்ந்து மூன்று முறைப் பயன்படுத்திவிட்டீர்கள். இதுவே போதுமானது என நினைக்கிறீர்களா அல்லது இதே உத்தியில் இன்னும் சில திரைப்படங்களை இயக்கும் எண்ணமும் இருக்கிறதா?

இல்லை. இந்தத் திரைப்படத்திற்கு அந்த உத்தி மிகச் சரியான நியாயத்தைச் செய்திருக்கிறது. எனது அடுத்த திரைப்படத்திற்கு வேறொரு விளையாட்டை நான் கண்டுகொள்வேன். திரைப் பிரிப்பு உத்தி இன்னும்கூட பல வகையிலான சாத்தியங்களை வழங்கக்கூடும்தான் என்றாலும், இன்னமும் வடிவரீதியாக நான் தொடாதிருக்கும் பல விஷயங்கள் இருக்கின்றன. என்னுடைய பெரும்பாலான திரைப்படங்கள் சினிமாஸ்கோப்பில்தான் உருவாக்கப்படுகின்றன. ஒருவேளை அடுத்த திரைப்படம் சதுரத் திரையமைப்பைக் கொண்டதாகவோ செங்குத்தான

திரையமைப்பைக் கொண்டதாகவோ இருக்கலாம். ஆனால், திரையரங்கில் படங்களைக் காட்ட வேண்டுமானால் படத்தைக் கிடைமட்டமாகத்தான் படம்பிடித்தாக வேண்டும். என்னுடைய நண்பர் ஒருவர் செல்போன்கள் பற்றிய டிவி ஷோ ஒன்றைச் செங்குத்தாக இருக்கும்படி உருவாக்கினார். அது ரொம்பவே அபாயகரமானது என்றே நினைக்கிறேன் (சிரிக்கிறார்).

திரைப்படத்தில் ஒரு காட்சி வருகிறது. திரையின் ஒரு பாதியில் முதியவள் தனக்குப் பரிந்துரைக்கப்பட்ட மாத்திரைகளை ஒவ்வொன்றாக நசுக்கி அப்புறப்படுத்திக்கொண்டிருப்பார். அதே நேரத்தில் திரையின் இன்னொரு பாதியில் அவளுடைய மகன் வேறோர் இடத்தில் இருந்தபடியே போதை மருந்துகளை எடுத்துக்கொண்டிருப்பான். காட்சிகளில் படரும் இதுபோன்ற இரட்டைத்தன்மை மிக சுவாரஸ்யமாக இருந்தது.

அவன் ஏன் மீண்டும் போதைப் பொருட்களை உட்கொள்ளத் துவங்குகிறான் என்றால், அந்தளவிற்கு அவன் மன அழுத்தத்தால் பீடிக்கப்பட்டிருக்கிறான். டைட்டானிக்கைப் போல மூழ்கிக்கொண்டிருக்கும் தனது பெற்றோரை எப்படி மீட்பது, எப்படிக் காப்பாற்றுவது என்று அவனுக்குத் தெரியவில்லை. மகன் கதாபாத்திரம் போதைப் பொருளை எடுத்துக்கொள்ளும் பழக்கத்திலிருந்து விடுபட்டிருப்பதையும் இந்த மனப் பதற்றத்தைக் கட்டுப்படுத்துவதற்காகவே மீண்டும் அவன் போதைப் பொருளை எடுத்துக்கொள்கிறான் என்பதையும் படத்தில் நாம் அறிந்துகொள்வோம். சட்டவிரோதமான போதைப் பொருட்களும் சட்டத்திற்குட்பட்ட மருந்துப் பொருட்களும் எல்லாச் சமூகங்களிலும் இருக்கின்றன. சில நாடுகளில் வைன் கூடச் சட்டவிரோதமானதுதான். மதுவும் ஒருவகையிலான மருந்துதான், காஃபியும் ஒருவகையிலான மருந்துதான், வலி நிவாரணிகளும் ஒருவகையிலான மருந்துதான். ஆனால், தங்கள் வாழ்க்கையில் ஏதேனுமொரு பொருளுக்கு அடிமையாகாத ஒருவரையும் நான் அறிந்திருக்கவில்லை.

திரைப்படக் கலையை உங்களுடைய “Lux Eterna” போதைமையுடனும், “Vortex” கனவு நிலையுடனும் தொடர்புப்படுத்தி விவரிக்கிறது. திரைப்படக் கலை இது இரண்டில் எதற்கு அதிக நெருக்கமானது என்று நினைக்கிறீர்கள்? அதவாது, சினிமா என்பது போதமை மிகுந்ததா அல்லது கனவு நிலையிலானதா?

என்னைப் பொறுத்தவரையில், திரைப்படக் கலை என்பது போதை மருந்தைப் போன்றதுதான். காதலும் போதை மருந்தைப் போன்றதுதான்.

நாம் காதலுக்கும் அடிமையாகியிருக்கிறோம், காமத்திற்கும் அடிமையாகியிருக்கிறோம். நீங்கள் காதலில் ஈடுபட்டிருக்கும்போது உங்கள் மூளை வெளியிடும் ஏதோவொரு பொருளுக்கு நீங்கள் அடிமையாக இருக்கிறீர்கள். ஆனால், இந்தத் திரைப்படத்தைப் பொறுத்தவரையில், டேரியோதான் இதன் மையக் கதாபாத்திரமாக இருக்கப் போகிறார் என்பதை நான் அறிந்துகொண்ட உடனேயே, அந்தக் கதாபாத்திரத்தின் தொழில் குறித்து இருவரும் சேர்ந்து விவாதிக்கத் தொடங்கினோம். ஏனெனில், அவருடைய வசனங்களை அவரேதான் அமைத்துக்கொள்ளப் போகிறார் என்பதால், எது அவருக்கு நெருக்கமான தொழிலாக இருக்கலாம் எனப் பேசத் தொடங்கினோம். அப்போது அவர், "திரைப்படங்களை இயக்கத் தொடங்குவதற்கு முன்பாக, நான் ஒரு திரைக்கதையாசிரியராக இருந்தேன். அதற்கு முன்னால் திரைப்பட விமர்சகனாக இருந்தேன்" என்றார். "நல்லது. அப்படியானால் அந்தக் கதாபாத்திரம் ஒரு திரைப்பட விமர்சகராக இருக்கட்டும்" என்று அவரிடம் தெரிவித்தேன். மேலும், திரைப்படத்தில் கனவு மற்றும் திரைப்படங்களைப் பற்றி, திரைப்படங்களில் கனவு அணுகப்பட்டிருப்பது பற்றி, கனவின் மொழிகளைப் பற்றி அவரொரு புத்தகத்தை எழுதிக்கொண்டிருக்கிறார் என்பதைப் போலவும் கதாபாத்திரத்தை அமைக்கலாம் என்று முடிவுசெய்தோம். இதுதான் அவர் எழுதும் புத்தகத்தின் கருபொருளாக உள்ளது. அதனால் திரைப்படக் கலை போதை மருந்தைப் போன்றது எனச் சொன்னால் அது அர்த்தமுடையதாக இருக்காது. அவர் கனவுகளைத் திரைப்படத்தில் ஒரு இயக்குநர் எவ்வாறு கையாளுகிறார், பார்வையாளர்களுக்குக் கனவுகளை எப்படி முன்வைக்கிறார் என்று பேசியது உண்மையாகவே அர்த்தமுடையதாக இருந்தது. இந்தத் தலைப்பு குறித்த தனது அத்தனை அபிப்ராயங்களையும் வசனத்தில் அவர் வழங்கியிருக்கிறார்.

Lux Eternaவில் பெட்ரைஸ், திரைப்படங்களைப் போதைப் பொருள் என்று சொல்கிறார்.

டேரியோ பேசிய வசனங்களை எப்படி நான் எழுதவில்லையோ அதேபோல பெட்ரைஸ் பேசிய வசனங்களையும் நான் எழுதவில்லை. ஆனால் பெட்ரைஸ் போதைப் பொருட்களைப் பற்றிப் பேசுவதில் அதிக ஆர்வமுடையவர்.

Lux Eterna திரைப்படத்தில், பல்வேறு ஒளிகளின் கூட்டிணைவால் ஏற்படக்கூடிய மயக்கநிலையையும், மது அருந்துவதால் மனநிலையில் ஏற்படக்கூடிய

மாற்றங்களையும் ஒப்பிடும் வசனம் ஒன்று இருக்கிறது. அந்தப் படத்தின் கடைசி சில நிமிடங்கள் நிச்சயமாகவே, ஒளியின் தீவிரத்தன்மையை எதிர்கொள்ளும் பார்வையாளர்களின் சகிப்புத்தன்மையைச் சோதிப்பதாகவே உள்ளது. இந்த ஒரு கூறு எப்படிக் கதையின் ஓர் அங்கமாக மாறுகிறது?

ஒருமுறை பிரான்ஸில் இருந்தபோது, ஒரு புத்தகம் வாசிக்கக் கிடைத்தது. அந்தப் புத்தகம் என்னை மிகவும் கவர்ந்துவிட்டதால் தொடர்ச்சியாகப் பத்து முறைகளுக்கு மேலாக அந்தப் புத்தகத்தை வாசித்துக்கொண்டே இருந்தேன். அதிலிருந்து நிறையக் குறிப்புகளையும் எடுத்துக்கொண்டேன். சட்டவிரோதமான போதைப் பொருட்களைப் பயன்படுத்தாமலேயே எப்படி ஒருவர் கல் போன்ற நிலையை அடையலாம் என்பதைப் பற்றியது அந்தப் புத்தகம். அதற்குப் பல வழிகள் இருக்கின்றன. நீங்கள் மூச்சு விடுவதை நிறுத்திக்கொள்ளலாம். விமானத்தில் இருந்து பாராசூட் உதவியுடன் அந்தரத்தில் குதிக்கலாம். உங்கள் மனநிலையை மாற்றக்கூடிய இதுபோன்ற செயல்கள் அனைத்துமே சட்டத்திற்குட்டப்பட்டவைதான். இதுபோன்ற 500 யோசனைகள் இருக்கின்றன. பிரகாசமான ஒளி உமிழும் விளக்குகள் தொடர்பாகவே உங்களைப் போதையில் ஆழ்த்தும் பல செயல்கள் இருக்கின்றன. நான் இளைஞனாக இருக்கும்போது இவ்வகையிலான விளைக்குகளை வாங்கியிருக்கிறேன். அதை வைத்துக் கொண்டு விளையாடுவதோடு, ஒருவிதமான திரிபுகொண்ட மனநிலையையும் அவ்விளக்குகளின் மூலமாகவே அடையவும் செய்வேன். அந்தச் செயல் முற்றிலும் சட்டத்திற்குட்பட்டதுதான். மேலும், ஒரு திரைப்படத்தில் இந்தப் பிரகாசமான ஒளி உமிழும் விளக்குகளை வண்ணமயமானதாகவும் அழுத்தமானதாகவும் பயன்படுத்தினால் கண்டிப்பாக, அது பார்வையாளர்களின் மீது சில விளைவுகளை ஏற்படுத்தும். பார்வையாளர்களைக் கிட்டத்தட்ட குறுகிய கால மனப் பிறழ்விற்கு ஆட்படுத்தும். அதைத்தான் சாத்தியப்படுத்த *Lux Eterna* திரைப்படத்தின் இறுதி நிமிடங்களில் முயன்றிருக்கிறேன்.

Vortex திரைப்படத்தில் ஸ்டீபன் தனது மகனிடம் மறுவாழ்வென்று எதுவுமில்லை என்று சொல்கிறான். நீங்கள் ஒரு மதச் சார்பு கொண்ட குடும்பத்தில் வளர்ந்துவிட்டு, பிறகு நாத்திகராக மாறினீர்களா?

இல்லை. நான் நாத்திகனாகத்தான் வளர்க்கப்பட்டேன். அதாவது நான் இயல்பாக வளர்க்கப்பட்டேன் என்றும் சொல்லலாம் (சிரிக்கிறார்). கடவுளைப் பற்றியோ மரணத்திற்குப் பிறகான வாழ்க்கை குறித்தோ

பேசும் நபர்களைப் பார்த்தால் உண்மையாகவே எனக்குப் பதற்றமாக இருக்கிறது.

Vortex திரைப்படத்தின் இறுதிக் காட்சிகள் மிக வீரியமிக்கதாக இருக்கின்றன. தங்கள் வாழ்நாள் முழுக்க அவ்விருவரும் சேகரித்து வைத்திருக்கும் அனைத்தும் இறுதியில் அர்த்தமிழந்து போய்விடும் என்பதையே அக்காட்சிகள் புலப்படுத்துகின்றன. ஒருவேளை வாழும்போது நமது வாழ்வை மிகத் தீவிரமாக எடுத்துக்கொள்கிறோமோ?

தாழ்மையாக நடந்துகொள்வதில் மக்களுக்கு விருப்பமில்லை என்று நினைக்கிறேன். ஒரு பூனையை விடவோ கரப்பான் பூச்சியை விடவோ தாங்கள் மேலானவர்கள் என்று அவர்கள் நினைக்கிறார்கள். ஆனால், இறுதியில் நாம் எல்லோரும் ஒரேபோன்றுதான் உருவாக்கப்பட்டிருக்கிறோம்.

மரணம் குறித்து எப்போதாவது பயந்திருக்கிறீர்களா? ஒரு கலைஞனாக உங்கள் சாதனைகளை ஒரு நேரத்தில் இழக்க நேரிடலாம் என்பது உங்களை வருத்தியிருக்கிறதா?

தங்கள் வாழ்க்கையைப் போதுமானவரையில் மகிழ்ச்சியுடன் செலவழித்திருக்கவில்லை என்பது குறித்துதான் பெரும்பாலானவர்கள் அஞ்சுகிறார்கள் என்று நினைக்கிறேன். நான் எனது வாழ்க்கையைக் கொண்டாடிக்கொண்டிருக்கிறேன். ஆனால் இது நிறைவுபெற்றுவிடுகிறது என்றால், அவ்வளவுதான். அதன்பிறகு எதுவும் எஞ்சப்போவதில்லை. நீங்கள் எப்படி வாழ்ந்தீர்கள் என்பதை யாரும் நினைவில் வைத்திருக்கப் போவதில்லை. நீங்கள் புத்தகங்களை எழுதியிருந்தாலும் சரி, உங்கள் திரைப்படங்களின் டிவிடிகள் எஞ்சியிருந்தாலும் சரி, ஏதேனுமொரு வகையில் அவை எல்லாமே மறக்கப்பட்டுவிடும்.

உங்கள் பதில் சுவாரஸ்யமானதாக இருக்கிறது. குறிப்பாக, உங்களுடைய "Irreversible" திரைப்படம் வெளியாகி இவ்வருடத்துடன் 20 வருடங்கள் நிறைவுபெறுகின்றன. அந்தத் திரைப்படம் உங்கள் திரையுலகப் பயணத்தில் பெரும் திருப்புமுனையாக அமைந்திருந்தது அல்லவா?

அந்தத் திரைப்படத்தின் புதிய பதிப்பைப் பார்த்தீர்களா? அந்தப் படம் கடைசிக் காட்சியில் இருந்து ஆரம்பித்து முதல் காட்சிக்கு நகருவதாக இருந்தது. ஆனால், இரண்டு வருடங்களுக்கு முன்னால், அந்தத் திரைப்படத்தின் 2K பதிப்பைக் கொண்டுவரலாம் எனத் திட்டமிட்டபோது, நான் மீண்டும்

ராம் முரளி ▶ 139

அந்தப் படத்தைப் படத்தொகுப்பு செய்து முதல் காட்சியிலிருந்து இறுதிக் காட்சிக்கு நகரும் வகையில் படத்தை மறுகட்டமைப்பு செய்திருந்தேன். புதிய பதிப்பின் பெயர், "Irreversible - The Straight Cut" என்பதாகும். அது பிரான்ஸ், ஜப்பான், ரஷ்யா, ஜெர்மனி உள்ளிட்ட பல நாடுகளில் வெளியிடப்பட்டது. ஆனால் அமெரிக்காவில் அது இன்னும் வெளியாகவில்லை. முதல் பதிப்பு பலருடைய உணர்வுகளையும் மேலெழுப்பிவிட்டிருந்தது. நிச்சயமாக, இந்தப் புதிய பதிப்பும் முதல் பதிப்பைவிடக் கொடூரமானதாகவே இருக்கும். புதிதாக எந்தவொரு காட்சியையும் அதில் சேர்க்கவில்லை என்றாலும், இந்தப் புதிய வரிசை முறை நிச்சயமாகப் படத்தின் கண்ணோட்டத்தையே மாற்றியிருக்கிறது. மோனிகா பெல்லூலூச்சி இதில் இன்னும் கூடுதலாகக் கவர்ந்துவிடுவார். ஆனால், நேர்வரிசையில் படத்தொகுப்பு செய்யப்பட்டிருக்கும் இந்தப் பதிப்பில் இறுதிக் காட்சி மேலும் இருண்மை நிரம்பியதாக இருக்கிறது.

நிச்சயமாகப் புதிய பதிப்பைப் பார்க்கிறேன். உங்கள் பதில்களுக்கு நன்றி கேஸ்பர்.

நன்றி கார்லோஸ்.

"வாழ்க்கையை நிமிடங்களுக்குள் அடைத்துவிட முடியாது"

◀ பெலா தார்

மையநீரோட்டத் திரைப்படங்களின் பண்புகளுக்கு முற்றிலும் எதிராக அதிகச் சலனமில்லாத, இடைவெட்டில்லாத நீண்ட காட்சிப் பதிவுகளைக் கொண்ட திரைப்படங்களை வரலாறு நெடுகப் பல படைப்பாளிகள் உருவாக்கியிருக்கிறார்கள். இவ்வகையிலான திரைப்படங்கள் உண்மையைக் கூடுமானவரையில் நெருங்கிச் செல்வதோடு, பார்வையாளர்களின் ஆழ்ந்த உள்வாங்கலையும் கோருவதாக இருக்கின்றன. நிகழ்வுகளின் புறவயமான யதார்த்தம் பார்வையாளர்களுடன் அகவயமான ஒரு பந்தத்தைப் பின்னிக்கொள்கின்றன. ஆந்த்ரே தார்கோவஸ்கி, தியோ ஆஞ்சலோ பொலீஸ், அலெக்ஸாண்டர் சுக்குரோவ், பெலா தார் போன்றோரின் திரைப்படங்களை இதற்கு மிகச் சிறந்த எடுத்துக்காட்டுகளாகச் சொல்லலாம். இதில் பெலா தார் (Bela Tarr) ஹங்கேரி தேசத்தைச் சேர்ந்தவர். வாழ்வின் இருண்ட பகுதிகளே இவரது திரைப்படங்களில் மையமாக இருந்திருக்கின்றன. 'வாழ்க்கையை நிமிடங்களுக்குள் அடைத்துவிட முடியாது' என்று சொல்லும் இவர் தனது நீண்ட காட்சித் தொடர்களின் மூலம் நம்பிக்கைகளின் வீழ்ச்சியையும், மனிதர்கள் வாழும் சூழல் எப்படிச் சிறுத்துக்கொண்டே போகிறது என்பதையும், கிட்டத்தட்ட தப்பிப்பதற்கு வாய்ப்பே இல்லாத ஒரு மூடுண்ட

சூழமைவிற்குள் மனிதர்கள் விழுந்திருக்கிறார்கள் என்பதையும் மீண்டும் மீண்டும் பதிவாக்கியிருக்கிறார். சோஷியலிசத்தின் வீழ்ச்சிக்குப் பிறகு கிழக்கு ஐரோப்பியச் சமூகங்களில் நிகழ்ந்த மாற்றங்களே இவரது திரைப்படங்களின் அடித்தளமாக இருக்கின்றன. இவரது படங்களில் மனிதர்கள் ஒருவர் மற்றவரை வீழ்த்தி மேலேற்றம் பெற நினைக்கிறார்கள். துரோகமிழைத்துக்கொள்கிறார்கள். வாழ்வதற்கான சிறு வெளிச்சத்தைத் தேடிக்கொண்டிருக்கிறார்கள். பிறகு, மீண்டும் நம்பிக்கை சிதைந்து வீழ்ச்சியடைகிறார்கள். நிறத்தைக் கூடப் போலியானதாகக் கருதுவதால் தமது பெரும்பாலான படங்களைக் கறுப்பு வெள்ளையிலேயே இயக்கியவர் பெலா தார். இவரது ஏழு மணிநேரத் திரைப்படமான *'Satantango'* வெறும் 185 காட்சித் துண்டுகளால் எடுக்கப்பட்டது. கைவிடப்பட்ட ஒரு கூட்டுப் பண்ணையில் எஞ்சி யிருக்கக் கூடிய மனிதர்களை அங்கிருந்து தப்பிச் செல்வதற்காகப் பண்ணையின் பங்குகளைத் தமக்குள் பங்கிட்டுக்கொள்வதும், அதில் ஒருவருக்கொருவர் துரோகமிழைத்துக்கொள்வதும், இறுதியில் மீளும் கதியற்று அதே பாழ்நிலத்தில் கைவிடப்படுவதும் அத்திரைப்படத்தின் கதைச் சரடாகும். அமெரிக்க நாவலாசிரியர் சுஸன் சொன்டாக் இத்திரைப்படத்தைத் தனது வாழ்க்கையில் ஒவ்வொரு வருடமும் பார்ப்பேன் என்று தெரிவித்திருக்கிறார். 1899இல் நீட்சே துரின் நகரில் தங்கியிருந்தபோது ஒரு குதிரையோட்டியை எதிர்கொள்கிறார். அந்தக் குதிரையோட்டி தனது குதிரையைத் தாக்குவதைப் பார்க்கும் அவர், அவனைத் தடுத்து அக்குதிரையைத் தழுவிக்கொண்டு கண்ணீர்விட்டு அழுகிறார். பிறகு தீவிர மனப் பிறழ்வுக்கு ஆளாகிறார். நீட்சேவின் வாழ்வில் நிகழ்ந்ததாகச் சொல்லப்படும் இந்தச் சம்பவத்தின் இன்னொரு முனையை, அதாவது அதன் பிறகு அந்தக் குதிரைக்கும் குதிரையோட்டிக்கும் என்ன நிகழ்ந்தது என்பதைக் கருவாகக்கொண்டு பெலா தார் உருவாக்கிய திரைப்படம் *'The Turin Horse.'* மிகச் சொற்பக் காட்சிகளில் மட்டுமே உருவாக்கப்பட்ட இத்திரைப்படம் அவரது திரைப்படங்களிலேயே சிறந்த படைப்பாகக் கொண்டாடப்படுகிறது. இதுவே பெலா தாரின் இறுதிப் படமுமாகும். *'The Turin Horse'*க்குப் பிறகு திரைப்படங்களை இயக்குவதிலிருந்து ஓய்வு பெற்றவர் தற்போது பல திரைப்படக் கல்லூரிகளில் பாடம் புகட்டுவதோடு வெவ்வேறு கலைச் செயல்பாடுகளிலும் ஈடுபட்டுவருகிறார். பெலா தாரின் வெவ்வேறு நேர்காணல்களிலிருந்து தேர்வுசெய்யப்பட்ட கேள்வி - பதில்களே இங்கே மொழியாக்கம் செய்யப்பட்டிருக்கின்றன.

பெல பெலாஸ் (Béla Belázs) ஸ்டூடியோவில் சேர்ந்ததையும் அதன் மூலமாக 1979இல் 'Family Nest' திரைப்படத்தை இயக்கும் வாய்ப்பைப் பெற்றதையும் பற்றிப் பகிர்ந்துகொள்ள முடியுமா?

அது ரொம்பவும் எளிமையானதுதான். நான் படங்களை இயக்க விரும்பினேன். அந்த ஸ்டூடியோவில் மட்டும்தான் கல்விச் சான்றிதழைக் கேட்கவில்லை. என் விண்ணப்பத்தை ஏற்றுக்கொண்டதோடு படம் இயக்குவதற்கும் சிறிய தொகையைக் கொடுத்தார்கள். அதனால்தான் அந்தத் திரைப்படத்தை ஐந்தே தினங்களில் இயக்க முடிந்தது.

அப்படத்தில் நடித்திருந்த அனைவருமே நடிப்பு சார்ந்த முன்னனுபவம் இல்லாதவர்கள், ஹங்கேரியைச் சேர்ந்த உழைக்கும் வர்க்கத்தினர்கள். அவர்களை எப்படித் திரைப்படத்தில் நடிக்க வைத்தீர்கள்?

அத்திரைப்படத்தைத் துவங்குவதற்கு முன்பிருந்தே அவர்கள் எனக்கு அறிமுகமானவர்கள்தாம். இதுபோன்ற மக்களுடன்தான் நெருக்கமாக வளர்ந்துவந்தேன். கப்பல் தொழிற்சாலை ஒன்றில் வேலை பார்த்திருக்கிறேன். உடல் முழுக்க அழுக்குகள் உருள, பரிதாபகரமான நிலையில் இருந்த அந்தப் பாட்டாளி வர்க்கத்தினருடன் மிக நெருக்கமாகப் பழகியிருக்கிறேன். அவர்களுடைய தினசரி வாழ்க்கையையும் நல்லதொரு வாழ்வுச் சூழலை அடைவதற்கான அவர்களது விழைவையும் பதிவுசெய்ய வேண்டுமென நினைத்தேன். 1973இல் இருந்து 1976 வரையில் அங்குப் பணி செய்திருக்கிறேன். எனக்கு முதுகு வலி வந்ததால், தொடர்ந்து அங்கு என்னால் வேலை செய்ய முடியாமல் போய்விட்டது.

பொதுவாகவே, தொழில்முறை அல்லாத நடிகர்களை அதிகமாக நீங்கள் பயன்படுத்துவீர்கள். நடிப்பு குறித்த உங்கள் பார்வை என்ன?

என்னைப் பொறுத்தவரையில், நடிகர்கள் நடிக்க வேண்டியதில்லை. நடிக்க முயல்வதற்குப் பதிலாக, உங்கள் முன்னால் உள்ள சூழலில் உங்களைப் பொருத்திக்கொள்ளுங்கள் என்றே பலமுறை எனது நடிகர்களிடம் சொல்லியிருக்கிறேன். ஓர் இயக்குநராக, காட்சிக்கு உகந்த சூழலை நான் உருவாக்கிக் கொடுக்க வேண்டும். அதனால்தான் உலகளவில் புகழ்பெற்ற ஒரு நடிகரால், நடிப்பில் முன் அனுபவமே இல்லாத தொழிற்சாலையில் பணிபுரியும் ஒரு பெண்ணுடன் சேர்ந்து நடிக்க முடிகிறது. அவர்கள் ஒரே சூழலில் இருக்கிறார்கள். அவர்கள் ஒருவருக்கொருவர்

பிணைக்கப்பட்டவர்களாக இருக்க வேண்டும். நடிகர்களுக்கிடையிலான இப்பிணைப்பின் வழியாகவே எந்தவொரு காட்சியும் அசல் தன்மையைப் பெறுகிறது.

கப்பல் தொழிற்சாலை எனும் பணிச் சூழலில் இருந்த உங்களுக்குத் திரைப்படங்களை உருவாக்கும் ஆர்வம் எப்போது வந்தது?

திரைப்படங்களின் மீது எப்போதுமே எனக்கு ஆர்வம் இருந்திருக்கிறது. திரையரங்க இருளில் படங்களைப் பார்ப்பது அலாதியான அனுபவங்களில் ஒன்று. ஆனால், அதில் பொய்யான, முட்டாள்தனமான கதைகளே மீண்டும் மீண்டும் சொல்லப்படுவதைப் பார்த்தேன். அசலான உணர்வுகளையும் அசலான அக்கறைகளையும் அசலான கேமரா பதிவுகளையும் அதில் பார்க்க முடியவில்லை. வாழ்க்கையையோ எனக்குத் தெரிந்த மனிதர்களையோ அதில் பார்க்கவே முடியவில்லை. அதனால் ஓர் உண்மையான திரைப்படத்தை நான் பார்க்கவே இல்லை என்றுதான் சொல்ல வேண்டும். அவர்களால் எனக்கு அசலான திரைப்படத்தைக் காட்ட முடியவில்லை என்றால், அதை நான் அவர்களுக்குக் காட்டுகிறேன் என்ற நினைப்பிலிருந்தே திரைப்பட உருவாக்க ஆர்வம் கிளர்ந்தது.

அப்போது நீங்கள் பார்த்த திரைப்படங்கள் ஹாலிவுட் தயாரிப்புகளா அல்லது ஹங்கேரியத் திரைப்படங்களா?

ஒரேவிதமான போலியான கதைச் சொல்லல் முறைதான் எல்லாவிடங்களிலும் வழக்கத்தில் இருந்தது.

1981இல் 'Outsider' திரைப்படத்தை இயக்கியபோது, அதன் பிரதான கதாபாத்திரத்தில் நடித்திருந்த ஆண்ட்ராஸ் ஸபோவை (András Szabó) எப்படிக் கண்டடைந்தீர்கள்?

அவருடைய முகம் மிக வசீகரமானது. அவர் ஒரு இசையமைப்பாளர். இந்தத் திரைப்படத்திற்கு முன்பு அவர் ஒருபோதும் நடித்திருக்கவில்லை. நீங்கள் ஒரு பெரிய திரைப்பட நட்சத்திரத்துடன் வேலை செய்கிறீர்களா அல்லது பக்கத்தில் உள்ள தொழிற்சாலையில் பணிபுரியும் நபருடன் வேலை செய்கிறீர்களா என்பதெல்லாம் ஒரு பொருட்டே அல்ல என்பதை நீங்கள் புரிந்துகொள்ள வேண்டும். அவர்களுடைய தனித்த பண்புகள், அவர்கள் எப்படி ஒரு உணர்வை உள்வாங்கிக்கொள்கிறார்கள், அதை எப்படி வெளிப்படுத்துகிறார்கள் என்பவைதான் எனக்கு முக்கியமானதாக

இருக்கின்றன. அவர்களைத் தேர்வு செய்யும்போது எந்த அளவிற்கு அவர்கள் அசலானவர்களாக இருக்கிறார்கள் என்பதைத்தான் கவனத்தில் எடுத்துக்கொள்வேன். மனிதர்கள் பங்கு பெறும் காட்சியை எடுக்கும்போது, அதில் யதார்த்தத்தில் ஒரு மனிதர் எப்படி நடந்துகொள்வாரோ அது போலவே நான் தேர்வுசெய்கின்ற நடிகர்கள் நடந்து கொள்கிறார்களா என்றுதான் பார்ப்பேன். என்னுடைய திரைப்படங்களில் யாரேனும் நடித்துக்கொண்டிருப்பதாகக் கருதினால், உடனடியாகப் படப்பிடிப்பை நிறுத்திவிட்டு, "நீங்கள் நடிப்பது நன்றாக இருக்கிறது. ஆனால், இந்தத் திரைப்படத்திற்கு அது தேவையில்லை. வெளித்தோற்றமல்ல, உங்களுக்குள் என்ன நிகழ்கிறதோ அதுவே எனக்குத் தேவை" என்று வெறிபிடித்தாற் போலக் கத்திவிடுவேன்.

'Prefab People' திரைப்படத்தில் முதல்முறையாகத் தொழிற்முறை நடிகர்களுடன் பணியாற்றினீர்கள், இல்லையா?

ஆமாம். அதில்தான் முதல்முறையாகத் தொழிற்முறை நடிகர்களை வைத்து இயக்கினேன். மேலும் இந்தத் திரைப்படத்தில்தான் சமூகக் கண்ணோட்டத்தில் கதைகளை அணுகுவது எனும் போக்கிலிருந்து மனிதர்களுக்கிடையிலான உறவுகளைப் பேசும் பாணியை நோக்கி நகரலானேன். இதில் ஒரு தம்பதிக்கு இடையிலான நெருக்கத்தைப் பேசியிருப்பேன். அந்தத் திரைப்படத்தில் கணவன் - மனைவியாக நடித்திருப்பவர்கள் நிஜ வாழ்க்கையிலும் கணவன் - மனைவிதான். எனக்கு அவர்களை மிகவும் பிடித்திருந்ததால், அவர்களுடன் சேர்ந்து பணிபுரிய விரும்பினேன். அவர்களுடைய குணநலன்கள் என்னைப் பெரிதும் கவர்ந்திருந்தன.

இவ்வாறாகச் சமூக யதார்த்தத் திரைப்படங்களை இயக்கிக்கொண்டிருந்த உங்களை 'Macbeth' எப்படிக் கவர்ந்தது?

'சமூக யதார்த்தம்' எனும் பதத்தை நான் விரும்புவதில்லை. நீங்கள் ஒரு திரைப்படத்தை உருவாக்கும்போதே அது புனைவாக மாறிவிடுகிறது. யதார்த்தத்தைப் போலத் தோற்றமளித்தாலும் அது யதார்த்தமானதல்ல. ஏனெனில் அது உருவாக்கப் பட்டிருக்கிறது. என்னைப் பொறுத்தவரையில், அவை அரசியல் திரைப்படங்கள் கூட அல்ல. உண்மையான கலை என்பது மனித உறவுகளையும் அவர்களுடைய வாழும் சூழலையும் பிரதிபலிப்பதாக இருக்க வேண்டும். இதைத்தான் முயன்றுகொண்டிருந்தேன்.

'Macbeth' பற்றி?

திரைப்படக் கல்லூரியில் இருந்தபோது, என்னுடைய பேராசிரியர், நான் சில பரீட்சார்த்த முயற்சிகளில் ஈடுபட வேண்டுமென்றும், என்னுடைய பாணியிலிருந்து மாறுபட்ட ஒன்றை இயக்க வேண்டுமென்றும், அது செவ்வியல் பிரதியிலிருந்து உருவானதாக இருக்க வேண்டுமென்றும் தெரிவித்தார். அதுபற்றி யோசித்த எனக்கு உடனடியாக நினைவுக்கு வந்தது மெக்பெத்தான். நான் மெக்பெத்தை இயக்குகிறேன் என்றேன். அவர் பெரிதும் ஆச்சரியமடைந்தார். நான் அதை இயக்கவும் செய்தேன். அந்த இயக்கப் பணியும் எனக்குப் பிடித்திருந்தது. அதைத் தேர்வுசெய்ததற்குக் காரணம், ஆண் - பெண் உறவுகளின் மீதான எனது அதீத மனப்பீடிப்புதான். இந்தக் கதையில் ஆணுக்கும் பெண்ணுக்கும் இடையிலான உறவில் என்ன நிகழ்கிறது? தனிநபர்களாக அவர்களுடைய உள்ளுணர்வுகள் என்னவாக இருக்கிறது? மெக்பெத் கதையின் பெரும்பகுதியைத் தவிர்த்துவிட்டேன். ஏனெனில், இந்த இருவருக்கும் இடையில் நிகழும் தருணங்களும் உணர்வுகளும்தான் எனக்கு முக்கியமானதாக இருந்தன. அவர்களுடைய விருப்பங்கள் என்ன? பாலியல் விழைவுகள் என்ன? இப்படியே நிறைய விஷயங்கள் குவிந்திருந்தன. வீடியோவில் பதிவுசெய்ததால், இதை ஒரேயொரு காட்சிப் பதிவாகவே படம்படித்து விட்டேன். அது உண்மையாவே ஆர்வமூட்டும் பணியாக இருந்தது.

ஒருமணி நேரப் படமான இதை ஒரே டேக்கில் எடுத்திருந்தீர்கள். இதற்கு எத்தனை முறை ஒத்திகை பார்த்தீர்கள்? எத்தனை டேக்குகள் எடுக்க வேண்டியிருந்தது?

நாங்கள் சிறியளவிலேயே ஒத்திகை பார்த்தோம். மொத்தமாக 10 டேக்குகள் எடுத்தோம் என்று நினைக்கிறேன். ஒருநாளைக்கு இரண்டு டேக்குகள் எடுத்தோம். அதன்பிறகு, எல்லோரும் சோர்வடைந்து விடுவார்கள். 10 டேக்குகளில் எது சிறந்ததாக இருந்ததோ அதையே பயன்படுத்திக்கொண்டேன்.

உங்கள் கலைப் பயணத்தில் அடுத்த நிலையாக 'Almanac of Fall' இருக்கிறது. இந்தத் திரைப்படத்தை ஸ்டூடியோவில் படமாக்கினீர்களா?

அந்தத் திரைப்படம் ஓர் அடுக்குமாடிக் குடியிருப்பில்தான் படமாக்கப்பட்டது. நான் அவ்விடத்தை ஸ்டூடியோவைப் போலப் பயன்படுத்தினேன். அந்த

இடம் பொய்களின் கூடாரத்தைப்போலக் காட்சியளிக்க வேண்டுமென்று விரும்பினேன். அதில் இருக்கும் ஒவ்வொருவரும் சுயநலவாதிகளாக, அடுத்தவருடன் சண்டையிடக் கூடியவர்களாக, துரோகம் இழைக்கக் கூடியவர்களாக இருப்பதைக் காட்ட விரும்பினேன். மேலும் பணமும் இத்தகைய விருப்பங்களும் எல்லோரையும் அழிவுக்கே கொண்டுசெல்கின்றன.

வெற்றிடத்தில் உழலும் ஸோம்பிகளைப் போல இத்திரைப்படத்தில் கதாபாத்திரங்கள் படைக்கப் பட்டிருக்கின்றன. அதோடு, இந்தத் திரைப்படத்தில் தான் முதல்முறையாக மிஹாலே விஜ்ஜூடன் *(Mihály Vig)* பணியாற்றினீர்கள். அவருடைய பின்னணி இசை உங்கள் திரைப்படத்திற்கு மிகச் சரியாகப் பொருந்துகிறது.

அவர் ராக் அண்ட் ரோல் இசைக் குழுவில் இருந்தவர். அங்குப் பல அற்புதமான பாடல்களை இசையமைத்திருக்கிறார். அதனால், அவருடன் சேர்ந்து பணியாற்றலாமே எனத் தோன்றியது. அவர் கவிஞரும் கூட. ரொம்பவும் தெளிவான சிந்தனை கொண்டவர்.

அடுத்து 'Damnation' திரைப்படம். இதில்தான் முதல்முறையாக லாஸ்லோ க்ரசனஹொர்கை (László Krasznahorkai) உடன் சேர்ந்து திரைக்கதையில் பணியாற்றினீர்கள். நீங்கள் இருவரும் எப்படிச் சந்தித்துக்கொண்டீர்கள். எப்படிச் சேர்ந்து பணியாற்றும் எண்ணம் உருவானது?

லாஸ்லோவின் முதல் புத்தகமான *'Satantango'*வை வாசித்திருந்த எனது நண்பர் ஒருவர் என்னை அழைத்து, 'உனக்கேற்ற அற்புதமான படைப்பு இது' என்றார். இதுதான் லாஸ்லோவின் முதல் புத்தகம் என்றும் நான் அதை வாசிக்க வேண்டும் என்றும் அந்த நண்பர் தெரிவித்தார். அதை வாசித்த உடனேயே எனக்கு அந்தப் புத்தகம் பிடித்துவிட்டது. அதனால் லாஸ்லோவைத் தொடர்புகொண்டு பேசினேன், இருவரும் நேரில் சந்தித்து உரையாடினோம். என்ன நிகழ்ந்ததென்று தெரியவில்லை. அந்தச் சந்திப்பு நல்ல முறையில் நடந்து முடிந்ததோடு, நாங்கள் இருவரும் நண்பர்களாகவும் மாறிவிட்டோம். உடனடியாக, அந்தப் புத்தகத்தைத் திரைப்படமாக உருவாக்க விரும்பினேன். ஆனால், அப்போது அதைப் படமாக்க முடியவில்லை. எனது முந்தைய படமான *'Almanac of Fall'* எனக்கு மிகப்பெரிய நெருக்கடியை உருவாக்கி இருந்தது. ஹங்கேரிய அரசியல்வாதிகளுக்கு அந்தத் திரைப்படம் துளியும் பிடிக்கவில்லை. அருவருப்பான படைப்பு என்றும் முட்டாள்தனமான படைப்பு என்றும்

சாடினார்கள். அதனால், இந்தமுறை எளிமையான கருப்பொருளைத் திரைப்படமாக்கலாம் என்று தீர்மானித்தேன். இந்த நிலையிலிருந்து எழுதத் துவங்கியது, பிறகு *'Damnation'* எனும் திரைப் பிரதியாக உருவானது. தணிக்கைக் குழுவினரின் எந்தவிதமான அழுத்தமுமில்லாமல் சுதந்திரமாக மிகக் குறைவான பண முதலீட்டில் இந்தத் திரைப்படத்தை உருவாக்கினோம்.

Film Noir இன் கூறுகள் இந்தத் திரைப்படத்தில் அதிகளவில் இருந்தன. அமெரிக்க *Noir* வகை திரைப்படங்கள் இத்திரைப்படத்தின் உருவாக்கத்திற்கு உந்துதலாக இருந்தனவா?

முற்றிலுமாக இல்லை. ஹங்கேரியின் சிறிய நகர்ப்புறப் பகுதிக்கு நீங்கள் சென்றால் படத்தில் உள்ள அனைத்தையும் உங்களால் பார்க்க முடியும். அமெரிக்க Noir வகையிலிருந்து உந்துதல் பெறுவதற்கான தேவையே எனக்கு எழவில்லை.

உங்கள் திரைப் பயணத்தில் நிலக்காட்சி மெல்ல மெல்ல அதிக முக்கியத்துவம் வாய்ந்தவையாக மாறிக்கொண்டு வருவதை இந்தத் திரைப்படத்தில் உணர முடிகிறது.

நிலக்காட்சி படத்தின் பிரதான கதாபாத்திரங்களில் ஒன்றாகும். நிலத்திற்கென்று ஒரு முகம் இருக்கிறது. படத்திற்கேற்ற சரியான இசையைக் கண்டடைவதைப் போலவே, சரியான நிலக்காட்சிகளையும் நாங்கள் கண்டடைந்து தேர்வுசெய்ய வேண்டும். அதனால்தான் படப்பிடிப்புக்குச் செல்லும் முன்பாகவே பின்னணி இசையைப் பதிவுசெய்துவிடுகிறோம். ஏனெனில், இசையும் திரைப்படத்தின் முக்கியக் கதாபாத்திரங்களில் ஒன்று.

இந்தத் திரைப்படத்திற்குப் பிறகு, மீண்டும் 'Satantango' பணிகளை எப்படித் துவங்கினீர்கள்?

'Damnation' திரைப்படம் பெர்லின் திரைப்பட விழாவில் திரையிடப்பட்டது. ஆனால், ஹங்கேரியில் யாருமே அதை விரும்பவில்லை. அரசியல்வாதிகள் தெளிவாகவே இனி நான் ஹங்கேரியில் திரைப்படம் எடுக்க முடியாது என்று தெரிவித்தார்கள். அதனால் நாங்கள் சிறிது காலம் பெர்லினில் குடியேறி வாழத் துவங்கினோம். நாங்கள் அங்கு வசித்தபோதுதான் பெர்லின் சுவர் தகர்க்கப்பட்டது. அதன்பிறகு, மீண்டும் ஹங்கேரிக்குத் திரும்பினோம். சிறிது காலத்திற்குப் பிறகு *'Satantango'*வைத் துவங்கினோம்.

புத்தகத்தின் பகுதிகள் எந்தளவிற்குத் திரைப்படத்திற்குக் கடத்தப் பட்டிருக்கின்றன?

டான்கோ நடனத்தைப் போலவே, இப்புத்தகத்தின் கட்டமைப்பும் ஆறடிகள் முன்னாலும் ஆறடிகள் பின்னாலும் நகரும் வகையில் அமைக்கப்பட்டிருந்தது. அதாவது கதை முன்னும்பின்னுமாகத் தாவியபடியே நகர்கிறது. அத்தியாயங்கள் உட்பட பலவற்றையும் நாங்கள் திரைப்படத்தில் பயன்படுத்தியிருக்கிறோம். இது நேரடியான தழுவல் அல்ல. ஏனெனில் இலக்கியத்திற்கு என்று ஒரு மொழி இருப்பதைப் போலவே திரைப் படத்திற்கும் ஒரு மொழி இருக்கிறது. இவ்விரண்டையும் நேரடியாக இணைக்கும் கோடுகளென்று எதுவும் இல்லை.

முறுகலான மொழியில் லாஸ்லோ எழுதும் பத்திகள்தாம் திரைப்படத்தில் நீண்ட டிராக்கிங் ஷாட்களாக மாற்றப்பட்டிருக்கின்றனவா?

எனது எண்ண ஓட்டம்தான் எவ்வளவு நேரம் டிராக்கிங் ஷாட்டுகள் நீள வேண்டும் என்பதைத் தீர்மானிக்கிறது. என்னுடைய காட்சிகள் எப்படி மிக நீண்டதாக மாறிக்கொண்டே போகின்றன என்று எனக்குத் தெரியவில்லை. லாஸ்லோவைச் சந்தித்தது உண்மையிலேயே அற்புதமானது. ஏனெனில், உலகு குறித்த எனது கண்ணோட்டமும் அவருடைய கண்ணோட்டமும் கிட்டத்தட்ட ஒன்றைப் போலவே இருக்கின்றன. அதனால்தான் எங்களால் சேர்ந்து பணியாற்ற முடிகிறது. எழுத்தாக்கப் பணியின்போது ஒருபோதும் நாங்கள் திரைப்படங்களைப் பற்றியோ கலையைப் பற்றி பா பேசுவதில்லை. நாங்கள் பேசுவதெல்லாம் வாழ்க்கையைப் பற்றி மட்டும்தான். அவர் மிகச் சிறந்த எழுத்தாளர். மிக அற்புதமான வாக்கியங்களை எழுதியிருக்கிறார். அவற்றைக் காட்சியாக மாற்றுவதற்கான முறையைக் கண்டடைய வேண்டும். நீங்கள் ஒரு திரைப்படத்தைப் படமாக்கும்போது, நிச்சயமாக யதார்த்தத்தில் இருக்கக்கூடிய உண்மையைத்தான் படமாக்குகிறீர்கள். இந்தத் திரைப்படத்தில் வெளிப் படுத்தப்பட்டுள்ள உணர்வு ஸ்தூலமானது என்பதை நீங்களே உணர்ந்திருப்பீர்கள்.

உங்களுடைய சில நேர்காணல்களை வாசித்தேன். அதில் நீங்கள் இனிமேல் உங்கள் முந்தைய திரைப்படங்களைப் பற்றிப் பேசப் போவதில்லை எனத் தெரிவித்திருக்கிறீர்கள். மேலும் 'Satantango' குறித்து ஏற்கெனவே போதுமான அளவில் பேசிவிட்டதாகவும் சொல்லியிருந்தீர்கள். அந்தப் படத்தைச் சமீபத்தில் மறுசீரமைப்புச் செய்யும்போது நிறத் திருத்தத்தில் என்னென்ன மாறுபாடுகளைச் செய்தீர்கள்?

எனக்குத் தெரியவில்லை. ஸ்கிரீனிங் அறையில் வெறுமனே அமர்ந்திருந்தேன். நிறத் திருத்தம் ஒருபக்கம் நிகழ்ந்துகொண்டிருந்தது. மிகச் சிறிய அளவிலான திருத்தங்களை மட்டும்தான் செய்தோம். உண்மையில், நீங்கள் என்ன தெரிந்துகொள்ள விரும்புகிறீர்கள் என எனக்குப் புரியவில்லை. நான் வெறும் பார்வையாளனாக இருந்தேன். அது மிகவும் எளிய பணியாகத்தான் இருந்தது.

அவ்வாறு செய்யப்பட்ட அந்தச் சிறிய திருத்தங்கள் என்னவென்று அறிந்துகொள்ள விரும்புகிறேன். முதல்முறை திரைப்படத்தைத் தயார் செய்திருந்தபோது, அதில் சரியாகச் செய்யாதிருந்த மாற்றங்களைச் செய்தீர்களா?

இந்தத் திரைப்படமும் சரி, எனது முந்தைய திரைப்படங்களும் சரி, என் நினைவில் ஆழமாகத் தங்கியுள்ளன. ஒவ்வொரு ஃபிரேமையும் நினைவில் வைத்திருக்கிறேன். ஏனெனில், அவற்றை உருவாக்கும் போது அப்படித்தான் ஒவ்வொரு ஃபிரேமாகத் திட்டமிட்டு உருவாக்கினேன். எனக்கு என்ன தேவைப்படுகிறது, அது எப்படிக் காட்சியாக வேண்டும், அதை எப்படிப் படமாக்கினோம் என அனைத்து விவரங்களையும் நினைவில் வைத்திருக்கிறேன். கிட்டத்தட்ட 90% நான் நினைத்தபடியே எனது திரைப்படங்களை உருவாக்கியிருக்கிறேன் என உறுதியாகவே சொல்லலாம். டிஜிட்டல் தொழிற்நுட்பம் இல்லாமலேயே அதைச் சாத்தியப்படுத்தியிருந்தோம். அது பரவாயில்லை. நீங்கள் கேட்டிருப்பது தொழிற்நுட்பம் தொடர்பான கேள்வி. அதுபற்றி எனக்கு அக்கறையில்லை. அது வெறும் கருவி மட்டும்தான். ஒரு பொதுப் பிரச்சனை குறித்த உங்கள் பார்வையையும் கருத்தையும் விட கருவி முக்கியமானது என ஒருவரால் எப்படிச் சொல்ல முடியும்? கருவியின் மீது யார் அக்கறை கொண்டிருப்பார்கள்? எனக்குத் தெரியவில்லை. வெறுமனே பயன்படுத்துகிறேன், அவ்வளவுதான்.

'Satantango' திரைப்படத்தின் புதிய பதிப்பையே பார்த்தேன். திரையரங்க அனுபவத்திற்கு இந்த டிஜிட்டல் தொழிற்நுட்பப் பிரதிதான் சிறந்தது என்பது எனது கருத்து.

என்னைப் பொறுத்தவரையில் இது 35 *mm* செல்லுலாய்டு. திரும்பவும் சொல்கிறேன், பிரச்சனை தொழிற்நுட்பம் தொடர்பானதல்ல. டிஜிட்டலில் உருவாக்கப்படும் திரைப்படம் ஒரு புதிய திரை மொழியை முன்மொழிவதாக

இருக்க வேண்டும். ஆனால், டிஜிட்டல் தொழிற்நுட்பத்தில் வழமையான திரைப்பட வடிவத்தையே போலி செய்துகொண்டிருக்கிறார்கள். ஏன் டிஜிட்டலுக்கென்று புதிதாக ஒரு திரைமொழியை உருவாக்கக்கூடாது? டிஜிட்டல் தொழிற்நுட்பம் நமக்கு அளித்திருக்கும் சாத்தியங்களைப் பார்க்கும்போது, அந்தத் தொழிற்நுட்பத்திற்கென்று பிரத்தியேகமான திரைமொழியை உருவாக்குவது சாத்தியமானதுதான் என்றே நினைக்கிறேன். டிஜிட்டல் வழி படமாக்கப்படும் திரைப்படமும் 35 **mm** கேமராவில் படமாக்கப்படும் திரைப்படமும் ஒரே தரத்தைப் பெற்றிருக்கும் என நினைப்பதே முட்டாள்தனமானது. இரண்டும் வெவ்வேறு சாத்தியங்களைக் கொண்டிருக்கிறது. நீங்கள் அதைப் பயன்படுத்தலாம். ஆனால், உங்கள் பயன்பாடு வேறுபட்டதாக இருக்க வேண்டும். எனினும், இது குறித்தெல்லாம் நான் அக்கறை செலுத்தப்போவதில்லை. நான் திரைப்படம் எடுப்பதிலிருந்து ஓய்வுபெற்றுவிட்டேன்.

கதைகளை வெறுப்பதாகத் தெரிவித்திருக்கிறீர்கள். ஆனால், 'The Man from London' திரைப்படத்தில் மிகப் பிரபலமான ஒரு கதையைத் தழுவியிருக்கிறீர்களே?

அது தழுவல் அல்ல. அந்த நாவல் நிகழும் சூழல் எனக்குப் பிடித்திருந்தது. அந்த நாவலை 20 வருடங்களுக்கு முன்னால் வாசித்தேன். எனினும், இப்போதும் அந்த நாவலின் சூழலும், அதில் வருகின்ற சலிப்பான வாழ்க்கையை நடத்துகின்ற 50 வயதைக் கடந்த மனிதனும் நினைவில் தங்கியுள்ளார்கள். அவனுடைய வாழ்க்கையில் மாற்றங்களுக்கு இடமே இல்லாமல் இருக்கிறது. நகரத்தில் உள்ள அனைவரும் காரிருளில் ஆழ்ந்த தூக்கத்தில் இருக்கும்போது இவன் மட்டும் தனிமையில் விழித்திருக்கிறான். அவன் உண்மையில் ஒரு அசலான தனியன். எனக்கு இந்தத் தனிமையைப் பற்றிப் படம் எடுக்கும் ஆர்வம் உண்டானது. வாழ்க்கையில் தன்னுடைய தற்போதைய நிலையிலிருந்து மீளுவதற்கு எவ்வித வாய்ப்புகளும் அற்ற 50 வயதைக் கடந்த மனிதன். அப்படியொரு வாய்ப்பு சிறு சலனத்தைப்போல அவனுக்குக் கிடைத்தால் அதை அவன் எப்படி எதிர்கொள்வான் என்றுதான் படமாக்க விரும்பினேன்.

இப்போது 'The Turin Horse' பற்றிப் பேசுவோம். 1899இல் இத்தாலியில் நீட்சேவுக்கு நிகழ்ந்த ஒரு சம்பவத்தை விவரித்தபடியே படம் தொடங்குகிறது. அதாவது, நீட்சே ஒரு குதிரை வண்டியைக் கடந்து செல்லும்போது அந்தக்

குதிரை வண்டியோட்டி தனது பொறுமையை இழந்து குதிரையைத் தாக்குவதைப் பார்க்கும் சம்பவம். இத்தருணத்திற்குப் பிறகு நீட்சே எழுதுவதை நிறுத்தியதோடு, மனநிலையும் பாதிக்கப்பட்டிருந்தார். படம் இந்தத் தருணத்திலிருந்து துவங்குகிறது. 'The Turin Horse' எதைச் சாரம்சப்படுத்த முற்படுகிறது? நீட்சேவுக்கும் இந்தத் திரைப்படத்திற்குமான தொடர்பு என்ன?

படத்தின் கருத்தாக்கம் மிகவும் எளிமையானதுதான். இந்தத் தருணத்திற்குப் பிறகு அக்குதிரைக்கு என்ன நேர்ந்தது எனும் கேள்வியையே நாங்கள் பின்தொடர விரும்பினோம். இந்தத் திரைப்படம் நீட்சேவைப் பற்றியதல்ல என்றாலும், ஒரு நிழலைப் போல இந்நிகழ்வின் சாரம் படத்தின்மீது படர்ந்துள்ளது.

உங்களுடைய பெரும்பாலான திரைப்படங்கள் நிகழ்காலத்தையே மையமாகக் கொண்டிருந்தன. இப்போது இந்தத் திரைப்படத்தைக் கடந்த காலம் ஒன்றின் பரப்பில் அமைப்பதற்கான காரணம் என்ன? இதுவொரு வரலாற்றுத் திரைப்படம் என்று சொல்லலாமா?

எனது திரைப்படங்கள் எப்போதும் காலமற்றவையாகவே உருவாக்கப் பட்டிருக்கின்றன. இப்படத்திற்கும் காலத்திற்குமான ஒரே தொடர்பு 1899ஆம் வருடமும் நீட்சேவும் மட்டும்தான். எனினும், இதுவும் எனது படைப்புகளின் ஒரு பகுதிதான். நிகழ்காலத்தில் கதை அமையப் பெற்றிருக்கவில்லை எனும் காரணத்திற்காகவே, எனது படைப்புத் தொடரில் இதுவொரு மாற்றாக அமைந்துள்ளது என்பதில் எனக்கு நம்பிக்கையில்லை.

நீட்சேவின் எழுத்துகளில் அழகியலும் கலையும் அதிகளவில் இடம்பெறுகின்றன. கலையை நீட்சே வெளிப்பாட்டின் ஒரு அழகியல் வடிவமாகவே வரையறுக்கிறார். கலைப் படைப்பில் ஒரு செய்தியைத் தேடுவது தவறான அணுகுமுறை எனும் நீட்சேவின் கருத்துடன் நீங்கள் உடன்படுகிறீர்களா?

இயல்பில், எனது திரைப்படங்களில் செய்திகள் எதுவும் இருப்பதில்லை. எனது படங்களில் கேமரா ஒரு பார்வையாளராகவே இருக்கிறது. வாழ்க்கையின் தருணங்களையும் அதன் எதிரொலிப்புகளையும் அதனதன் சூழலுக்குள் வைத்து கேமரா படம் பிடிக்கிறது. பார்வையாளர்களுக்குச்

செய்தியைச் சொல்வது எனது நோக்கமல்ல. உலகத்தை எப்படிப் பார்க்கிறேன் என்பதையே எனது திரைப்படங்களில் வெளிப்படுத்துகிறேன். கேமரா யதார்த்தத்தை மட்டுமே பதிவு செய்கிறது. திரைப்படக் கலை இலக்கியத்தைப் போன்றதல்ல. லென்சுக்கு முன்னால் இருப்பதை மட்டுமே அது காட்டுகிறது.

ஆனால், எதைக் காட்ட வேண்டுமென்பது நம்முடைய தேர்வுதான் அல்லவா?

ஆமாம். நான் ஆவணப்பட இயக்குநர் இல்லை என்பதால் புனைவைப் போன்ற வகை மாதிரியை உருவாக்குகிறேன். ஆனாலும் அது வாழ்க்கையின் பிரதிபலிப்பேதான்.

கலை என்பது ஒட்டுமொத்தக் கட்டுப்பாடும் ஒட்டுமொத்தத் தற்செயலும் ஒன்று கலக்கும் ஓரிடம் (Art was a combination of absolute control and total contingency) என்றார் நீட்சே. உங்கள் திரைப்படங்கள் தற்செயல் நிகழ்வுகளைச் சார்ந்ததா?

எனது திரைப்படங்களில் எதுவும் தற்செயலாக நிகழ்வதில்லை. தற்செயல் என்பதையே நான் வெறுக்கிறேன். பெரும்பாலும், எனது படங்களைத் துவக்கம் முதல் இறுதிவரை அறிந்திருப்பேன். கண்களை மூடினாலும் என்னால் எனது படத்தைப் பார்க்க முடியும். திரைக்கதை என்னவென்பதும், படப்பிடிப்பு எங்கு நிகழும் என்பதும், யார் யாரெல்லாம் நடிக்கப் போகிறார்கள் என்பதையும் அறிந்திருப்பேன். இதில் ஏதேனுமொன்றில் மாற்றம் செய்வேன் என்றால், அது நடிகர்களை யதார்த்தமாகவும், அந்தந்தத் தருணத்திற்கு ஏற்றாற்போல நடிக்கச் செய்வதிலும் மட்டும்தான் இருக்கும். எனது கேமரா எதைப் பதிவுசெய்ய வேண்டுமென்பதில் மிக கறாரான பிடிவாதத்தைக் கையாள்வேன்.

படத்தின் போக்கு முழுமையாகவே உங்களுக்குத் தெரியுமென்றால், படத்தொகுப்புத் துறை உங்கள் திரைப்படங்களில் என்னவிதமான பங்களிப்பைச் செய்கிறது?

பெரியளவில் ஒன்றுமே இல்லை. எனது படத்தின் படத்தொகுப்பாளர் படப் பிடிப்புத் தளத்திற்கு வந்து, படமாக்கல் செயல்பாட்டைக் கவனித்துக் கொண்டிருப்பார்.

'The Turin Horse', 'Satantango', 'A Man from London' ஆகிய திரைப்படங்களில் நடித்திருக்கின்ற எரிக்கா போக்கை எப்படிக் கண்டடைந்தீர்கள்?

அவள் ஆதரவற்றோர் இல்லத்தில் வளர்ந்த பெண். உண்மையாகவே அவளரு காட்டுப் பெண்ணாக இருந்தாள். கொஞ்சம் கொஞ்சமாக அவளை நாங்கள் மாற்றியிருக்கிறோம். அவளால் வணக்கம் என்றுகூட சொல்ல முடியாது. அந்த அளவிற்கு மிக மிக அகவயமாக வாழ்ந்துகொண்டிருந்த பெண். ஆனாலும், அவளுடைய கண்கள் மிக அழகானவை. அந்தக் கண்கள் அவளை ஒரு முயல்குட்டியைப்போல எண்ணச் செய்தன. அவள் எப்போதும் ஏதேனும் ஒரு மூலையில் ஒடுங்கி அமர்ந்திருப்பாள். எப்போதும் ஒருவித பயம் அவளிடம் இருந்தபடியே இருக்கும். இப்போது அவள் ரொம்பவே வளர்ந்துவிட்டாள். ஒரு வசீகரமான இருப்பைப் பெற்றிருக்கிறாள். அவளுடன் இணைந்து வேலை செய்தது அற்புதமான அனுபவம்.

உலகைப் பற்றித் தத்துவார்த்தமாகப் பேசும் பக்கத்து வீட்டுக்காரர்கள், உங்கள் திரைப்படங்களில் அவ்வப்போது எதிர்படுகின்ற புனிதக் குடிகாரர்களையும் முட்டாள்களையும் பிரதிபலிக்கும் வகையில் உருவாக்கப்பட்டிருக்கிறார்கள். அவர்கள் பேசும் வசனங்களை எழுதியது யார்? இந்த மதுவிடுதி தீர்க்கதரிசைகளைப் பற்றிய உங்களது பார்வை என்ன?

லாஸ்லோதான் அந்த வசனங்களை எழுதினார். அப்படியொரு வசனக் காட்சியை வைக்கலாம் எனும் எண்ணம் படப்பிடிப்புத் தருணத்தில்தான் தோன்றியது என்றாலும், அந்த வசனங்களை எழுதியது லாஸ்லோதான். மனிதர்கள் கூட்டாகப் பங்குபெறும் ஒரு சராசரி சூழல்தான் அது. பக்கத்தில் உள்ள ஒரு மதுவிடுதிக்குச் சென்றால், அங்கு அடுத்த கோப்பை மதுவிற்காகக் காத்திருக்கும் மனிதர்கள் இப்படித்தான் பேசுகிறார்கள், பேசுகிறார்கள், பேசிக்கொண்டே இருக்கிறார்கள். அதன்பிறகு மதுகோப்பைக் கிடைத்ததும் அதில் மூழ்கத் துவங்கிவிடுவார்கள்.

திரைக்கதைப் பற்றிப் பேசலாமா? லாஸ்லோ உங்கள் பல திரைப்படங்களில் இணை திரைக்கதையாசிரியராகப் பணியாற்றியதைப் போலவே, இந்தப் படத்திலும் பணியாற்றியிருக்கிறார். திரைப்படம் உருவாகும் முறையின் மீது அவர் ஏதேனும் ஆலோசனைகள் வழங்குவாரா?

நான் திரைப்படமாக உருமாற்றுவதற்குத் தேவையான இலக்கியப் பிரதியையே அவர் எழுதுகிறார். திரைப்பட மொழி எனக்குரியது. எழுதப்பட்ட திரைக்கதை என்பது எனது திரைப்பட மொழியைக் கண்டடைய உணர்வு ரீதியாகக் கைகொடுக்கிறது.

பொதுவாக, ஒரு திரைப்படத்திற்கான கருவை எப்படிக் கண்டடைவீர்கள்?

நாங்கள் இருவரும் அமர்ந்து ஏதேனுமொரு கருவைப் பற்றிப் பேசுவதில் இருந்துதான் ஒரு திரைப்படத்தின் எழுத்துப் பணியைத் தொடங்குவோம். அதில் ஒரு தீர்மானத்தை எட்டியதும் அவர் தனியே எழுதத் துவங்கிவிடுவார். பிறகு இருவரும் சேர்ந்து அந்தத் திரைக்கதையில் பணிபுரிவோம். ஆனால், *'The Turin Horse'* திரைப்படத்தைப் பொறுத்தவரையில் லாஸ்லோ எழுதியதைத் திரைக்கதை என்று சொல்வதைவிட, அதை நாவல் என்று வரையறுப்பதே சரியானதாக இருக்கும்.

இந்தத் திரைப்படத்திற்கான கருவை எப்படிக் கண்டடைந்தீர்கள்?

நீட்சே எதிர்கொண்ட தருணம் குறித்த சிறுகதையை லாஸ்லோ எழுதியிருந்தார். அதில் அந்தக் குதிரைக்கு அதன்பிறகு என்ன நேர்ந்தது எனும் கேள்வியை எழுப்பியிருந்தார். இந்தக் கேள்விதான் எங்கள் படத்திற்கான துவக்கப் புள்ளி. இந்தக் கேள்விக்குப் புனைவார்த்தமான ஒரு பதிலை அளிக்க நாங்கள் முயற்சி செய்திருக்கிறோம்.

இந்தத் திரைப்படத்தின் வெளியீட்டுத் தேதி பலமுறை மாறிக்கொண்டே இருந்தது. எதனால் இந்த மாற்றம் நேர்ந்தது?

படப்பிடிப்புத் தளத்தில் இருந்த வானிலை மாற்றங்களால் பலமுறை நாங்கள் படப்பிடிப்பைத் தள்ளிப்போட வேண்டியிருந்தது. கதை மொத்தமாக ஆறு நாட்களில் நடக்கிறது. அதனால், படப்பிடிப்பு முழுவதையும் ஒரேவகையிலான வானிலை அமைப்பிலேயே நிகழ்த்த வேண்டிய தேவை இருந்தது. இதன் காரணமாகவே பலமுறை படப்பிடிப்பைத் தள்ளி வைத்தோம்.

படப்பிடிப்பை ஒத்திப்போட்ட நாட்களில் திரைக்கதையை மீண்டும் திருத்தி எழுதினீர்களா? அதில் மாறுபாடுகளைச் செய்தீர்களா?

இல்லை. இந்தச் சிக்கல் முழுக்க முழுக்க நடைமுறை சார்ந்ததாகவே இருந்தது. கதைக்கோ கதையின் கருவிற்கோ இதனால் எந்தவிதமான பாதிப்பும் ஏற்படவில்லை.

'The Turin Horse' திரைப்படத்திற்குப் பிறகு?

எனது படைப்புகளில் இந்தத் திரைப்படம் மிகுந்த முக்கியத்துவமானதாகக் கருதுகிறேன். எனது முதல் திரைப்படத்தை 34 ஆண்டுகளுக்கு முன்னால் இயக்கினேன். வெகு நீண்ட பயணத்தில் இந்தப் படம் குறிப்பிடத்தகுந்த மாற்றத்தை ஏற்படுத்தியிருப்பதாக உணர்கிறேன். வட்டம் முழுமை பெற்றுவிட்டது.

உங்கள் திரைப்படங்களைப் பார்த்துக்கொண்டிருக்கும்போது, அதுகுறித்து மக்கள் அதிகளவில் சிந்திப்பதை விரும்புவதில்லை என ஒரு நேர்காணலில் தெரிவித்திருந்தீர்கள். உங்கள் படைப்புகளைப் பற்றிய விமர்சனங்களை நீங்கள் புறக்கணிப்பதாக இதை எடுத்துக்கொள்ளலாமா?

எனது திரைப்படங்களைப் பற்றி எழுதுவது எனது வேலையல்ல. எனது திரைப்படங்கள் யாருக்கேனும் பிடித்திருந்தால் அது என்னுடைய மகிழ்ச்சியைக் கூட்டுகிறது. பிடிக்கவில்லை என்றால், அதையும் ஏற்றுக்கொள்ள வேண்டியதுதான். எனது திரைப்படங்கள் சார்ந்து எந்தவொரு கருத்தையும் வரையறுத்து முன்மொழியவோ விமர்சகர்களின் மீது சில கருத்துகளைப் புகுத்தவோ நான் விரும்புவதில்லை. படப்பிடிப்புத் தளத்தில் விளக்குகள் அணைக்கப்பட்டதும் எனது பணி நிறைவுபெற்றுவிடுகிறது. அதன்பிறகு, அதைப் பார்ப்பவர்கள் அனைவரும் அவரவர் மன ஓர்மையுடன் அந்தப் படத்துடன் தங்களைத் தொடர்புப்படுத்திக்கொள்வார்கள்.

உங்கள் திரைப்படங்களில் நீங்கள் காட்ட விரும்புவது என்ன?

எனது திரைப்படங்களில் எப்போதும் மக்களைத்தான் காட்ட விரும்புகிறேன். நம்மால் செய்ய முடிகின்ற ஒன்றைச் சூழலின் காரணமாகவோ சமூகத்தின் காரணமாகவோ செய்ய முடியாமல் போவது என்பது அடிக்கடி நிகழக்கூடியதுதான். ஒவ்வொருவருக்கும் மாண்பு இருக்கிறது என்பதையும் சந்தோஷமாக வாழ்வதற்கான உரிமை இருக்கிறது என்பதையும் எனது திரைப்படங்களில் காட்ட விரும்புகிறேன். நிச்சயமற்ற இந்த உலகில், நாம் அனைவருமே சமமானவர்கள்தான் என்பதை எனது படங்களின் வழியாக மக்களுக்கு நினைவூட்ட விரும்புகிறேன்.

மைய நீரோட்டத் திரைப்படங்களைப் பெரும்பாலும் எதிர்மறையாகவே அணுகுகிறீர்கள். இதற்கு என்ன காரணம்?

சிக்கல் என்னவென்றால், பெரும்பாலான படங்கள் ஒரே வகைமாதிரியையே பின்பற்றுகின்றன. ஆக்ஷன், கட், ஆக்ஷன், கட். அவை பெரும்பாலும் ஒரு கதைச் சரடை மட்டும்தான் காட்டுகின்றன. ஆனால், மனிதர்களின் செயல்கள் மட்டுமே கதை அல்ல. எது வேண்டுமானாலும் கதையாக இருக்கலாம். சாலைச் சந்திப்பில் காத்திருக்கும் மனிதன் ஒருவன் கதையாக மாற்றப்படலாம். திரைப்படப் படைப்பாளிகளுக்கு முக்கியமே இல்லாத பல விஷயங்கள் யதார்த்தத்தில் மிக முக்கியமானவையாக இருக்கின்றன. திரைப்பட வடிவத்திற்கு நெருக்கமாக இருப்பதை விட வாழ்க்கைக்கு நெருக்கமாக இருக்கவே எனது திரைப்படங்கள் முயல்கின்றன.

ஹங்கேரியத் திரைத்துறையைச் சேர்ந்த ஒருவராகத்தான் உங்களை உணர்கிறீர்களா?

கண்டிப்பாக. நான் ஹங்கேரியன். ஹங்கேரியாவுக்காக ஏதேனும் ஆக்கப்பூர்வமாகச் செய்வதில் எனக்குப் பெருமை இருக்கிறது. ஆனால், ஹங்கேரியத் திரைத்துறையின் ஓர் அங்கமாக இருப்பதில் எனக்கு உடன்பாடில்லை.

ஹங்கேரியத் திரைப்படங்களுக்கு நிதியுதவி அளிக்கும் அமைப்பை அரசு மறுசீரமைப்புச் செய்திருக்கிறது. இந்த நடவடிக்கைக்கு எதிராக ஹங்கேரியத் திரைப்பட இயக்குநர்கள் வெளியிட்ட அறிக்கையில் நீங்களும் கையொப்பமிட்டிருக்கிறீர்கள். இதன் பின்னணி குறித்துச் சொல்ல முடியுமா?

திரைப்படங்களுக்கான நிதியளிப்பை ஹங்கேரிய அரசாங்கம் ஓர் அதிகார அமைப்பின் கீழ் கொண்டு வருகிறது. இப்போதுவரை அரசால் நிதியுதவி செய்யப்பட்ட ஓர் அமைப்பு எங்களிடம் இருந்தது. அது மிகவும் ஜனநாயகப்பூர்வமாக வேலை செய்துவந்தது. யார் வேண்டுமானாலும் அந்த அமைப்பில் சேர விண்ணப்பிக்கும் முறை நடைமுறையில் இருந்தது. இப்போது, அரசாங்கத்தின் ஒரு பிரதிநிதியை அந்த அமைப்பிற்கென்று நியமிக்கிறார்கள். இதனால், இதுவரையில் நடைமுறையில் இருந்த பன்மைத்துவம் சிதைக்கப்படுகிறதோ என நாங்கள் அஞ்சுகிறோம். சமீபத்தில் ஊடகச் சட்டம் நடைமுறைக்குக் கொண்டுவரப்பட்டதால், ஹங்கேரியக் கலாச்சார வாழ்க்கையின் மீது கருமை படர்ந்துள்ளதாகவே உணர்கிறோம்.

ராம் முரளி ▶ 157

உங்களிடம் ஐபோன் இருக்கிறதா? அதில் பதிவுசெய்யப்படும் காட்சிகள் எந்தத் தரத்தில் இருக்கின்றன என எப்போதாவது முயற்சி செய்து பார்த்திருக்கிறீர்களா?

திரைப்படங்களைப் பெரிதும் மதிக்கிறேன். ஐ-போன் குறித்து எனக்கு எந்தவொரு கவலையுமில்லை. அதை வைத்துக்கொண்டு படமெடுக்க முடியும் என்பது எனக்குத் தெரியும். ஆனால், அது என் வேலையல்ல. ஆனால் சில சமயங்களில், என் மாணவர்களிடமும் இளைய திரைப்படக் கலைஞர்களிடமும் ஐ-போன் வைத்து ஏதாவது செய்யுங்கள், படமாக்கலில் புதிய வழிமுறையைக் கண்டடையுங்கள் என ஊக்கப்படுத்தியிருக்கிறேன். அண்மையில் ஜப்பான் சென்றிருந்தபோது, அங்கிருந்த மாணவர்களிடமும் ஐ-போன் வைத்து ஏதேனும் படமாக்குங்கள் எனத் தெரிவித்தேன். பரீட்சார்த்தமாக, புரட்சிகரமாக ஏதேனும் செய்யுங்கள் என்றேன். நான் ஜூன் பாயிக்கின் வயலினுடன் இருக்கும் பெண் (*Girl with a Violin*) எனும் வீடியோவை முதல்முறையாகப் பார்க்கும்போது, "அருமை, இப்போது உண்மையாகவே புதியதொரு படமாக்கல் பாணி உருவாகியிருக்கிறது என்றே நினைத்தேன். ஆனால், இறுதியில் அதுவும் சராசரி ஹாலிவுட் குப்பையாக எஞ்சிவிட்டது.

ஹாலிவுட் திரைப்படங்களை எப்போதாவது பார்த்திருக்கிறீர்களா?

நிறையவே பார்த்திருக்கிறேன். அங்கு ஏராளமான திறன்வாய்ந்த கலைஞர்கள் பணிபுரிகிறார்கள். அவர்களுடைய படைப்புகளைப் பெரிதும் விரும்புகிறேன். ஆனால், அதற்காக அவர்களுடைய படங்களைப் பார்க்க விருப்பத்துடன் காத்திருப்பேன் என்று சொல்ல முடியாது (சிரிக்கிறார்). ஹாலிவுட்டில் ஏராளமானவர்கள் பணிபுரிகிறார்கள். அவர்களுடைய படைப்புகளை எல்லாம் பார்த்துக்கொண்டுதான் இருக்கிறேன். க்விண்டின் டாரண்டினோ படங்கள், ஹாலிவுட்டில் படங்களை இயக்கத் தொடங்கியிருக்கும் அல்போன்சோ கொரன் ஆகியோரின் படங்கள் எனக்குப் பிடித்திருக்கின்றன. தனிப்பட்ட விதத்தில் அவர்கள் எல்லோரையும் பிடித்திருக்கிறது. அவர்களுடைய படங்களும் பிடித்திருக்கின்றன. ஆனால், அதுபோன்ற படங்களை உருவாக்க வேண்டுமென ஒருபோதும் நினைத்ததில்லை.

கலந்துரையாடல்களில் பங்கேற்க லாஸ் ஏஞ்சல்ஸ்க்கு எப்போதாவது சென்றிருக்கிறீர்களா?

என் ஒட்டுமொத்த வாழ்க்கையில் மூன்றுமுறை லாஸ் ஏஞ்சல்ஸ் நகரத்திற்குச் சென்றிருக்கிறேன். எனக்கு அங்கு சிலரைத் தெரியும். ஆனால், அந்த நகரத்தில் நான் என்ன செய்வது? அங்கு செய்வதற்கு ஏதேனும் வேலை இருப்பதாக நான் நினைக்கவில்லை. அவர்கள் என்ன செய்ய விரும்புகிறார்களோ, அவர்களால் என்ன செய்ய முடியுமோ அதைச் செய்துகொண்டிருக்கிறார்கள். சந்தையின் அடிமைகளாக அவர்கள் இருக்கிறார்கள். ஆனால் நான் கம்யூனிஸ்ட்டுகளால் ஆளப்பட்ட நாட்டில் வளர்ந்தேன். தணிக்கைத்துறையின் கட்டுப்பாடு இறுக்கமாக இருக்கும் சூழலில் படமெடுக்க ஆரம்பித்தேன். அது ரொம்பவே அபாயகரமானது. சந்தைக்கு ஏற்ப உள்ளடக்கத்தை வடிவமைப்பதும் அரசியல் அச்சுறுத்தல்களுக்காக உள்ளடக்கத்தைத் திட்டமிடுவதும் ஒரேவிதமான செயல்தான். நம்புங்கள்.

நீங்கள் அளித்துவந்த திரைப்படக் கல்வி நிறைவுபெற்றுவிட்டதால், வேறு எங்கேனும் நிலையாகத் திரைக் கல்வியைக் கற்றுக்கொடுக்கும் திட்டம் இருக்கிறதா?

இல்லை. நான் ஒவ்வோர் இடத்திற்கும் தாவிக்கொண்டிருக்கிறேன். பிரெஞ்சு கலைக் கல்லூரியில் பயிற்றுவிக்கிறேன். என்னுடைய திரைப்படக் கல்லூரி ஒரு தனியார் நிறுவனத்தின் அங்கமாக இருந்ததால், அதற்கு நிதியுதவி செய்யப்பட்டது. மேலும் என்னுடைய மாணவர்களாலும் கட்டணம் செலுத்த முடியாத சூழல். அதனால்தான் அதை நிறைவுசெய்யும் நிலை ஏற்பட்டது. இப்போது முற்றிலும் சுயாதீனமானவனாக இருக்கிறேன். ஆனாலும் படைப்பாக்கச் செயல்பாட்டில் ஈடுபட்டிருக்கிறேன். ஆம்ஸ்டர்டாமில் கண்காட்சி ஒன்றை நடத்தினேன். அது இரண்டரைமணி நேரத் திட்டப்பணியாகும். அதில் திரைப்படம், நாடகக் கலை, நேரலை இசை போன்ற பலவும் உள்ளடங்கியிருந்தன. அதனாலேயே அதுவொரு சிக்கலான திட்டப்பணியும் கூட. அது ரொம்பவே வெற்றிகரமானதாக அமைந்துவிட்டது. எனக்குச் சோர்வே உண்டாகவில்லை. இப்போது பார்சிலோனாவில் ஏதேனும் படைப்பாக்கச் செயல்பாட்டில் ஈடுபடலாம் என்றிருக்கிறேன்.

இவ்வருடத்தின் துவக்கத்தில் உங்களுடைய அனைத்துத் திரைப்படங்களின் உரிமைகளும் Luxbuxக்கு விற்கப்பட்டதாக அறிவிக்கப்பட்டது. இதை எப்படி அர்த்தப்படுத்திக்கொள்வது? உங்கள் திரைப்படங்கள் தொடர்பாக

இனி எதுவும் செய்வதற்கு உங்களுக்கு உரிமையில்லை என எடுத்துக்கொள்ளலாமா?

அவர்களை நம்புவதால் அவர்களிடம் எனது திரைப்படங்களை விற்றுவிட்டேன். அவர்கள் அவற்றைச் சிறந்த முறையில் பயன்படுத்துவார்கள் என்கிற நம்பிக்கை இருக்கிறது. அவ்வளவுதான். மேற்கொண்டு எனது திரைப்படங்களைப் பற்றி நினைக்க எதுவுமில்லை. என்னுடைய வயதை நீங்கள் எட்டும்போது, இதுபோலப் பின்திரும்பிப் பார்ப்பதை விரும்ப மாட்டீர்கள். அடுத்து புதிதாகச் செய்யவிருப்பது குறித்தே எனது கவனத்தைக் குவிக்க விரும்புகிறேன். நான் என்ன செய்ய விரும்புகிறேனோ அது மட்டுமே என் கையில் இருக்கிறது.

திரைக்கதையும் அணுகுண்டும்!

◀ குரோசாவா - மார்க்கேஸ் உரையாடல்

1990 ஆம் ஆண்டு அக்டோபர் மாதத்தில், உலகப் புகழ்பெற்ற கொலம்பிய எழுத்தாளரான காப்ரியேல் கார்சியா மார்க்கேஸ் டோக்கியோ நகருக்குச் சென்றிருந்தபோது, Rhapsody in August எனும் தனது புதிய படத்தை இயக்கிக்கொண்டிருந்த அகிரா குரோசாவாவைச் சந்தித்து உரையாடினார். மார்க்கேஸ் தனது *"One Hundred Years Of Solitude"* மற்றும் *"Love In The Time Of Cholera"* போன்ற மகத்தான கிளாசிக்கல் நாவல்களை எழுதும் முன்பாக, சில ஆண்டுகள் Bogotaவில் திரைக்கதை ஆசிரியராகவும் திரைப்பட விமர்சகராகவும் பணி செய்துள்ளார். பல்வேறு தளங்களுக்கு விரியும் அகிரா குரோசாவா - காப்ரியேல் கார்சியா மார்க்கேஸ் இடையிலான உரையாடலின் தமிழ் வடிவமிது.

மார்க்கேஸ்: நான் நமது உரையாடலை, ஓர் ஊடக நேர்காணலைப்போல இறுக்கமாக நிகழ்த்த விரும்பவில்லை. மனதுக்கு நெருக்கமான ஒரு நண்பரிடம் பேசுவதைப்போலப் பேசிடவே விரும்புகிறேன். மிகச் சிறந்த திரைக்கலைஞரான உங்களைப் பற்றியும் உங்களது படைப்புகளைப் பற்றியும் அறிந்துகொள்வதில் பேரார்வத்தில் இருக்கிறேன். நானும் திரைக்கதை ஆசிரியனாகப் பணி செய்துள்ளேன் என்பதாலும் மிகச் சிறந்த இலக்கியப் படைப்புகளை முதல் தரமான திரைப்படங்களாக உருவாக்கியவர் நீங்கள் என்பதாலும் உங்கள் திரைக்கதைகளை எப்படி எழுதுகிறீர்கள் என்பதையே முதலில் அறிந்துகொள்ள விரும்புகிறேன்.

குரோசாவா: திரைக்கதையாக மாற்ற முடியுமென ஒரு கருவின் மீது எனக்கு முழுமையான நம்பிக்கை உருவாகும்போது, புற உலகச் செயல்பாடுகளிலிருந்து என்னை முற்றாகத் துண்டித்துக்கொண்டு காகிதம் மற்றும் பென்சிலோடு அறையொன்றில் தனியே என்னைப் பூட்டிக்கொள்வேன். சரியாக, அத்தருணத்தில் நான் தேர்வு செய்துள்ள கரு குறித்த சிறுசிறு எண்ணங்கள் மட்டுமே என்னிடம் இருக்கும். அவை அப்போது முழுமைப் பெற்றிருக்காது. அதன் முடிவு, முடிவின்மை குறித்தும்கூட நான் அதிகம் கவலைப்படுவதில்லை. எந்தக் காட்சியில் இருந்து துவங்குவது என்று தெரியாதபோது, என் மனதில் இயல்பாகத் திரள்கின்ற எண்ணங்களைப் பின் தொடர்ந்து திரைக்கதையாக்கப் பணியை ஆரம்பிப்பேன்.

மார்க்கேஸ்: திரைப்படம் சார்ந்து உங்கள் மனதில் முதலில் உதிப்பது ஏதேனும் காட்சிப் பிம்பமா அல்லது ஏதேனுமொரு ஐடியாவா?

குரோசாவா: என்னால் இக்கேள்விக்குத் தெளிவாகப் பதிலளிக்க முடியாது. எனினும், தெளிவற்ற சிறுசிறு காட்சித் துணுக்குகளையே முதலில் நான் உணர்கிறேன். இதற்கு முரணாக, திரைக்கதை குறித்த ஒரு மேலோட்டப் பார்வையை உருவாக்கி வைத்துக்கொண்டு, காட்சிகளால் அதை ஒழுங்குப்படுத்தி, இயந்திரத்தனமாகச் செயல்படும் சில ஜப்பானியத் திரைக்கதை ஆசிரியர்களை எனக்குத் தெரியும். ஆனால், நாம் ஒன்றும் கடவுள் இல்லை என்பதால் இதுவொரு தவறான செயல்முறை என்றே கருதுகிறேன். என்னால் அப்படி என் திரைக்கதையை முன்முடிவுகளுடன் எழுத முடியாது..

மார்க்கேஸ்: உங்களது இத்தகைய திரைக்கதை அமைக்கும் முறையியலை சேக்ஸ்பியர், தஸ்தயேவஸ்கி, கார்கி ஆகியோரின் படைப்புகளைக் கையாளுகிறபோதும் கடைப்பிடிக்கிறீர்களா?

குரோசாவா: அரைக்குறைத்தன்மையோடு இலக்கியப் பிரதிகளை தங்களது திரையாக்கங்களில் கையாளுகின்ற இயக்குநர்கள் பலரும், இலக்கியம் ஒரு மனிதனின் மனதில் வரைகின்ற சித்திரத்தைச் சினிமா எனும் வேறோர் ஊடகத்தின் மொழிக்கேற்பக் காட்சிகளாக உருமாற்றுவதில் உள்ள கடினங்களை அறிந்திருப்பதில்லை. இளைய இயக்குநர் ஒருவர் துப்பறியும் நாவலொன்றைத் திரைப்படமாக்குவதில் அதிகத் தீவிரத்துடன் இருந்தார். அவரை அந்த நாவல் மிகவும் ஈர்த்திருந்தது. நாவலின்படி ரயில் தண்டவாளத்தின் அருகே சடலம் ஒன்று கிடக்க வேண்டும். புத்தகத்தில் உள்ளதுபடியே, நேரடியாக ரயில் நிலையத்தில் சடலம் இருக்குமாறு காட்சியை அமைக்கலாம் என்று என்னிடம் தெரிவித்தார். ஆனால் நான், "அது தவறு. ஏனெனில், அந்நாவலை வாசிக்கக் கிடைத்த எல்லோருக்கும் ரயில் தண்டவாளத்தின் அருகில்தான் சடலம் கிடைக்கப்பெறும் என்று உறுதியாகவே தெரிந்திருக்கும். அதனால் அவர்கள் அதை ஏற்றுக்கொள்வார்கள். எனினும், நாவலை வாசிக்காதவர்கள்? அவர்களுக்கு அவ்விடம் துளி முக்கியத்துவமும் இல்லாதது. அதனால் அந்தப் பிணம் எப்படி ரயில் தண்டவாளத்தின் அருகில் வந்தது என்பதை ஏற்றுக்கொள்ளும்படி அவர்களுக்குச் சொல்லியாக வேண்டும்" என்றேன். ஒரு செயல்பாட்டைத் திரைப்படப் பிம்பங்களின் மூலம் வேறொரு வகையில் வெளிப்படுத்த வேண்டும் என்பதை உணர்ந்திராமல், இலக்கியத்தின் அற்புத ஆற்றலால் இந்த இளம் இயக்குநர் ஆட்கொள்ளப்பட்டிருந்தார்.

மார்க்கேஸ்: சினிமாவாகக் காட்சிப்படுத்த சாத்தியமேயில்லாதது என எப்போதாவது, எதைப் பற்றியாவது நீங்கள் நினைத்ததுண்டா?

குரோசாவா: என்னுடைய இளம் வயதில், இலிடாச்சி எனும் சுரங்கத் தொழிற்சாலை அமைந்திருந்த ஊருக்கு நாங்கள் படப்பிடிப்பு நிமித்தமாகச் சென்றிருந்தோம். அப்படத்தில் நான் உதவி இயக்குநராகப் பணியாற்றினேன். என்னுடைய இயக்குநர் இலிடாச்சி நகரம் மிகவும் குழப்பமானதாகவும் அதிகம் இறுக்கம் சூழ்ந்ததாகவும் இருந்ததால் அங்குப் படப்பிடிப்பை நிகழ்த்தத் திட்டமிட்டிருந்ததாக தெரிவித்திருந்தார். ஆனால், நாங்கள் கேமராவில் பதிவு செய்திருந்தவை வெறும் சுரங்கத் தொழிற்கூடத்தின்

இயங்குதலை மட்டுமே. இலிடாச்சி நகரத்தில் ஒருவர் வாழ்வது மிகவும் துன்பகரமானது. பெண்களும் குழந்தைகளும் அந்த நகரத்தில் நிரந்தரப் பயத்துடனேயே வாழ்ந்துகொண்டிருந்தார்கள். அந்நகரை எதேச்சையாகக் காண நேர்கின்ற சந்தர்ப்பத்தைப் பெற்ற என்னால் அவர்களது துயர வாழ்வைச் சகித்துக்கொள்ளவே முடியவில்லை. நான் அந்த நகரில் அடைந்த வேதனையை, வெறும் கேமராவின் மூலமாகப் பார்வையாளருக்குள் கடத்திட முடியாது.

மார்க்கேஸ்: உண்மை என்னவெனில், வெகு சொற்ப நாவலாசிரியர்கள்தான் திரைப்படமாக மாற்றமடைகின்ற தங்களது படைப்பு குறித்து திருப்தி அடைகிறார்கள். இவ்விஷயத்தில் உங்களுடைய அனுபவம் எப்படிப்பட்டது?

குரோசாவா: முதலில், நான் ஒரு கேள்வியைக் கேட்கிறேன். என்னுடைய ரெட் பியர்ட் படத்தை நீங்கள் பார்த்திருக்கிறீர்களா?

மார்க்கேஸ்: கடந்த 20 ஆண்டுகளில் ரெட் பியர்ட் திரைப்படத்தை ஆறு முறை பார்த்திருக்கிறேன். என்னுடைய குழந்தைகள் அப்படத்தைக் காணும் வாய்ப்பைப் பெறுகின்ற வரையிலும் அவர்களிடம் ரெட் பியர்ட் குறித்துப் பலமுறை பேசி சிலாகித்திருக்கிறேன். உங்களுடைய சினிமாக்களில் எனக்கும் என் குடும்பத்துக்கும் பிடித்தது மட்டுமல்ல, உலகில் உருவாக்கப்பட்ட ஒட்டுமொத்தச் சினிமாக்களிலிருந்தும் எங்களுக்குப் பிடித்தமான சில படங்களில் ரெட் பியர்ட்டும் ஒன்று.

குரோசாவா: என்னுடைய திரைப்பாணியில் குறிப்பிடும்படியான மாற்றத்தை நிகழ்த்தியது ரெட் பியர்ட் திரைப்படம்தான். அதற்கு முன்பான திரைப்படங்களையும் ரெட் பியர்டுக்குப் பிந்தைய திரைப்படங்களையும் தனித்தனியே வகைப்படுத்திட முடியும். ரெட் பியர்ட் என் திரை வாழ்வில் ஒரு இடைநிறுத்தத்தைப் போன்றது. அதிலிருந்துதான் என் திரைப்படப் பாணி வேறொரு பரிணாமத்திற்கு நகர்ந்தது.

மார்க்கேஸ்: உண்மைதான். அதிலும் ரெட் பியர்ட் படத்திலேயே இரண்டு காட்சிகள் மிக மிக மகாத்தானவை என்று குறிப்பிடுவேன். ஒன்று, தொழுகைக் காட்சி மற்றொன்று மருத்துவமனை வளாகத்தில் நிகழும் கராத்தே சண்டைக் காட்சி.

குரோசாவா: ஆமாம். ஆனால் நான் சொல்ல வந்தது என்னவென்றால் ரெட் பியர்டைப் படமாக்குவதில் பல சிக்கல்களை நான் சந்திக்க

நேர்ந்தது. அதன் ஆசிரியரான ஷுகுரோ யமாமோட்டோ தமது நாவல்கள் படமாக்கப்படுவதை எப்போதும் எதிர்த்தே வந்திருக்கிறார். எனினும், என்னுடைய பிடிவாதத்தாலேயும் தொடர் வற்புறுத்தலாலும் அவர் ரெட் பியர்டுக்குச் சம்மதம் தெரிவித்தார். முழுமை செய்யப்பட ரெட் பியர்டைப் பார்த்துவிட்டு ஷுகுரோ இவ்வாறு தெரிவித்தார், "என் நாவலைவிடவும் உங்கள் திரைப்படம் அதிக சுவாரசியமாக உருவாக்கப்பட்டிருக்கிறது."

மார்க்கேஸ்: அப்படியா..! ஷுகுரோவை, ரெட் பியர்ட் அத்தனை தூரம் கவர்ந்துவிட்டிருந்ததா?

குரோசாவா: ரெட் பியர்ட் அவரை அதிகம் கவர்ந்ததற்குக் காரணம், சினிமாவில் ஒரு பாத்திரம் எவ்வாறு வடிவமைக்கப்படுகிறது என்பதைப் பற்றிய தெளிவான புரிதல் அவருக்கு இருந்ததுதான். முற்றாகக் கைவிடப்பட்டுத் தோல்வியுறும் பெண்ணின் கதாபாத்திரத்தைக் கச்சிதமாக உருவாக்க வேண்டுமென்றுதான் ஷுகுரோ என்னிடம் பலமுறை சொல்லிக்கொண்டே இருந்தார். எனினும், நான் அந்த நாவலில் அப்பெண் தோல்வியுறுவது குறித்து அவர் வலியுறுத்திய தீவிரத்தைக் காணவில்லை. மாறாக, என் திரைக்கதையில் அதைச் சாத்தியப்படுத்தினேன்.

மார்க்கேஸ்: அவர் அப்படி இருந்ததாக எண்ணியிருக்கக்கூடும். நாவலாசிரியர்களான நாங்கள் பலமுறை இதுபோன்ற குழப்பங்களுக்கு ஆட்படுவதுண்டு.

குரோசாவா: அதைத்தான் நானும் குறிப்பிடுகிறேன். தங்களது நாவலின் அடிப்படையில், அதிலிருந்து உருவாக்கப்பட்ட சினிமாவை நோக்குகின்ற எழுத்தாளர்கள், "என் நாவலின் சில பகுதிகள் சிறப்பாகக் கையாளப்பட்டிருக்கின்றன" என்று பொதுவாகச் சொல்வதுண்டு. உண்மையில், அவர்கள் சூசகமாக அதனை சிறப்பாகக் கையாண்ட இயக்குநர்கள் குறித்தே பேசுகிறார்கள். சில முறை அவர்கள் நேரிடையாகவே தங்களது எழுத்தில், இயக்குநர்களைப் பாராட்ட வேண்டும் என நினைப்பது உண்டு. ஆனாலும், ஏதோவொன்று அவர்களை அப்படிச் செய்வதிலிருந்து விலக்கி நிறுத்துகிறது.

மார்க்கேஸ்: "கவிஞர்கள் விஷமத்தனம் மிக்கவர்கள்" என்று சொல்லப்படுவது அறியப்பட்டதுதானே. உங்களுடைய புதிய படத்தைப் பற்றிப் பேசுவோம். டைஃபூன்களை வைத்து வேலை வாங்குவது மிகக் கடினமாக இருந்ததா?

குரோசாவா: இல்லை. நிச்சயமாக இல்லை. மிருகங்களை வைத்துக்கொண்டு வேலை வாங்குவதுதான் உண்மையில் அதிகச் சிக்கலானதாக இருந்தது. வீட்டில் பழக்கப்படுத்தப்பட்ட பாம்புகள் வளர்ப்பு நாய்க்குட்டியைப்போல துள்ளுகின்றன. அதனால், உண்மையிலேயே கடும் விஷம் நிறைந்த பாம்புகளைப் பிடித்துப் படப்பிடிப்புக்குப் பயன் படுத்தினோம். பாம்பின் சதா தப்பி ஓட எத்தனிக்கும் குணத்தையும் அச்சத்தையும் எங்கள் படத்தின் தேவைக்கேற்பப் பயன்படுத்திக்கொண்டோம். எறும்புகளைப் பொறுத்தவரை மிக உயரத்திலிருந்த ரோஜா குவியலை நெருங்க அதிக நேரம் இழுத்துக்கொண்டன. நாங்கள் அவை சிறிதுசிறிதாக இடம்பெயரும்வரை பொறுத்துக்கொண்டிருக்க வேண்டியதாயிற்று. அதனால், நாங்கள் ரோஜா செடியில் தேன் தடவி, எறும்புகளை விரைவுப் படுத்தினோம். இது மிகவும் சிக்கலானதாக, கடுமையான பணிச் சுமையைத் தரக்கூடியதாய் இருப்பினும், நாங்கள் இதனை வெகு சிறப்பாகச் செய்து முடித்தோம். நான் பல பாடங்களை இதன்மூலம் கற்றுக்கொண்டேன்.

மார்க்கேஸ்: ஒஹ்... பாம்புகளையும் எறும்புகளை வைத்து நீங்கள் படமாக்கிக் கொண்டிருக்கும் படம் எதைப் பற்றிப் பேசுகிறது?

குரோசாவா: அதைப் பற்றி மிக குறைவான வார்த்தைகளில் சொல்வது சாத்தியமில்லாதது.

மார்க்கேஸ்: அதில் யாரும் யாரையும் கொல்கிறார்களா?

குரோசாவா: இல்லை. நாகசாகி அணு தாக்குதலிலிருந்து மீண்ட ஒரு முதிய பெண்ணை, அவளது பேரக் குழந்தைகள் காண வருவதைப் பற்றியது என் புதிய படம். நான் அதனை அதிர்ச்சியளிக்கும் வகையிலோ, காண்பவர்கள் மனம் நோந்து போகும் விதமாகவோ உருவாக்கவில்லை. அணு தாக்குதல், இங்கு வாழ்பவர்களின் இதயத்தில் எத்தகைய வலியை உண்டாக்கியிருக்கிறது என்பதையும் அதிலிருந்து மக்கள் எவ்வாறு மெல்ல மீளத் துவங்கியிருக்கிறார்கள் என்பதையும் மட்டுமே பேச விழைகிறேன். நான் அந்தக் கொடிய நாளை துல்லியமாக நினைவு வைத்திருக்கிறேன். பூமியில் அதுபோன்ற குரூரமான சம்பவமொன்று நிகழ முடியுமென்று இப்போதும் என்னால் நம்ப முடியவில்லை. ஆனால் இதில் மிகவும் மோசமான விஷயம் என்னவென்றால், ஜப்பானியர்கள் ஏற்கெனவே இந்தச் சம்பவத்தை மறதிக்குள் தள்ளிவிட்டார்கள்.

மார்க்கேஸ்: இதை வரலாற்று மறதி என்று சொல்லலாம். இது எதிர்கால ஜப்பானில் எத்தகைய அர்த்தத்தைப் பெறப் போகிறது? ஜப்பானிய மக்களின் அடையாளத்தில் இந்த மறதியின் தாக்கம் என்னவாக இருக்கும்?

குரோசாவா: மக்கள் அந்தச் சம்பவத்தைப் பற்றி அதிகம் பேசிக் கொள்வதில்லை. எங்கள் அரசியல்வாதிகளும் அமெரிக்கா குறித்த அச்சத்தால் மௌனம் சாதிக்கிறார்கள். இச்சம்பவம் குறித்து அமெரிக்கா பேசுகையில், "இரண்டாம் உலக யுத்தத்தினை முடிவுக்குக் கொண்டுவரவே அத்தகைய செயலை நடைமுறைப்படுத்தினோம்" என்கிறார்கள். ஆனால், நாங்கள் இன்னமும் வலியை அனுபவித்துக்கொண்டிருக்கிறோம். நாகசாகி, ஹிரோஷிமா அணு தாக்குதலில் 2,30,000 மக்கள் இறந்ததாகச் செய்தி வெளியிடப் பட்டது. ஆனால், உண்மையில் அரை மில்லியனுக்கும் அதிகமானோர் உயிரிழந்திருந்தார்கள். 45 ஆண்டுகளைக் கடந்துவிட்ட பின்பும், இன்றும் 2,700 பேர் சாவை எதிர்பார்த்து மருத்துவமனையில் இருக்கிறார்கள். வேறு வார்த்தைகளில் சொல்வதாக இருந்தால், அணுகுண்டு இன்றைக்கும் ஜப்பானிய மக்களைக் கொன்றபடியே இருக்கிறது.

மார்க்கேஸ்: மிகக் கொடுமையான விஷயம் என்னவெனில், ரஷ்யா ஜப்பானைத் தங்களது கட்டுக்குள் கொண்டுவந்துவிடக்கூடாது என்பதற்காகவே அமெரிக்கா இதனைச் செய்யத் துணிந்தது என்பதுதான்.

குரோசாவா: ஆமாம். ஆனால் உலக ஏகாதிபத்தியங்களின் அகோர பசிக்கு இரையாகப் போருக்குத் துளியும் சம்பந்தமில்லாத அப்பாவி மனிதக் கூட்டம் வாழ்ந்துகொண்டிருந்த நகரம்தான் தேர்ந்தெடுக்கப்பட வேண்டுமா?

மார்க்கேஸ்: அல்லது டோக்கியோவின் இருதயப் பகுதியாகக் கருதப்படும் இம்பீரியல் அரண்மனை மீதும் அது குண்டு வீசவில்லை. வேறெந்த நாடும் உலகில் அனுபவித்திராத கொடுந் துயரமிது. அணு குண்டு இல்லாமல் ஜப்பான் சரணடைந்திருக்கும் என்று நம்புகிறீர்களா? இன்றைக்கு இருக்கும் ஜப்பானாக அது ஆகியிருக்கும் என்று கருதுகிறீர்களா?

குரோசாவா: அதனை தெளிவாகக் கூறிட முடியாது. நாகசாகி அணு தாக்குதலில் இருந்து தப்பிப் பிழைத்தவர்கள் அதுப்பற்றிப் பேச ஒருபோதும் தயாராய் இல்லை. பெரும்பாலானவர் தாங்கள் உயிர் பிழைக்க வேண்டும் என்பதற்காக, தங்கள் தாய் தந்தையரை, சகோதரச் சகோதரிகளைக் கைவிட வேண்டிய நிலையில் இருந்தார்கள். இன்றும் அவர்களுக்கு இதுதொடர்பான

குற்றவுணர்ச்சி இருக்கிறது. அச்சம்பவம் நிகழ்ந்ததற்குப் பிறகு ஆறு ஆண்டுகள் அமெரிக்கப் படைகள் எங்களை ஆக்கிரமித்திருந்தன. எங்கள் நிலத்தின் மீது நிகழ்த்தப்பட்ட அந்தக் கோரத்தை மறக்கடிப்பதற்கான பல்வேறு உத்திகளை அமெரிக்கப் படைகள் செய்துவந்தன. ஜப்பானிய அரசும் இவ்விஷயத்தில் அவர்களுடன் கைக்கோத்துக்கொண்டார்கள். நான் இவை யாவுமே போரினால் ஏற்பட்ட விளைவுகள் என்றே இப்போதும் நினைக்க விரும்புகிறேன். இப்போதும் என்றாவதொரு நாள் அமெரிக்கா தான் இழைத்த குரூரத்திற்காக மனம் வருந்தி மன்னிப்புக் கோர வேண்டுமென்றே விரும்புகிறேன். அதுவரையிலும் இந்தத் துயர வரலாறு முடிவுக்கு வராது.

மார்க்கேஸ்: அந்தளவுக்குப் போக வேண்டுமா? அந்தச் சம்பவம் நிகழ்ந்து முடிந்து நீண்ட வருடங்கள் கடந்துவிட்டதால், இந்த வருடங்களில் உங்கள் வாழ்க்கையில் உண்டாகியிருக்கக்கூடிய மகிழ்ச்சிகளின் மூலம் அந்தக் கொடும் துயரத்தை ஈடேற்ற முடியவில்லையா?

குரோசாவா: அணுகுண்டுதான் பனிப் போருக்கும் ஆயுதப் போட்டிக்கும் தொடக்கமாக அமைந்தது. மேலும் இது அணு சக்தியை உருவாக்குதல் மற்றும் பயன்படுத்துதல் போன்ற செயலாக்கங்களின் தொடக்கமாகவும் இருந்தது. இவையெல்லாம் உருவாக்கப்படும் உலகில் மகிழ்ச்சி என்பதே சாத்தியமே இல்லை.

மார்க்கேஸ்: இருக்கலாம். அணுசக்தி ஒரு சபிக்கப்பட்ட ஆற்றலாகவே பிறந்திருக்கிறது. சாபத்தைச் சுமந்தபடியே பிறக்கும் ஆற்றல் என்பது குரோசாவாவுக்கு மிகச் சிறந்த ஒரு திரைப்படக் கருவாக அமையலாம். ஆனால், என்னைக் கவலைகொள்ளச் செய்வது என்றால், நீங்கள் அணுசக்தியையே முழுமையாக எதிர்க்கவில்லை. அது தவறாகப் பயன்படுத்தப்படுவதையே எதிர்க்கிறீர்கள். மின்சார நாற்காலியை விட மின்சாரம் ஒரு நல்ல விஷயம்.

குரோசாவா: இரண்டுக்கும் வேறுபாடு இருக்கிறது. மனிதர்களால் உருவாக்கப்பட்டதிலேயே அவர்களால் கட்டுப்படுத்தப்படும் சாத்தியங்களுக்கு அப்பாற்பட்ட ஒன்றாக நான் அணுசக்தியைக் கருதுகிறேன். அணுசக்தியை நிர்வகிப்பதில் சிறிதளவு தவறு நேர்ந்தாலும், அது உடனடியாகப் பேரழிவிற்கு வித்திடும். போலவே, அதனுடைய கதிரியக்கத்தன்மை பல தலைமுறைகளையும் பாதிக்கும். மாறாக, தண்ணீர் கொதிக்கும்போது அது இன்னும் அபாயகரமானதாக மாறுவதைத் தவிர்க்க, உடனடியாக அதைக்

குளிர்வித்தால் போதுமானது. ஆனால் நூறு ஆண்டுகளாக, ஆயிரம் ஆண்டுகளாகத் தணிக்க முடியாமல் கொதித்துக்கொண்டிருக்கக்கூடிய விஷயங்களைப் பயன்படுத்துவதை நாம் தவிர்ப்போமே.

மார்க்கேஸ்: சக மனித நேசிப்பின் மீது நான் கொண்டுள்ள பற்றினை உங்களுடைய படங்களிலும் என்னால் கண்டுணர முடிகின்றது. அணுகுண்டு வீசி அப்பாவிகளைக் கொலை செய்ததும் அத்தகைய துயரத்தை மக்கள் மனதிலிருந்து மழுங்கச் செய்ய அமெரிக்காவோடு, ஜப்பானிய அதிகாரிகளும் கைக்கோத்துக்கொண்டதும் உங்களை வெகுவாகப் பாதித்திருப்பதை என்னால் உணர முடிகிறது. ஆனால் அதே சமயத்தில், அணுவினால் மனிதனுக்கு ஏற்படக்கூடிய நன்மைகளை ஏற்காது முழுவதுமாக அதனைத் தடை செய்ய வேண்டுமென்பதும் தவறென்றே கருதுகிறேன். நீங்கள் இந்த நூற்றாண்டின் மிகக் கொடூரமான துயரச் சம்பவமொன்றைக் கடந்து வந்திருப்பதனால் உணர்ச்சிவசப்பட்டு அப்படியான முடிவினை எடுத்திருக்கிறீர்கள்.

குரோசாவா: அணு அவசியமில்லாமலேயே மனிதர்களால் மிகவும் மேன்மை பொருந்தியவர்களாக வாழ முடியுமென்பதை மக்கள் உணர்ந்துகொள்வார்கள். செர்னோபிலில் நடந்ததைப்போல ஆசன வாய் இல்லாமலோ எட்டுக் கால்களுடனோ குழந்தைகள் பிறப்பதற்கு நாம் வழிவகுக்கக்கூடாது என்பதே எனது கருத்து. அதோடு இந்த விவாதம் மிகவும் தீவிரமாக மாறுவதை உணர்கிறேன். இப்படித் தீவிரமாக உரையாட வேண்டுமென நான் நினைத்திருக்கவில்லை.

மார்க்கேஸ்: உண்மைதான். நாம் இப்போது தீவிரமாக உரையாடிக் கொண்டிருக்கும் விஷயம்தான் உங்களுடைய புதிய படத்தில் பிரதிபலிக்கப்போகின்றதா?

குரோசாவா: நேரிடையாக இல்லை. நாகசாகியில் குண்டு வீசப்பட்டபோது நான் இளைய பத்திரிகையாளனாகப் பணி செய்துகொண்டிருந்தேன். அதனால், அங்கு என்ன நேர்ந்ததை என்பதைப் பற்றி முழுமையான கட்டுரை ஒன்றை எழுதி அனுப்பியிருந்தேன். ஆனால், அது இறுதி வரை பிரசுரிக்கபடவேயில்லை. இப்போது, அதே சம்பவத்தைத் திரைப்படமாக உருவாக்க முனைந்துள்ளதால், பல்வேறு களப் பணிகளை நான் மேற்கொண்டுள்ளேன். என்னுடைய கருத்தை நேரிடையாகத் திரைப்படத்தில் வெளிப்படுத்த முயன்றால், அது இன்றைக்கும் கூட ஜப்பானிலோ அல்லது வேறு எங்குமே கூடத் திரையிடப்படாது.

மார்க்கேஸ்: உங்களுக்கு நன்றி. நானும் ஒருவேளை ஜப்பானியனாக இருந்திருந்தால், உங்களது நிலைப்பாடே என்னுடையதாகவும் இருந்திருக்கலாம். இருப்பினும், போர் எப்போதும் யாருக்கும் நல்லதே இல்லை.

குரோசாவா: உண்மைதான். ஆனால், சிக்கல் என்னவென்றால் என்னுடைய படப்பிடிப்புத் துவங்கிவிட்டால் கடவுளும், தேவதைகளும்கூட இராணுவ உபசகர்களாக உருமாறிவிடுகின்றனர்.

சிறு புள்ளியிலிருந்துதான் எதுவும் தொடங்குகிறது

◀ மைக்கேல் ஹனேகே

சிறுவர்கள் மீது திணிக்கப்படுகின்ற மத மற்றும் கலாச்சாரக் கோட்பாடுகள் எப்படி அவர்களை முற்றிலும் நேர்மாறான பாதைக்கு இழுத்துச் செல்கிறது என்பதை அழுத்தமாக விவரிக்கும் கறுப்பு வெள்ளைத் திரைப்படம் 'தி வொயிட் ரிப்பன்'. இத்திரைப்படத்தை உருவாக்க ஆஸ்திரிய இயக்குநரான மைக்கேல் ஹனேகேவுக்குப் பல வருடங்கள் தேவைப்பட்டிருக்கிறது. படத்தில் நடித்திருப்பவர்களில் பாதிக்கும் மேற்பட்டவர்கள் சிறுவர்கள் என்பதால் அவர்களைத் தேர்வு செய்வதற்கு மட்டுமே பல மாதங்கள் செலவிட்டிருக்கிறார்கள். இருபதாம் நூற்றாண்டின் பிற்பகுதியில் உலகில் நிகழ்ந்த மாற்றங்களுக்கான மூலத்தை இத்திரைப்படத்தில் ஹனேகே பேசியிருக்கிறார். உண்மையைக் கண்டடைவதற்கான வழிகளில் ஒரு நொடிக்குள் சொல்லப்படும் 24 பொய்களே சினிமா என்று சொல்லும் இவர், நவீன வாழ்க்கை முறையினால் சமூகத்தில் தோற்றுவித்திருக்கும் பகைமை மற்றும் அதிருப்தியைத் தொடர்ந்து தனது திரைப்படங்களில் பதிவுசெய்திருக்கிறார். மைக்கேல் ஹனேகேவுடன் திரைப்பட விமர்சகரான 'அலெக்சாண்டர் ஹோர்வாத்' மேற்கொண்ட நேர்காணலின் தமிழ் வடிவமிது.

உங்களுடைய 'தி வொய்ட் ரிப்பன்' திரைப்படம் வரலாற்று முக்கியத்துவம் வாய்ந்த 1913-14களில் வட ஜெர்மனியின் சிறிய கிராமமொன்றில் நிகழும் சம்பவங்களை மையப்படுத்தி நகர்கிறது. ஆனால், வரலாற்றில் பெரும் பிரளயத்தையே ஏற்படுத்தியிருக்கும் அக்காலகட்டத்தின் பரபரப்பான போர்ச் சூழலைத் துளியும் தொடாமல் உங்களால் எப்படி இந்தக் கருபொருளைப் பேச முடிந்தது?

அதிகம் அறியப்படாத மிகச்சிறிய இடங்களில்தான், அதன் ஆன்மீக அணுகுமுறைகளால் மாபெரும் சம்பவங்களுக்கான ஒத்திகை நடைபெறுகிறது என்று கருதுகிறேன். தி வொய்ட் ரிப்பனைப் பொறுத்தமட்டில், பெற்றோர் மற்றும் ஆசிரியர்களின் கூட்டு வற்புறுத்தல்களால், தங்களது இயல்பை மீறிச் சிறுவர்கள் எப்படிச் சிந்திக்கத் துவங்குகிறார்கள் என்பதுதான் நாங்கள் முதன்மைப்படுத்த விரும்பிய மையக் கருத்து. மென் நெஞ்சம் கொண்ட சிறுவர்களுக்கு, பெற்றோர்கள் தங்களின் சிந்தாந்தங்களை வலிந்து புகட்டுவதனால், சிறுவர்கள் தங்களுக்குள்ளாக வகுத்துக்கொள்கின்ற சட்டங்களை மீறும் மற்ற எவரையும் எதிரிகளாகக் கருதும் அபாயம் இருக்கிறது. முதலாம் உலகப்போரின் பின்னணியில், புரடெஸ்டன்ட் ஜெர்மானியின் சிறிய கிராமமொன்றில் நடைபெறுவதாகக் கதையை அமைக்கக் காரணம், இருபதாம் நூற்றாண்டின் பிற்பகுதியில் உலகில் ஏற்பட்டுள்ள மிக முக்கிய மாற்றங்களுக்கான விதை இக்காலங்களில் ஊன்றப்பட்டதுதான். அதேபோல, இக்காலத்தை எடுத்துக்கொள்ள எனக்கென்று சிலத் தனிப்பட்ட காரணங்களும் உள்ளன. கத்தோலிக்கர்கள் மிகுந்திருந்த ஆஸ்திரியாவில் வெகு அரிதாகக் காணப்பட்ட புரடெஸ்டன்ட் குழந்தைகளில் நானும் ஒருவன். இதனால் வெறுப்பும் தனிமையும் சூழப்பட்ட இறுக்கமான நிலையில்தான் என் குழந்தைப் பருவத்தைக் கழிக்க நேர்ந்தது. அதனையும் 'தி வொய்ட் ரிப்பனில்' பதிவு செய்திருக்கிறேன்.

உங்களுடைய திரைப்படத்தில் வருகின்ற சிறுவர்களுக்குக் கொடுக்கப்படுகின்ற தீவிரமான பயிற்சிகள் குறித்து யோசித்துப் பார்க்கும்போது அவர்களுடைய எதிர்காலம் எத்தனை அச்சுறுத்தக்கூடியதாக அமையப்போகிறது என நாமாகக் கற்பனை செய்து பார்க்க வேண்டியுள்ளது. அதனால்தான், மிகவும் இளம் வயதுடையவராக திரைப்படத்தில் வரும் ஆசிரியரின் குரலில் கதையை விவரிக்கும்போது ஒருவித நடுக்கம் ஏற்படுகின்றது என்று நினைக்கிறேன்?

1914 என்பது கலாச்சாரப் பிளவை ஏற்படுத்திய மிக மோசமான காலகட்டம். முதலாம் உலகப்போர், நாடுகளின் எல்லையை மட்டுமல்லாது கடவுளையும் அதன் வழியாகப் போற்றிவந்த புனிதத்துவத்தையும் முற்றாகச் சிதைத்துவிட்டது என்றுதான் சொல்ல வேண்டும். இரண்டாம் உலகப்போர் மற்றும் அதற்குப் பின் நிகழ்ந்த சில மாறுதல்களையும் இதனோடு சேர்த்துக் கொள்ளலாம். தி வொய்ட் ரிப்பனில் வருகின்ற எட்டு முதல் பதினைந்து வயது வரையிலான சிறார்கள் இந்தப் போர்க்காலங்களில் நிச்சயமாக முக்கியப் பங்காற்றி இருப்பார்கள். படத்தில் காட்டப்பட்டிருப்பதைப் போன்ற கடுமையான மத நிபந்தனைகள்தான் உலகின் ஒட்டுமொத்தத் தீவிரவாதக் குழுக்களுக்கும் அடித்தளமாக அமைந்திருக்க வேண்டும். அதாவது அவர்கள், தங்களது சித்தாந்தங்களுக்காகப் பிறர் உயிரைக் கொல்வதோடு மட்டுமல்லாது தங்களைத் தாங்களே கூட மாய்த்துக்கொள்ளத் தயாராக இருக்கின்றார்கள். சிறுபுள்ளியிலிருந்துதான் எதுவும் தொடங்குகிறது.

தி வொய்ட் ரிப்பனின் கதையைப் பார்வையாளர்களுக்கு விவரிக்கும் ஆசிரியர் 'பின் ஒருபோதும் அந்தச் சிறுவர்களை என் வாழ்நாளில் பார்க்கவே இல்லை' என்று சொல்வதாகப் படம் நிறைவுபெறுகிறது. இதனால் சிறுவர்களின் எதிர்காலம் குறித்து நமக்குச் சில விளக்கங்களைத் தாண்டி எதுவும் சொல்லப்படுவதில்லை. சிறுவர்களின் எதிர்காலத்தைப் பார்வையாளர்களே யூகிக்க வேண்டும் என்றுதான் படத்தை அப்படியே நிறைவுசெய்துவிட்டீர்களா?

நான் அப்படி ஒரு படத்தின் முடிவைப் பொதுப்பார்வையாளர்களின் யூகத்திற்கே விட்டுவிடப் போகிறேன் என்றால், நிச்சயமாக அதற்கான கணிசமான குறிப்புகளையும் சேர்த்தேதான் திரைக் கதையை அமைத்திருப்பேன். உண்மையில் ஒரு திரைப்பட உருவாக்கத்தில் இப்படி யூகங்களுக்கான சில இடைவெளிகள் இருப்பது அவசியமென்றே கருதுகிறேன். அது பார்வையாளர்களுக்கான வெளி. நாம் எல்லாவற்றையும் மீண்டும் மீண்டும் சொல்லி ரசிகர்களை வெறுப்படையச் செய்ய முடியாது. அப்படிச் சொல்லிக் கொண்டிருந்தால் அது புத்தகம் படிப்பதைப் போன்றதாகிவிடும். சினிமா வொரு காட்சி ஊடகம் என்பதால் அதில் வாய் வலிக்கப் போதனைகளைச் சொல்லிக்கொண்டிருக்கத் தேவையில்லை.

திரைக்கதையை எழுதத் துவங்கும்போதே இதையெல்லாம் திட்டமிட்டுதான் எழுதத் துவங்கினீர்களா?

ஆமாம். இதுதான் ஒரு திரைக்கதை உருவாக்கத்தின் ஆரம்பகட்ட நிலை. இந்நிலையில்தான் எனக்குத் தேவையான அனைத்துக் கேள்விகளையும் எனக்கு நானே கேட்டுக்கொள்வேன். அதன் பிறகு, திரைக்கதை எழுதுவதென்பது சுயநினைவற்ற மகிழ்ச்சிகரமான நிலையில்தான்.

சிறுமி எர்னா தன் ஆசிரியரிடம் தான் கண்ட கனவைப் பற்றி விவரிக்கும் காட்சி எனக்கு மிகவும் பிடித்திருந்தது. அவள் அச்சிறிய ஊரையே உலுக்கப் போகும் சம்பவமொன்றைத் தான் கனவு கண்டதாகவும் அது விரைவில் நிச்சயம் நிகழும் என்றும் பயந்தபடியே சொல்லுமிடம், பெரியவர்கள் அவ்வப்போது தங்கள் உள் உணர்வினால் எதிர்காலத்தைக் கண்டுணர்வதாகப் பிதற்றுவதோடு ஒப்பிடலாமா?

சிலர் அப்படித் தங்களால் எதிர்காலத்தைக் கணிக்க முடியுமென்று அடித்துச் சொல்லுவதை நான் எதிர்க்கவில்லை. உண்மையில் அது ரொம்பவும் சாதாரணமானதுதான். சிறுவர்களை அப்படித் தாங்கள் கண்ட கனவு குறித்து விசனப்படுவது பார்வையாளர்களுக்கு நிச்சயமாக அதிக முக்கியத்துவம் வாய்ந்த நிகழ்வாகப்படுமென்று கருதியே அக்காட்சியை வைத்தேன். சிறுமி தனது கனவு குறித்து அதிர்வுடன் சொல்லும்போது அதன் நம்பகத்தன்மை குறித்து அச்சம் எழுகிறதல்லவா? அதைத்தான் நான் உருவாக்க முயன்றேன்.

நீங்கள் புரடெஸ்டண்டாகவே இருந்தாலும், சிறுவயதிலேயே உங்கள் தந்தையை இழந்துவிட்ட பிறகு, மூன்று கத்தோலிக்கப் பெண்களால்தான் வளர்க்கப்பட்டீர்கள் என்று முன்பே சொல்லி இருக்கிறீர்கள். தி வொய்ட் ரிப்பனில் வருகின்ற பாஸ்டரின் பிள்ளைகளுக்குக் கொடுக்கப்படுவதைப் போன்ற கொடூரமான பயிற்சிகள் உங்களுக்குக் கொடுக்கப்பட்டிருக்கிறதா?

நிச்சயமாக இல்லை. தி வொய்ட் ரிப்பனில் நிகழ்வதைப் போன்ற வதைகளை எல்லாம் நான் அனுபவிக்கவில்லை. எனக்கு மெல்ல விவரமறியத் துவங்கியபோதே நான் கத்தோலிக்கக் கொள்கைளில் இருந்து முழுவதுமாக ஒதுங்கிக்கொள்ளத் துவங்கினேன். என்னால் அத்தகைய வதைகளை ஜீரணித்துக்கொள்ள முடியாது என்பதுதான் பிரதான காரணம். அதுவுமில்லாமல், என் மீது வலிந்து தங்களின் மதச் சாயங்களைப் புகுத்தவும் அப்போது யாருமில்லை. கத்தோலிக்கச் சூழலிலேயே வளர்ந்திருந்தாலும், நான் அவர்களிடமிருந்து தனித்து வாழ்ந்து வந்தேன். இதனை ஒரு பெருமைக்காகச் சொல்லவில்லை. நீங்கள் கேட்டதால் மட்டுமே பகிர்ந்துகொள்கிறேன்.

வன்முறை மற்றும் அதன் ஊடகச் சித்தரிப்புகளே உங்கள் படங்களின் மைய இழைகளாகப் பொதுவாகக் கருதப்படுகின்றன. ஆனால், அதையும் மீறித் தனிமையின் வலிகளையும் கருணையின் நிராகரிப்பையும் தொடர்ந்து உங்கள் படங்களில் காண முடிகிறது. இதற்கான காரணங்கள் எதுவும் உள்ளனவா?

உயர்தரமான எல்லாப் படைப்புகளுமே காதலின் மெல்லிய சுகந்தத்தைத் தன்னுள் சுவீகரித்துக்கொண்டுள்ளவைதானே. சேக்ஸ்பியருக்கு அடுத்து மிகச்சிறந்த எழுத்தாளராக நான் கருதுவது ருஷ்ய மேதையான செக்கவைதான்.

அவருடைய “அங்கிள் வேன்யா” வாசித்திருக்கிறீர்களா? எத்தனை பரிசுத்தமான அன்பை நம்முள் கடத்திவிடுகின்றது அப்படைப்பு. தனிமையும் காதலின் வெறுமையும் சூழ்ந்துள்ள மனிதனின் துயரமும் எத்தனை ஆழமாக மனதில் பதிவாகி விடுகின்றது. உண்மையில், எல்லா நாட்களையும் காதலின் வறட்சியைக் கசப்புடன் உணர்ந்தபடியேதானே நகர்த்திக்கொண்டிருக்கிறோம்.

கேன்ஸ் பட விழாவில் என்னுடைய பல நண்பர்கள் ‘தி வொய்ட் ரிப்பன்’ எந்த நாவலைத் தழுவி உருவாக்கப்பட்டது என்று தொடர்ந்து கேள்வியெழுப்பிக்கொண்டே இருந்தார்கள். ஆனால், இது நீங்களாகவே எழுதிய திரைக்கதை. எனினும், ஏதேனும் ஒரு இலக்கியப் படைப்பு ‘தி வொய்ட் ரிப்பனை’ இலக்கியச் செறிவுடன் எழுத உங்களுக்கு உந்துதலாக இருந்ததா?

உண்மையில் இப்படத்திற்கான திரைக்கதையை எழுதத் துவங்கும் முன் இரு விஷயங்களில் மட்டும் நான் நிச்சயமாய் இருந்தேன். ஒன்று, கறுப்பு வெள்ளையில் படமாக்குவது மற்றது, கதையைப் பார்வையாளர்களுக்கு ஒரு விவரிப்பாளரின் குரலில் சொல்லுவது. இது இரண்டுமே கதை நிகழும் காலத்திலிருந்து பார்வையாளர்களை வெகு தொலைவில் நிறுத்தி வைப்பதற்கான உத்திகளே. எனது சுய அனுபவத்தில் நான் உணர்ந்த வலிகளைச் சமரசமின்றி இலக்கியச் செறிவுடன் பதிவு செய்துவிட வேண்டுமென்று மட்டும் உறுதியாய் இருந்ததால், தியோடர் ஃபோண்டேனின் எழுத்துகளை லேசாகப் பின்பற்றினேன். அவருடைய எழுத்துகள் மிகவும் மிருதுவானவை.

சம காலத்தின் மிகச் சிறந்த இயக்குநராக யாரைக் கருதுகிறீர்கள்?

ஈரானிய இயக்குநரான அபாஸ் கிராஸ்தமியைக் கண்டுதான் அதிகம் வியக்கிறேன். நாமெல்லாம் யதார்த்தமான சினிமாக்களை உருவாக்கத் தொடர்ந்து முயற்சித்துக்கொண்டிருக்கிறோம். ஆனால், அது அத்தனை எளிதானதல்ல. அபாஸ் கிராஸ்தமி தொடர்ந்து யதார்த்த சினிமாவை எவ்விதச் சிரமுமின்றி இயக்கிக்கொண்டிருக்கிறார். உண்மையில், சம காலத்தின் அதி அற்புதமான இயக்குநர் அவரேதான்.